SO-AXO-148

Thân Ái

CN

HOA ĐỊA NGỤC

HOA HỌC XUÂN

Nguyễn Chí Thiện

HOA
ĐỊA NGỤC

2006 **TỔ HỢP**
XUẤT BẢN MIỀN ĐÔNG
HOA KỲ

The first complete edition of HOA ĐỊA NGỤC
published by
Tổ Hợp Xuất Bản Miền Đông Hoa Kỳ

Cover and book design by Nguyen Ngoc Bich
Photo credits: Long-Thuy, Ha-Thuy Diem, Bich-Hoi,
CBA and Jean Libby
Desktop Publishing by VICANA

Cover photo: Nguyễn Chí Thiện with his back
to Rodin's "Gates of Hell" (Courtesy of Jean Libby)

Copyright © 2006 by Nguyen Chi Thien
and Nguyen Ngoc Bich

All rights reserved. No part of this book may be reproduced
in any form or by any electronic or mechanical means
including information storage and retrieval systems without
permission in writing from the publisher, except by a
reviewer who may quote brief passages in a review.

Library Cataloging in Publication Data
Hoa Địa Ngục ("The Flowers of Hell")
    Nguyễn Chí Thiện, 1939-
        520 pages   13 cm x 22 cm
    Includes biography and bibliography of author and index.
        ISBN 0-9772129-5-5
1. Vietnamese literature—Poetry, modern. 2. Vietnamese
literature—Nguyen Chi Thien—Poetry. 3. Photos,
sketches, musical settings.
I. Title. II. Author. III. Foreword by Nguyen Ngoc Bich,
Preface by Author.

Printed and bound in Taiwan, Republic of China
First edition, 2006

LỜI
NHÀ
XUẤT BẢN

T UY MỚI ĐƯỢC CÔNG-CHÚNG BIẾT ĐẾN *hơn*
một phần tư thế kỷ, tác-phẩm Hoa Địa Ngục *của nhà thơ*
Nguyễn Chí Thiện đã mau chóng trở thành một tập thơ
tiêu-biểu của nền thi ca Việt Nam hiện-đại.

Tiêu-biểu bởi đó là một tập thơ mang đầy máu và nước
mắt, mồ hôi, khổ nhục—phản ánh một thế-giới trong đó
con người Việt Nam, vốn hiền lành là thế, đã vì một ý-thức-
hệ ngoại-lai biến thành một con vật với chính đồng-loại,
đồng-bào—nhưng cũng chính vì thế mà cuộc đấu tranh
đầy vinh-quang khi con người tìm lại được nhau và khẳng-
định tính người của mình:

> *Sẽ có một ngày con người hôm nay*
>
> *Vất súng*
>
> *Vất cùm*
>
> *Vất cờ*
>
> *Vất Đảng*
>
> *Đội lại khăn tang*
>
> *Đêm tàn ngày rạng*
>
> *Quay ngang vòng nạng oan khiên...*

7

Sống sót về đây an nhờ phúc phận
Trong buổi đoàn viên huynh đệ tương thân
Đứng bên nhau trên mất mát quây quần
Kẻ bùi ngùi hối hận
Kẻ bồi hồi kính cẩn
Đặt vòng hoa tái ngộ lên mộ cha ông
Khai sáng kỷ nguyên tã trắng thắng cờ hồng!

*

* *

Đã tưởng một tác-phẩm lạc-quan như thế thì phải được đón nhận một cách hân hoan. Ấy vậy mà cuốn sách đã phải ba chìm bảy nổi mới đến được tay chúng ta trọn vẹn như ta có ngày hôm nay. Có lẽ một phần cũng tại hoàn-cảnh ly kỳ đã mang tác-phẩm đến cho chúng ta.

Xuất hiện một cách kỳ bí, không tên sách, không tên tác-giả, tập thơ đã được công-bố lần đầu vào tháng 9 năm 1980 do Thời Tập ở Arlington, Virginia in ra, dưới tên Tiếng vọng từ đáy vực *(là một câu lấy trong "Những ghi chép vụn vặt")*. Gần như ngay sau đó, báo Văn Nghệ Tiền Phong lại đưa ra một bản in khác mang tên Chúc thư của một người Việt Nam, *vẫn tác-giả vô danh.*

Tuy không rõ ai là tác-giả nhưng ngay từ khởi thủy tập thơ đã có một tiếng dội vang lừng khắp năm châu. Liền lập tức, nhiều nhạc-sĩ đã đem một số bài trong tập ra phổ nhạc mà thành công nhất có lẽ phải kể Phạm Duy (ở Cali), Phan Văn Hưng (ở Úc), Trần Lãng Minh (ở Virginia) v.v. Nhờ vậy, thơ của tác-giả "vô danh" *(mà có lúc được mệnh danh là "Ngục Sĩ")* đã như không cánh mà bay.

Bài giới-thiệu đầu tiên tập thơ với thế-giới (vì viết trong tiếng Anh), lần này có biết rõ tên tác-giả là Nguyễn Chí Thiện, được đăng trong báo Index on Censorship Bộ II, số 3 (tháng 6/1982) bởi ông Lek Hor Tan với sự tiếp tay của Nguyễn Hữu Hiệu (dịch 5 bài thơ ngắn trong tập). Song có lẽ gây tiếng vang hơn là bài "A Voice from the Hanoi Underground" ("Một tiếng nói chui từ Hà Nội"), được tạp-chí Asiaweek ở Hồng Kông đăng tải trong số ra ngày 30/7/1982 rồi BBC chuyển đi ra khắp thế giới.

Tập thơ phổ nhạc đầu tiên do Phạm Duy, Mười Bài Ngục Ca / Ten Prison Songs, trong bản dịch nghĩa của Nguyễn Hữu Hiệu, được in ra ngay từ năm 1980. Đến tháng 9 năm thì Hội Văn-hóa VN tại Bắc Mỹ (VICANA trong tiếng Anh) tung ra cuốn sách mỏng song ngữ Ngục Ca / Prison Songs (gồm 20 bài, với lời Anh hát được của Nguyễn Ngọc Bích). Cũng sách này lần đầu tiên ghi tên tác-giả các bài thơ là Nguyễn Chí Thiện. Đầu năm 1983, cuốn sách được nhà xuất bản Quê Mẹ ở Pháp in lại thành một tập tam ngữ mang tên Chants de Prison / Prison Songs / Ngục Ca sau khi tăng bổ thêm phần dịch-thuật sang tiếng Pháp của Võ Văn Ái và sang tiếng Anh của Ỷ Lan Penelope Faulkner. Tập này cũng ghi lại nhiều nhận-định của các nhà văn, nhà báo, khoa-học-gia quốc-tế về thơ Nguyễn Chí Thiện.

Tập tuyển-dịch đầu tiên sang tiếng Anh, The Will of a Vietnamese, do Nguyễn Thị Hằng (New York: Carleton Press, 1984) thì rõ ràng là dựa trên bản tiếng Việt của Văn Nghệ Tiền Phong. Tập tuyển-dịch sang tiếng Anh của Huỳnh Sanh Thông, Flowers from Hell (New Haven: Yale

University Council on Southeast Asia Studies, 1984) đã khẳng-định tên chính-thức của tập thơ là Hoa Địa Ngục *và tên tác-giả đích-xác là Nguyễn Chí Thiện dựa trên một bức thư tiết-lộ của G.S. P.J. Honey ở Anh.*

* *
*

Dù như mọi sự được tuần-tự đưa ra ánh sáng như vậy, một số người vẫn không muốn tin, thậm chí còn viết bài rồi viết cả sách để "chứng minh" rằng tác-giả những bài thơ lạ lùng kia chỉ có thể là Lý Đông A, cha đẻ của thuyết Duy Dân vào thập niên 40 của thế-kỷ trước. Ném lao rồi thì phải theo lao, những người này nhất định ngoan cố trong niềm xác-tín kỳ dị của họ ngay cả sau khi nhà văn Nguyễn Hữu Hiệu về Hà-nội chụp hình chung với Nguyễn Chí Thiện bằng da bằng thịt và bạn bè của ông, rồi chính Nguyễn Chí Thiện cũng được Hà-nội cho đi Mỹ (tháng 11-1995) trong một cử-chỉ thân thiện đối với Hoa-thịnh-đốn.

Năm 1991, Tiến-sĩ Bùi Hạnh Nghi ở Đức đưa ra bản dịch đầu tiên và đáng kể của ông sang tiếng Đức, Echo aus dem Abgrund / *Tiếng vọng từ đáy vực (Frankfurt-am-Main: R.G. Fischer, 1991), và bản song ngữ này cũng đã được in lại năm sau—để rồi được đưa vào chương-trình "đọc sách hay" trong các trường trung-học đệ nhị cấp ở tiểu-bang Bayern, Đức-quốc. Một số bản dịch trong này cũng được mang ra đọc ở Hội-nghị Văn-bút Quốc-tế ở Madeira, Tây-ban-nha (1993) và Praha, Tiệp-khắc (1994). Một nhạc-sĩ thời-danh của Áo, ông Günter Mattitsch, cũng đã chuyển 14 bài thơ trong bản dịch Bùi Hạnh Nghi thành một "suite" trình bầy lần đầu trước công-chúng ở Klagenfurt, Áo-quốc (20 tháng 10/1995).*

Bản dịch tương-đối đầy đủ nhất sang tiếng Anh là cuốn Flowers of Hell / Hoa Địa Ngục *của Nguyễn Ngọc Bích đưa ra năm 1996 (Arlington, VA: Tổ Hợp XBMĐ Hoa Kỳ) đi kèm với một bản tuyển-dịch* Hạt Máu Thơ *(tức* Hoa Địa Ngục II) *mà tên trong tiếng Anh là* Blood Seeds Become Poetry. *Hai tập này về sau đã được dùng làm gốc cho một số bản dịch sang các thứ tiếng: Tiệp do Jachym Topol, Pháp do Dominique Delaunay, Hòa-lan (Bloemen uit de Hel), v.v. Cùng năm này, nhân dịp nhà thơ được Cộng-đồng NVTD mời đi một vòng nước Úc, G.S. Nguyễn Ngọc Phách ở Melbourne cho in ra một tuyển-tập mỏng thơ Nguyễn Chí Thiện mang tên* A Selection of Flowers from Hell *(Melbourne: Hoa Niên, 1996). Cũng nhóm Hoa Niên xin in lại tập* Ngục Ca / Prison Songs *của Hội Văn-hóa VN tại Bắc-Mỹ in ra năm 1982.*

Sang tiếng Pháp, thơ của Nguyễn Chí Thiện cũng đã được dịch bởi một cựu-đại-sứ của Việt Nam (ở Canada), G.S. Bùi Xuân Quang (trong tập-san Đường Mới *ở Paris), song đáng kể nhất là tập* Fleurs de l'enfer *(Paris: Institut de l'Asie du Sud-Est, 2000) do B.S. Nguyễn Ngọc Quỳ và nhà thơ Dominique Delaunay.*

Thơ của Nguyễn Chí Thiện còn được dịch sang một số tiếng khác nữa, như Trung-hoa và Nhật-bản, song chúng tôi không có đầy đủ chi-tiết ở đây. Thơ của ông cũng được chọn để đưa vào nhiều tuyển-tập thơ quốc-tế như:

War and Exile: A Vietnamese Anthology *(Nguyen Ngoc Bich, chủ-biên, Springfield, VA: Vietnamese PEN Abroad, East Coast USA, 1989).*

Another Way to Dance: Contemporary Asian Poetry from Canada and the United States *(Cyril Dabydeen, chủ-biên, Toronto: TSAR Publications, 1996).*

This Prison Where I Live, the PEN Anthology of Imprisoned Writers *(Siobhan Dowd, chủ-biên, với tựa do Joseph Brodsky, New York, 1996).*

Ecrivains en Prison *(bản tiếng Pháp của tuyển-tập trên đây, Genève: Labor et Fides, 1996).*

Và tên tuổi của ông cũng đã được đưa vào từ-điển Who's Who in Twentieth-century World Poetry *(Mark Willhardt, chủ-biên, London &New York: Routledge, 2000; bản in lần 2 ở Đức năm 2002). Ngoài ra, một số bài thơ lẻ của ông cũng đã được đưa vào sách giáo-khoa ở Mỹ và hiện có một Website trên Mạng Lưới Toàn-cầu dành chỗ trang trọng cho thơ ông mang tên* <u>www.vietnamlit.org</u> (G.S. Dan Duffy ở North Carolina thực-hiện).

Là hội-viên danh-dự của nhiều trung-tâm Văn-bút quốc-gia (Pháp, Hòa-lan...), ông đã được tặng nhiều giải thưởng cao quý như Giải thưởng Thơ Rotterdam (1984), Giải thưởng "Tự do để viết" ("Freedom to Write" Prize) của Trung-tâm Văn-bút Hoa-kỳ (1989) và ba năm làm khách của Nghị-viện Quốc-tế các Nhà văn (International Parliament of Writers). Ông cũng đã được ba lần đề cử để lãnh giải Nobel về Văn-chương.

*
* *

Tuy Hoa Địa Ngục *là tác-phẩm lớn về thơ của Nguyễn Chí Thiện, thiết tưởng cũng không nên quên: Ông còn viết* truyện và (đang viết) hồi-ký nữa. Tập truyện Hỏa Lò của ông, do Tổ Hợp XBMĐ in ra năm 2001, phải được xem là một trong những tác-phẩm văn-học thành công nhất ở hải-ngoại (in ra 5000 cuốn trong vòng 6 tháng). Tập truyện này đã được dịch sang Anh-ngữ và sẽ ra mắt độc-giả trong nay mai do Southeast Asian Literature Program của Yale University xuất bản.

Dù như giờ đây ông đã trở thành một nhân-vật tiếng tăm quốc-tế, nhà thơ Nguyễn Chí Thiện vẫn là một con người thật bình-dị. Người ta gọi ông là "anh-hùng," ông gạt ngay: "Trong máu [tôi] không có một tí chất anh hùng nào cả."

Ông chỉ là một con người hoàn-toàn dành cho văn-học. Làm thơ, ông muốn được như Baudelaire, nghĩa là chỉ mong được người đời nhớ ông qua một tác-phẩm lớn: Nếu cả đời Baudelaire có độc một tập Ác-hoa ("Les fleurs du Mal") thì ông cũng mong được biết đến như là tác-giả của độc-nhất một tập, Hoa Địa Ngục. Khi cho in hai tập Hoa Địa Ngục I và II (còn có tên là Hạt Máu Thơ) làm thành một như trong sách này là Tổ Hợp tôn-trọng ước muốn đó của ông.

Được sự tiếp tay thật chi ly của tác-giả trong việc dò lại toàn-bộ, Tổ Hợp đã sửa được hàng trăm lỗi còn tồn tại trong những bản in trước đây. Bởi vậy nên chúng tôi dám nghĩ đây là bản in có thẩm-quyền nhất của tác-phẩm Hoa Địa Ngục do được phép chính-thức và sự cộng-tác nhiệt-thành của tác-giả.

Cuối cùng, cuốn Hoa Địa Ngục đầy đủ này ra đời cũng là để đánh dấu 10 năm chuyến đi Úc-châu của tác-giả, thực-hiện một năm sau khi ông sang được đất tự do (tháng 11-12/1996). Nó khẳng-định là cuộc đấu tranh cho Tự Do Dân Chủ ở quê nhà, tuy có tiến-bộ song vẫn còn nguyên ý-nghĩa của nó.

MỤC-LỤC

III. Những Ghi Chép Vụn Vặt

TỰA

Khổng-Tử có lời luận về thơ như sau : «Thi khả dĩ quan, khả dĩ quần, khả dĩ hưng, khả dĩ oán,» nghĩa là thơ có khả năng giúp ta biết nhìn nhận, biết tập hợp, biết hưng khởi, biết oán giận. Suốt cuộc đời làm thơ, lúc nào tôi cũng theo tôn chỉ: «Quan, quần, hưng, oán» đó, vì tôi nghĩ nó tóm tắt khá đủ về chức năng của thơ. Nhưng do năng lực giới hạn, thơ tôi chưa đạt được bốn tiêu chuẩn trên.

Hegel nói thơ là thuộc lãnh vực thần linh. Có lẽ nói thế hơi quá. Các bậc Túc Nho Trung-Quốc, Việt-Nam xưa cũng bàn về chất thơ, họ cho rằng: «Thi tại ngôn ngoại, bất tại ý trung » ý nói chất thơ ở ngoài lời mà cũng không ở trong ý. Vậy nó nằm trong tình, trong cảm, trong sức rung động xuất thần chăng? Jules Lemaître coi hàng vạn câu thơ của thi hào Virgile chỉ có vài trăm câu thực sự là thơ, phần còn lại chỉ là kỹ thuật văn chương tinh xảo. Thơ đúng nghĩa của nó khó như vậy, nên Thiers nói: «Cho ông chỉ huy một đạo quân, ông thấy dễ dàng thành công hơn là làm mấy câu thơ», vì ông tướng còn có thể dựa vào tinh thần binh lính và may ra, có thể gặp đối thủ là một tướng hèn, một đội quân yếu. Làm thơ, ông không trông cậy vào đâu được, ngoài chính tâm hồn ông. Còn việc sắp đặt vần điệu, chữ nghĩa, ông coi đó chỉ là công việc của người thợ mộc. Vì đồng tình với những nhận xét trên, nên từ tuổi mười bảy, mười tám, tôi đã chủ tâm viết văn xuôi, một thứ văn bình dị để ghi lại những sự kiện khủng khiếp chưa từng có trong lịch sử dân tộc. Còn những thể loại như tiểu thuyết, truyện ngắn, kịch... tôi thấy cũng chẳng dễ dàng chút nào, chúng lại có những khó khăn khác, đòi hỏi những khả năng khác. Nhưng do phải sống dưới ách độc tài Cộng Sản, một thứ độc tài ngu xuẩn, quái dị, việc viết lách rất nguy hiểm, công an có thể ập vào nhà lục soát bất cứ lúc nào. Nói năng với bạn bè cũng phải cẩn trọng, lộ ra tư tưởng bất mãn chế độ là tù ngục hàng chục năm như chơi! Ca ngợi hàng hóa Pháp, Mỹ, chê bai hàng hóa Nga, Tầu cũng đi tù. Mọi người phải « thủ khẩu như bình » để giữ thân!

Năm 1966, tôi nằm ở trại tạm giam Trần Phú, Hải-Phòng, có gặp một thanh niên độ hai mươi tuổi là anh Lê Dư, Trưởng Ban Tuyên Truyền Đoàn Thanh Niên nhà máy cơ khí Duyên Hải. Anh có chép vào sổ tay dăm bài thơ. Có hai câu « phản động » nhất là:

Nghe tiếng còi đêm, tưởng đời gõ cửa
Ngoảnh mặt nhìn, bốn phía vẫn là không!

Anh bị tòa án Nhân-Dân Hải-Phòng xử sáu năm tù. Anh Hoàng Năng, bạn anh Lê Dư phê vào mấy bài thơ đó vài chữ: «Rất buồn, rất súc tích!» Anh bị xử năm năm vì tội kích động tư tưởng. Đó là Đảng đã chiếu cố cho hai anh là những thành phần tốt. Nhà thơ Trúc-Cương trong Hội Nhà Văn Việt-Nam, là anh ruột của anh Lê Dư, là đàn em của Nguyễn Đình Thi, lại cùng cánh Hải-Phòng, nhờ Nguyễn Đình Thi xin hộ cho em mình. Nhờ Thi xin cho nên hai anh Lê Dư, Hoàng Năng chỉ ở hơn một năm thì được tha, nhưng bị đuổi việc, sống vất vưởng. Thực là đại phúc.

Với hoàn cảnh ấy, tôi phải làm thơ, nhất là ở trong tù, giấy bút không có, khám trại thường xuyên, bọn tù bẩm báo lại không thiếu. Thơ có thể làm trong đầu, học thuộc giữ trong đầu. Văn xuôi thời chịu! Nhưng dùng thơ mà để bàn tới chính trị, mà để luận tội, mà để miêu tả hiện thực, toàn cảnh bắn giết, đánh đập, cùm kẹp, dớt dãi, tranh giành ngô, khoai, sắn, thì rất khô khan, khó có chất thơ, nhưng vẫn phải làm để cho mọi người và con em sau này biết rõ về tội ác Cộng Sản, về thảm cảnh của dân tộc. Để loại thơ này đỡ nhàm chán, trong muôn ngàn sự việc xảy ra hàng ngày, trong muôn ngàn tâm tư, cảm xúc, tôi cố chọn lọc những gì nổi bật nhất, đập vào tim óc nhất. Coi mình là người ghi chép cảnh thực, tình thực của một giai đoạn lịch sử đớn đau tột độ, tôi luôn luôn tôn trọng sự thật, không cường điệu, khuếch đại, bôi đen, hoặc gây cấn hóa. Vả lại, nguyên những sự thật cũng chỉ ghi được phần nào, cần gì phải vẽ vời thêm! Tôi hết sức tránh những chữ, những hình tượng cầu kỳ, văn chương vì nó không hợp với loại thơ tôi làm. Tôi cố vươn tới sự giản dị như một nhà thơ Pháp đã nói: «*S'élever* à la simplicité». Nhà phê bình Viên Mai đời Thanh có kể lại chuyện một anh bán cháo lòng, học hành ít, khi mẹ chết có làm mấy câu thơ đơn sơ khóc mẹ:

Khốc nhất thanh
Khiếu nhất thanh
Ngã đích thanh âm nương quán âm
Như hà nương bất ứng!

NGUYỄN CHÍ THIỆN

Tạm dịch:

> *Khóc một tiếng*
> *Gọi một tiếng*
> *Tiếng con thân quen với mẹ là vậy*
> *Mà sao mẹ không trả lời!*

Và Viên-Mai phê: «Đọc xong, người đọc nhợt nhạt cả mặt mày!» Khi còn trẻ, đọc xong tôi cũng thấy lòng lịm đi. Không thấy chữ nghĩa đâu, hình tượng, văn chương đâu, chỉ thấy nỗi đau đớn bàng hoàng của người con bên xác mẹ. Thì ra «Thi tại ngôn ngoại, bất tại ý trung » là vậy!

Nhưng giản dị khác với nôm na, tầm thường. Cái khó là ở chỗ đó. Trong kho tàng ca dao Việt-Nam không thiếu gì những câu mộc mạc, đơn sơ mà nhiều nhà thơ còn xa mới đạt được! Xin nêu ra vài câu trữ tình, hoặc hiện thực chính xác:

> *Em như bông súng cuối ao*
> *Tím thầm, tím vụng, tím vào duyên anh!*

> *Còn duyên kẻ đón, người đưa*
> *Hết duyên đi sớm về trưa mặc lòng!*

> *Cái vòng danh lợi cong cong*
> *Kẻ hòng ra khỏi, người mong bước vào!*

> *Một đêm quân tử nằm kề*
> *Còn hơn thằng ngốc vỗ về quanh năm*

Tuy tôi cố gắng vươn tới sự giản dị, nhưng đạt được hay không lại là chuyện khác. Có điều chắc chắn là tôi theo sát sự thực tới mức tỉ mỉ. Chẳng hạn như khi tôi làm hai câu thơ:

Chỗ tôi nằm sáu mươi phân chiếu rộng
Hai người bên, một hủi, một ho lao.

Vì không có thước, tôi phải dùng tay đo chiếu tôi xem được mấy gang tay. Còn hai người nằm bên là bác Kha Vạn Yên người Lào, bị hủi đã từng nằm ở trại hủi bốn năm, và anh Ngô Xuân Anh, một thanh niên miền Nam tập kết ra Bắc bị lao. Cả hai đều chết trong tù. Sau này vào Hỏa-Lò ở chung với lưu manh, tôi đọc cho họ nghe bài thơ có hai câu đó, tôi bị họ nhao nhao phản đối, kết tội tôi là tô hồng cho nhà tù Cộng Sản, vì thực tế chỗ chúng tôi nằm chỉ có hai mươi phân, dưới chân còn có một người nằm ngang, chúng tôi phải nằm úp thìa, không duỗi thẳng chân được. Tôi phải thanh minh với họ là hồi làm bài thơ đó, tôi ở trại trên rừng, nằm rộng đúng như vậy, nên viết vậy. Thực ra, cũng có lúc tôi phải viết khác sự thực một chút, vì trong thơ không thể giải thích dài dòng. Thí dụ trong bài «Anh Gặp Em», lúc đầu tôi làm:

Y sĩ công an
Nhìn em
Nạt nộ om sòm

Đó là sự thực, nhưng chưa phải là sự thực hoàn toàn, người đọc có thể hiểu lầm, cho là vô lý. Tại sao khi tên y sĩ công an nhìn cô gái trẻ miền Nam ho ra máu, sắp chết, lại nạt nộ? Cái tên y sĩ này lúc nào cũng nạt nộ, túm tóc, tát, đá bệnh nhân. Đó là thói quen của hắn, chứ không phải vì nhìn thấy cô gái đó mới nạt nộ. Tôi đọc cho anh

Phùng Cung nghe để bàn xem. Anh Cung suy nghĩ, rồi nói: «Thôi, nên đổi lại là:

> *Y sĩ công an*
> *Nhìn em*
> *Thôi nạt nộ om sòm.»*

Và chúng tôi đồng ý với nhau là cho tên y sĩ vô lại đó được làm người một lần. Tóm lại, chất liệu thơ của tôi là muôn ngàn cuộc đời tan nát, chôn vùi, trong đó có cuộc đời tôi. Tôi không hư cấu chi cả.

> *Triệu cuộc đời khổ oan*
> *Nát tan trăm ngàn mảnh*
> *Chắp lại mới hóa thành*
> *Mấy vần thơ ai oán!*

Vì toàn là cảnh thực, người thực nên có đôi chỗ cần giải thích. Thí dụ câu: «*Một chút đường, bạn quăng dây cho.*» Quăng dây là thế này: khi sống trong xà lim 1 Hỏa-Lò, những người hàng tháng có tiếp tế, phần nhiều là những người tham ô, buôn bán, muốn cho nhau chút quà phải tháo sợi dây dứa dài (polyester) ở túi đựng đồ tiếp tế ra, buộc vào cái lược hoặc một bàn chải đánh răng, lao cái lược qua phía dưới cửa sắt buồng mình sang cửa buồng dẫy đối diện, sau đó xếp quà định cho vào một túi ni lông, phải dàn mỏng độ ba phân vì cửa buồng chỉ cách mặt đất có thế, rồi buộc túi ny lông vào đầu dây. Người nhận quà cầm cái lược kéo nhè nhẹ túi quà sang buồng mình, tháo quà ra, lao trả lại cái lược. Quản giáo mà bắt được thời bị cùm, bị cắt tiếp tế! Nàng thơ của tôi, nàng thơ thực tế, chỉ là một nàng thơ khốn khổ, nhục nhằn, vì bản thân tôi cũng như toàn dân tộc bị lăng nhục, đầy đọa!

Nàng thơ của tôi khát thèm rau muống
Mộng bát cơm đầy, quỷ đói hay ma?

Nàng đâu có được như nàng thơ của các thi sĩ khác «*Đường trần gian xuôi ngược để vui chơi*», hoặc «*Mơ theo trăng và vơ vẩn cùng mây*» có sự nhàn tản để thương mây khóc gió, để «*Sầu vũ trụ*», có thuốc phiện, có gái để «*Phách ngọt, đàn hay, nệm khói êm*», để «*Đặt em lên ngai vàng nữ sắc*» rồi «*Trong âm thầm chiêm ngưỡng một làn da!*» Ôi cái thời mất nước mà sao nó thanh bình, an lạc thế! Có đúng thế không? Ông Vũ Trọng Phụng, ông Ngô Tất Tố và nhiều ông nữa bảo là không! Văn là người mà! Sau này vị nào nằm trong nanh vuốt Cộng Sản thì hiện nguyên hình hết!

Có một học giả Pháp giỏi tiếng Việt, tôi quên mất tên, có khen Truyện Kiều có thể đem so sánh với bất cứ một tập thơ cổ kim nào trên thế giới mà vẫn giành ưu thế. Cũng vị này lại nói, lúc văn học lãng mạn Việt-Nam đương nở rộ vào những năm 30 - 40, là văn học Việt-Nam không có tình yêu. Tôi suy nghĩ mãi về nhận định thứ hai này. Quái, thơ văn có nhiều «anh anh, em em» thế mà lại bảo là không có tình yêu! Hay là tại nó không thực, không sâu nặng, thấm thía, mà nó văn chương, nó lông bông, viển vông quá chăng? Hay có lẽ tại chưa có đủ thời gian để tiêu hóa nổi dòng văn học «anh, em» vĩ đại của Pháp?

Xưa cũng như nay, văn thơ là để nói lên cái tâm huyết, cái chí khí của mình. Tôi chỉ là một người dân đen, của lớp người sống cực nhọc nhất, thê thảm nhất:

Ta như chó đói vật vờ
Ngửi thấy mùi cơm hau háu!

Lòng chỉ cầu mong sao:

No ấm xum hòa, họa đỏ tiêu tan!

Tù lần thứ ba này, tôi nằm xà lim hơn tám năm, sống bẩn thỉu, hôi hám như một con chuột cống, có điều thua con chuột cống ở chỗ đói, rét, ốm, đi không vững. Chưa kể tới những tháng cùm kẹp. Tôi nhiều lúc tuyệt vọng, chán chường, rũ ra, muốn tự sát, coi cái chết là sự giải thoát. Nhưng nghĩ tới công việc mình chưa xong, lại vượt qua:

Đói, rét, ốm, đọa đày
Cắt bỏ chỉ một giây
Nhưng thơ còn chờ đây
Không được hèn như vậy!

Có lúc tuy:

Cờ rũ giữa tâm hồn tôi đã cắm!

Tôi cố lên gân, nhủ mình phải có khí phách anh hùng. Nhưng vì trong máu không có một tí chất anh hùng nào cả (Nếu khoa học tiến bộ, thử máu tôi sẽ không thấy có chất đó), nên lâm vào cảnh:

Năm rồi năm, trời đất mịt mùng
Khí phách anh hùng rũ lả!

TỰA

Tuy nhiên, tôi có chút lòng tự trọng, tin vào lẽ phải, tin vào số phận, không anh hùng, nhưng không hèn. Hèn thời không chống chọi được với Cộng Sản, tử thần quật ngã ngay.

> *Không vợ con, nhà thơ tóc trắng*
> *Có tù lao, đao phủ mõm đen*
> *Tất cả bắt ta phải chết, phải hèn*
> *Ta sống không hèn, thơ tất thắng!*

Cũng có lúc tôi coi mình như một kẻ tu hành đắc đạo, diệt chết thất tình: hỉ, nộ, ai, cụ, ái, ố, dục. Nhưng chỉ được một thời gian, lòng phàm còn nặng, không thoát tục nổi!

> *Ta thực sự từ lâu coi mình như đã chết*
> *Nhưng hữu thân hữu khổ, biết làm sao*
> *Đói, rét, ốm đau, rau muối, thuốc lào*
> *Tất cả vẫn hành ta rất mệt!*

Có một bà vì buôn bán vào nằm ở xà lim 1 Hỏa-Lò, nghe tôi đọc mấy câu này, bật cười, thương hại, đút lót cho tên quản giáo, xin nó ít thuốc lào rồi cho tôi. Có thời kỳ tôi gầy ốm quá tưởng chắc chết, mấy ông to ở Bộ về thanh tra trại, nhìn tôi cười, khen đểu: «Trông anh dạo này béo tốt, khỏe đấy. Cứ làm thơ đi, rồi để Diêm Vương xuất bản, giun đất nó ngâm!» Nhân sự kiện này, tôi có làm bài thơ «Nhìn Xuất Cơm.» Tôi suy nghĩ về cái sống, cái chết trong tù, rồi kết luận:

> *Ngoài đòn chủ yếu đánh vào bản năng*
> *sinh tồn cơ bản nhất: Miếng ăn*
> *Còn đủ thứ nhục nhằn khiến chúng ta*

25

sống được là vô cùng khó khăn, khốn khổ!
Song cái chính là sống sao để sống không xấu hổ
Còn cái chết thời ai có thể cản ngăn!

Ngày xưa những anh hùng, hào kiệt thất thế có làm thơ, thơ họ khí phách lắm! Đặng Dung có bài thơ Đường luật rất ngang tàng, trầm uất với hai câu kết:

Quốc thù vị báo, đầu tiên bạch
Kỷ độ Long Tuyền đới nguyệt ma.
(Thù nước chưa trả, đầu đã bạc.
Bao lần mang lưỡi gươm Long Tuyền ra mài dưới ánh trăng.)

Một bậc Nho giả thời trước đọc xong, phê: «Phi hào kiệt bất năng!» Nghĩa là không phải hào kiệt không thể làm nổi! Quận He Nguyễn Hữu Cầu nằm trong ngục đợi ngày ra pháp trường, trút tâm sự vào một bài thơ hào sảng cực hay:

Nhất lung thiên địa tàng thân tiểu
Vạn lý phong vân cử mục tần
Hỏi sao, sao lụy cơ trần?
Bận tài bay nhảy, xót thân tang bồng!
Nào khi vỗ cánh rỉa lông
Hót câu thiên túng trong vòng lao lung!
Chim oanh nọ vẫy vùng giậu Bắc
Đàn loan kia túc tắc cành Nam
Mặc bây Đông ngữ, Tây đàm
Chờ khi phong tiện, dứt giàm vân lung
Bay thẳng cánh muôn trùng Tiêu Hán
Phá vòng vây, bạn với Kim Ô

26

TỰA

Giang sơn khách diệc tri hồ!

Đây cũng thuộc vào loại thơ «Phi hào kiệt bất năng.»

Vì năng lực hạn chế, tôi làm thơ rất vất vả, mất nhiều công sức, thời gian. Có những việc định làm thành thơ mà phải năm, mười năm sau mới làm nổi. Thí dụ như bài «Thần Hổ» có vẻn vẹn tám câu. Chuyện xảy ra từ năm 1971 mà mãi tới bao năm sau tôi mới làm được. Cảnh trốn trại bị bắn chết, cảnh đánh đập xảy ra hàng ngày mà cũng phải nhiều năm sau mới đưa được vào thơ. Có những cảnh đến bây giờ tôi cũng chưa cho thành thơ được. Làm xong mỗi bài thơ, phải sửa chữa rất nhiều. Tập *Hạt Máu Thơ* (Phần 2 của *Hoa Địa Ngục*) tôi làm từ năm 1978 tới năm 1988, được hơn bốn trăm bài. Năm 1988 vì quá yếu tôi không làm thơ nữa, dành thời giờ để học thuộc. Ngày nào tôi cũng đọc lại trong đầu trọn vẹn hơn bốn trăm bài. Cứ đọc như thế trong gần một ngàn ngày, tôi thuộc làu làu như một cuộn băng. Có những ngày mưa rét, vừa nhẩm đọc, vừa ứa nước mắt, lưng dựa vào tường, người run rẩy. Tới cuối năm 1990, tôi từ trại Thanh-Liệt chuyển đi Ba-Sao ở chung với các tù chính trị khác. Lúc đó, tôi bị bệnh đau đầu, không nhẩm đọc thơ nữa. Tôi cũng chủ quan cho rằng thuộc đến thế, thời không thể quên nổi. Tháng 10-1991 tôi được tha. Về nhà, định chép thơ ra giấy rồi giấu đi, tôi thấy quên gần hết. Thì ra đầu óc không còn như trước nữa, suy yếu nhiều. Tôi phải mất hơn một năm trời nằm vặn óc ra mới nhớ lại được hơn ba trăm bài. Còn độ một trăm bài thời không thể nhớ nổi. Từ đầu năm 1993, tôi đã nhờ ba người chuyển tập thơ ra ngoại quốc, nhưng tới phút cuối cùng họ e ngại, bỏ tập thơ

27

đi. Có điều là không ai phản tôi, nộp cho công an. Tôi hoàn toàn thông cảm với họ. Việc tôi nhờ quá nguy hiểm cho họ! Tôi cho là số phận cả. Nếu tập thơ họ mang lọt đi, tôi đã đi tù và có khi chết rồi. Tôi chuẩn bị nhờ chuyển tập thơ lần thứ tư, thì tôi được hộ chiếu đi Hoa-Kỳ. Sang tới Hoa-Kỳ hôm 1-11-1995, sáng hôm sau, tôi bắt đầu viết thơ ra giấy ngay. Tôi sợ để chậm trễ, sẽ quên.

Kể từ khi Lênin nắm chính quyền ở Nga tới nay thấm thoắt đã gần một thế kỷ. Bao nhiêu bài báo, bao nhiêu trang sách nói về tội ác Cộng Sản. Nhưng nhiều đại trí thức vẫn hiểu sai về chúng. Từ Anatole France, Romain Roland, Tagore, Bernard Shaw tới Aragon, Bertrand Russell, Picasso, Albert Camus, Jean Paul Sartre, Joliot Curie... không kể xiết! Bây giờ đây, hệ thống Xã Hội Chủ Nghĩa đã sụp đổ, bộ mặt thực của Cộng Sản đã bị lộ rõ, có người cho rằng ai cũng hiểu rõ chúng rồi. Tôi không nghĩ vậy. Không nói tới thế giới, ngay người Việt trong nước cũng như ngoài nước, nhiều người hiểu nhưng chưa thấu, nhất là chưa thấm! Tuổi trẻ lại càng ít hiểu về Cộng Sản hơn, tuy các em đầy tài năng, đầy nhiệt huyết. Mà tương lai đất nước lại ở trong tay các em! Bọn Cộng Sản vẫn lù lù đó, ngồi trên đầu trên cổ dân tộc. Việc vạch mặt chúng vẫn rất cần thiết. Biết rõ chúng, mới chiến đấu được với chúng. Mà cũng cần biết rõ về mình nữa! Đã chắc là mình nhìn thấy bản chất, nhìn thấy tim đen Cộng Sản chưa? Tất cả chúng ta vẫn tiếp tục phải tìm hiểu, không ai có thể tự mãn cho là mình đã quá rõ rồi! Nhất là trong giai đoạn này chúng đang biến hóa, thay đổi hình dạng để tồn tại. Lại có người cho là đề tài Cộng Sản trong văn học bây giờ đã cạn kiệt, nhàm chán rồi. Tôi nghĩ khác, thời đại Cộng Sản chiếm quyền là một thời đại xáo trộn quái gở nhất, đau thương, bi đát nhất, để cáng nhất, chất chồng tội ác nhất, tính chất cũng khác hẳn các thời đại trước của lịch sử! Chúng ta chưa có một tác phẩm nào mô tả được đầy đủ. Đó là do khả năng của chúng ta. Có thể sau này sẽ có một thiên tài văn chương làm công việc đó. Gần sáu mươi năm sau cuộc nội chiến của Mỹ mới có *Cuốn Theo Chiều Gió*. Năm mươi năm sau cuộc tiến công của Napoléon vào Nga mới có *Chiến Tranh Và Hòa Bình*. Hơn một ngàn năm sau thời Tam Quốc mới có *Tam Quốc Chí Diễn Nghĩa* v.v... Trong văn học không có đề tài nào cạn kiệt cả, chỉ có tài năng cạn kiệt thôi. Việc nam, nữ yêu đương là chuyện bình thường quá, có từ khi có loài người, viết về nó cũng quá nhiều rồi, nhưng không nhàm chán được. Nhàm chán hay xúc động là do người viết, đừng đổ tại đề tài!

Sự tàn bạo, man rợ của Cộng Sản, tôi hiểu. Thế mà khi đọc truyện ngắn «Người Dắt Lạc Đà» của Tùng Duy Hi người Trung-Quốc viết về Cách Mạng Văn Hóa, viết về tội ác của chế độ Mao, của Hồng Vệ Binh, tôi vã mồ hôi trán ra vì xúc động, vì phục tài người viết! Tôi đọc tới ba lần. Tôi vẫn sẽ viết về thời đại Cộng Sản kỳ quái, dù không hay do bất tài, chứ không phải do đề tài, tôi sẽ dùng văn xuôi để có thể diễn tả cụ thể, chi tiết về những điều tôi đã nghe, đã thấy, đã sống.* Nếu kém cỏi về nghệ thuật thì cũng có thể dùng làm tư liệu để sau này người khác tìm hiểu khi muốn viết về giai đoạn lịch sử của chúng ta. Biết đâu sẽ có một La Quán Trung, một

Margaret Mitchell, một Alexandre Dumas, một Léon Tolstoi Việt-Nam!

Nằm ở trong xà lim, tôi đã lường trước được rằng sẽ có bạn thấy viết về Cộng Sản mãi là nhàm chán, nên có làm mấy câu thơ để xin các bạn đó thông cảm cho tôi:

> *Không sống trong lòng Cộng Sản*
> *Bạn nên thông cảm một điều*
> *Chế độ Mác Lê tôi sở dĩ nói nhiều*
> *Tới mức phát nhàm, phát chán!*
> *Vì thực tế không nhàm, không chán*
> *Mà kinh hoàng, ai oán lắm, bạn ơi!*
> *Tôi sẽ nói khắp nơi*
> *Sẽ nói suốt đời*
> *Nói tới muôn đời*
> *Nói mãi!*

Còn về tình thương, tôi có bàn tới trong một bài thơ trong tập thơ này. Nhưng để thay lời kết, tôi xin mượn hai câu thơ của thi hào Virgile:

> *Ta đã từng nếm mùi tân khổ*
> *Nên ta biết thương người trong bước gian truân!*

12-2-1996

* Bài tựa này, tác giả viết từ tháng 2-1996, ba tháng sau khi ông ra hải ngoại. Và ông đã giữ lời hứa khi hoàn tất tập truyện *Hỏa Lò* (Tổ Hợp XBMĐ Hoa Kỳ in ra cuối năm 2001), tái bản 4 lần trong vòng 6 tháng, và hiện đã được dịch sang tiếng Anh, dự kiến sẽ do Yale University Press tung ra trong nay mai.

GHI NHẬN

Hai mươi bảy năm sau khi cuốn sách đã được đưa ra hải-ngoại và in vào năm sau với nhiều bất toàn (tên tác-giả, tên sách lúc đầu đều không rõ, in ấn mất nhiều lỗi), thiết tưởng đã đến lúc cần đưa ra một bản in toàn-bộ, đầy đủ tập Hoa Địa Ngục của nhà thơ Nguyễn Chí Thiện, với sự duyệt lại cặn kẽ của chính tác-giả.

Làm được việc này không phải là dễ nên Tổ Hợp XBMĐ Hoa Kỳ nhân đây xin ghi nhận những món nợ tinh-thần khó thể trả được:

Nhà văn và dịch-giả Nguyễn Hữu Hiệu đã cung-cấp cho nhiều tài-liệu rất quý từ đầu thập niên 1980.

Nhiều bạn bè cung-cấp cho hình chụp các sinh-hoạt của nhà thơ NCT từ ngày ông đặt chân tới Mỹ. Một số chúng tôi không được biết tên nhưng đáng kể là anh chị Nguyễn Huy Long-Trương Anh Thụy, Phó Hồng Hà và Thúy Diệm, và nhất là nhiếp-ảnh-gia chuyên-nghiệp Jean Libby. Chính bà Libby là người cho phép chúng tôi dùng hình bà chụp ở Stanford University làm bìa: Nhà thơ NCT quay lưng vào "Cổng Địa Ngục" ("Les portes de l'Enfer"), tuyệt-tác-phẩm phù-điêu của điêu-khắc-gia Auguste Rodin (1840-1917).

Quan-trọng không kém là các nhạc-sĩ Phạm Duy, Phan Văn Hưng và Trần Lãng Minh đã không ngần ngại chia xẻ với chúng tôi những tác-phẩm tuyệt diệu.

Những món nợ khác, chúng tôi đành im lặng vì đôi khi không cả biết người đã giúp mình qua cung-cấp tài-liệu, chụp cho các bài báo, tranh ảnh, bản nhạc v.v. Xin cám ơn tất cả.

Hoa địa ngục
Fleurs de L'Enfer
(poèmes)

Trang bìa viết tay của tập bản thảo (1979).

HOA
ĐỊA NGỤC

Nguyễn Chí Thiện dưới con mắt của Mõ (1989)

Monsieur !

C'est au nom des millions de victimes innocentes de la dictature, déjà succombées ou subissant encore une mort lente et douloureuse dans les bagnes communistes, que je vous prie de faire publier ces poèmes dans votre pays libre. C'est le fruit de mes vingt ans de travail. La plupart en ont été créés dans mes années de détention. Je pense qu'à nous, les victimes, il appartient plus qu'à personne d'autre de montrer au monde les souffrances incroyables de notre peuple opprimé et torturé à merci. De ma vie brisée, il ne reste qu'un seul rêve, c'est de voir le plus grand nombre possible d'hommes prendre conscience de ce que le communisme est un grand fléau de l'Humanité.

Veuillez agréer, Monsieur, l'expression de ma profonde reconnaissance ainsi que celle de mes compatriotes infortunés !

Trang 2 của bản thảo Hoa Địa Ngục (1979):
Thư Nguyễn Chí Thiện gởi ra thế-giới bên ngoài,
viết bằng tiếng Pháp.

2

Thưa ông!

Nhân danh hàng triệu triệu nạn nhân vô tội của chế độ độc tài, đã ngã gục hay còn đang phải chịu đựng một cái chết dần mòn và đau đớn trong gông cùm cộng sản, tôi xin ông vui lòng cho phổ biến những bài thơ này trên mảnh đất tự do của quý quốc. Đó là kết quả hai mươi năm làm việc của tôi. Phần lớn được sáng tác trong những năm tôi bị giam cầm. Tôi nghĩ rằng không ai khác mà chính chúng tôi, những nạn nhân có nhiệm vụ phải phơi bày cho thế giới thấy niềm đau đớn khôn cùng của cả một dân tộc đang bị áp chế và đầy đọa. Cuộc đời tan nát của tôi chỉ còn một ước mơ duy nhất là được thấy càng nhiều người ý thức được rằng Cộng Sản là một tai họa khủng khiếp của nhân loại.

Xin ông nhận nơi đây lòng biết ơn sâu xa của tôi cũng như của những đồng bào bất hạnh của tôi!

Bản dịch bức thư tiếng Pháp ở trang trước

I.
Đồng Lầy

ĐỒNG LẦY

Ngày ấy
Tuy xa mà như còn đấy
Tuổi hai mươi
Tuổi bước vào đời
Hồn lộng cao, gió thổi chơi vơi
Bốn phía bao la chỉ thấy
Chân mây
Rộng mới tuyệt vời!
Ngất ngây
Làm sao ngờ tới
Bùn đọng hồ ao mạn dưới phục chờ!
Tuổi hai mươi
Tuổi của không ngờ
Không sợ!
Viễn vông đẹp tựa bài thơ
Mơ ước
Đợi chờ
Vĩ đại...

Nhưng rồi một sớm đầu Thu mùa Thu trở lại
Tuổi hai mươi mắt nhìn đời trẻ dại
Ngỡ Cờ Sao rực rỡ
Tô thắm màu xứ sở yêu thương
Có ngờ đâu giáo giở đã lên đường
Hung bạo phá bờ kim cổ

Tiếng mối rường rung đổ chuyển non sông
Mặt trời sự sống
Thổ ra
Từng vũng máu hồng
Ôi tiếc thương bao mùa lúa vun trồng
Một Mùa Thu nước lũ
Trở thành bùn nước mênh mông
Lớp lớp sóng hồng
Man dại
Chìm trôi quá khứ tương lai
Máu
Lệ
Mồ hôi
Dớt dãi
Đi về ai nhận ra ai
Khiếp sợ
Sững sờ
Tê dại!
Lịch sử quay tít vòng ngược lại
Thời hùm beo rắn rết công khai
Ngàn vạn đấu trường mọc dậy giữa ban mai
Đúng lúc đất trời nhạt nhạt
Bọn giết người giảo hoạt
Nâng cốc mừng thắng lợi liên hoan
Điệu nhạc cơ hàn thăm thẳm miên man
Điệp khúc lìa tan thúc giục
Ngục tù cất bước oan khiên

Thành thị, thôn quê, sơn hải trăm miền
Hội tụ!
Bãi sú
Bờ lau
Rừng rú
Thấy người vun bón nuôi cây
Đạo lý tối cao ở xứ đồng lầy
Là lừa thầy, phản bạn
Và tuyệt đối trung thành vô hạn
Với Đảng, với Đoàn, với lãnh tụ thiêng liêng
Hạt thóc, hạt ngô phút hóa xích xiềng
Họa, phúc toàn quyền của Đảng!
Dần dà năm tháng
Mắt ngả sắc vàng, da sắc xám
Đi về ai nhận ra ai?
Ôi, ngàn hoa run tái!
Đáng thương giữa chốn đồng lầy
Sậy úa, lau gầy, lạc loài thảm hại
Rồi đây, khi mặt trời thức dậy
Chắc là hoa đã tàn phai
Chẳng còn được thấy!
Tôi vẫn ngồi yên mơ màng như vậy
Mặc cho đàn muỗi quấy rầy
Bóng tối lan đầy khắp lối
Không còn phân biệt nổi
Trâu hay người lặn lội phía bờ xa
Gai ốc nổi lên da

Cái họa áo cơm không chừa ai hết!
Buồn nghĩ tới chuyện xưa Thần Chết
Cùng Lão Tiều đốn củi già nua
Tôi ngước trông xem có một ngôi chùa
Ngôi chùa đã trở thành huyễn mộng
Con ác điểu hoài nghi xù đôi cánh rộng
Truy lùng mồ mả cha ông
Thánh thất, miếu đường xáo động
Con thuyền chở đạo nghiêng chao
Sóng gió thét gào, man rợ
Tiếng sinh linh nức nở, âm thầm
Mặt đất tím bầm, tiết đọng
Lá cờ lật lọng
Nhân buổi dương tàn âm thịnh cao bay!
Thần tượng cuồng quay
Hình thay
Lốt rũ
Hang Pắc-Bó hóa thành hang ác thú
Bác Hồ già hóa dạng Bác Hồ Ly
Đôi dép lốp nặng bằng trăm đôi dép sắt
Bộ ka ki vàng, vàng như mắt dân đen!
Quỷ quái
Đê hèn
Lừa đảo
Gia tài tra khảo cướp trơn tay!
Từ buổi Quỷ Vương hớn hở mặt mày
Đứng trước Đảng kỳ trịnh trọng

Đọc lời khai mạc thuở hoang sơ
Tụ tập đảng viên đại hội dưới cờ
Nguyện đem cuộc đời hơi thở
Đạp bằng, phá vỡ
Ngàn năm văn hiến ông cha
Ảo vọng dựng lên một thứ sơn hà
Mê muội, nặng nề, không hề nghiêng ngả!
Nó lùa
Nó thả
Lũ mặt người dạ thú xông ra
Khiến đồng xa
Nơi mấp mô mồ mả
Các hồn ma cũng hả vong linh
Vì thấy địa ngục của mình
Còn ít nhục hình hơn dương thế!
Mạng sống không bằng con giun, con dế
Đầu ngửng lên tuy nhìn thấy trời xanh
Mà chân không thể nào rút khỏi
Vũng lầy man mọi, hôi tanh

Ma quỷ rình canh, nghiệt ngã
Rau cháo cầm hơi, mồ hôi tầm tã
Bọn sậy lau đã chán cả chờ trông
Hầu cam phận sống trong bùn xám
Đời càng u ám
Quỷ Vương càng đình đám liên hồi
Ôi, dần dà tôi không phải là tôi

Một khối rũ mòn, nhức nhối
Mang đầy mộng ước thiu ôi.
Nếu tôi đổ mồ hôi
Mồ hôi sẽ hòa máu phổi
Nhưng những niêu cơm quá vơi mà Đảng đem phân
    phối
Không nhường thịt gân một chỗ để đàn hồi!
Bao đêm rồi tôi nguyện luyện hồn tôi
Trút bỏ buồn đau, tiếc hối
Nén dập hờn căm dữ dội
Ngày đêm dìm buộc thân tôi
Nhão nhừ!
Nóng hổi !
Nhưng làm sao trút và nén nổi
Nhưng làm sao điếc, mù, câm nổi
Khi con người chưa sống được bao nhiêu
Cũng như khi chưa yêu mến thật nhiều
Làm sao biết ghét!
Chỉ quả bóng xì hơi đã bẹp
Mới để cho Người - Định mệnh - dẫm lên trên
Còn những đại dương sóng dậy vang rền
Chỉ dịu lắng khi mệt vì bão táp!
Tôi ngồi yên nghe thời gian chậm chạp
Mang tâm hồn thấm hết cảnh trăng xuông
Trên đồng không nước lội sương buông
Cây cỏ lạnh mờ, hoang vắng
Ôi những bờ xa, lời xanh nhạc nắng

Nếu có kẻ cho đời là cay đắng
Hãy vào đây nếm thử vị đồng lầy
Cho dạ dầy, óc, tim, lưỡi, cổ
Biết biệt phân tân khổ, ngọt bùi!
Giữa biển vui không hiểu tiếng cười
Là những kẻ cuộc đời chưa dậy sống
Trời cao biển rộng có cũng như không!
Một tiếng quạ kêu ảo não rỏ xuống đồng
Tôi tỉnh hẳn, trở về cơn ác mộng
Muỗi nhơn nhơn từng đàn vang động
Những con cưng của ngừng đọng tối tăm
Chúng trưởng sinh trong đêm tối nhiều năm
Nên chúng tưởng màn đen là ánh sáng!
Ếch nhái vẫn đồng thanh đểu cáng
Chửi bới mặt trời
Ca ngợi đêm đen
Lũ sậy lau còm cõi đứng chen
Hơi có gió là cúi đầu rạp hết
Bát ngát xung quanh một mầu khô chết
Đồng lầy mỏi mệt
Lặng câm, lũ kiến đi về
Ôi, cuộc đời hay một cơn mê
Mà người, ngựa, trâu, bò giống nhau đến thế!
Những chiếc sơ mi bỏ ngoài để che bụng phệ
Đi về chễm chệ "Von-ga"
Lúc vuốt xoa
Lúc hăm dọa

Lúc gật gù
Với một lũ lù lù rác rơm ẩm mốc
Những loài thảo mộc
Ngu ngốc
Ù lì
Nhẫn nhục
Nằm đợi ngày tàn mục thối tha
Mặc cuốc kêu thê thảm đêm ngày
Xác gầy, khổ não!
Bọn gỗ đó phải chờ giông bão
Mới chịu ào ào nhổ rễ đứng lên
Nhưng hình như Trời đã bỏ quên
Mảnh đất đồng lầy xám ngắt
Nên tôi vẫn ngồi đây héo hắt
Mắt thâm quầng trông ngóng trời xanh
Bốn chung quanh ếch nhái vẫn đồng thanh
La ó mong làm hỏng tim, hư óc
Để trai tráng say mùi chết chóc
Để người già yên vui tang tóc
Tóm lại là để tình nguyện ly tan
Nhưng mặt trời mùa thu mà như tiết đại hàn
Súng ống từng đoàn run run, nhớn nhác
Đảng lùa đi tan tác, thương vong
Mái ngói, mái gianh lệ thảm ròng ròng
Nhỏ xuống bốc hơi trong lòng vạc bỏng
Đảng dữ thét gào, hóc xương ngang họng
Giọng thều thào, gượng gạo hung hăng

Lưới thép nền chuyên chính tung quăng
Khốc liệt
Bậy xằng
Ức oan
Cay đắng
Dân đen tay trắng cam đành
Từ rừng núi hoang vu tới phố xá thị thành
Từ hải đảo xa xôi tới ruộng đồng bát ngát
Màu áo vàng cảnh sát
Tràn lan
Nhợt nhạt cả màu xanh!
Cuộc sống đồng lầy rộp rát, nhoét tanh
Bom đạn chiến tranh còn giật giành chút xương da
    thảm hại
Cái cảnh mười đi, hai, ba trở lại
Cái cảnh một trai giành nhau chín gái
Đương diễn ra và sẽ còn diễn mãi
Nếu Đảng còn nắm vận mạng tương lai
Lũ sậy lau xưa chỉ biết thở dài
Cũng phải ngước trông đất trời, vấn hỏi?
Trăng lặn..
Sao tàn...
Bình minh không mong mỏi
Từ từ xuất hiện trong sương
Một bình minh héo hắt thảm thương
Đẩy dân tộc trên giường xuống đất
Hãy lắng nghe một điều chân thật!

Bình minh đây đau khổ nhất địa cầu
Nó báo hiệu một ngày không một phút
Thảnh thơi, thoải mái, ngẩng đầu
Bình minh đây muôn thủa một mầu
Nó báo hiệu mồ hôi kiệt quệ
Những con người
Không, những chiếc máy thảm thê
Không dầu, không mỡ
Hỏng vỡ trước thời gian
Hãy coi chừng phải giữ vẻ hân hoan
Tiếng khóc, tiếng than làm yêu ma run sợ
Tội chúng phạm vô cùng man rợ
Lộ ra
Ai để chúng sinh tồn?
Nên lo âu, hốt hoảng, bồn chồn
Chúng nghe ngóng bỏ tù tiếng nói
Hỡi tất cả những chân trời sáng chói!
Hãy hiểu rằng yên lặng nơi đây
Giữa chốn đồng lầy
Là tiếng gọi lâm ly đầy tuyệt vọng
Biết bao giờ Mùa Thu lật lọng
Bị lôi lên giàn lửa mùa hè
Tôi vẫn chờ trông muôn vạn tiếng ve
Dạo khúc tưng bừng báo trước
Mùa hè khắp nơi đang tiến bước
Tiêu diệt thu đông
Lấy lại sắc hồng

47

Phá cũi sổ lồng cho đàn chim bất hạnh
Nhưng giờ đây Thu Lạnh
Vẫn thỏa sức tung hoành
Giết hại màu xanh
Sặc sụa mùi tanh
Nó dùng máu hãm những giòng nước mắt
Vắt những giọt mồ hôi
Bịt tiếng người câm bặt
Mong bốn phương lặng ngắt giữa cơ hàn!
Để nó tự do vang dạo khúc đàn
Yêu ma!
Lừa bịp người xa
Buốt óc người gần
Trời đất ơi, nếu có quỷ thần
Quỷ thần sao dung tha mãi nó?
Đôi lúc nghe mơ hồ trong gió
Tiếng đời qua sóng đỏ vọng về đây
Bao ước mơ chìm chết đã lâu ngày
Lại nghẹn ngào trỗi dậy
Đau xót, thương tâm!
Bên ngoài kia cuộc sống vang ầm
Sao đây mãi âm thầm trong nấm mộ?
Phẫn nộ oằn lên, bao khổ!
Không gian hỡi, hãy tan tành sụp đổ
Cho thời gian đừng làm khổ con người
Cho đười ươi, khỉ đột hết reo cười
Trong tối đen, đày đọa

Ôi, cái buổi đất trời giáng họa
Cũng là ngày hể hả trái tim đau!
Nhưng gió kể làm gì chuyện bốn bể năm châu!
Chuyện những chân trời bấy lâu yêu dấu
Tuyết ấm rơi, lòng người đôn hậu
Đảo thần ngời sáng ngọc châu
Gió hãy thương kẻ bị đóng trên tọa độ thảm sầu
Giấc chân trời mòn mỏi thương đau
Bốn phía trước sau toàn bóng
Những người–trâu dầm mình trong bùn đọng
Hoặc trong hầm, trong xưởng rũa gân xương
Để tối về theo lệnh Diêm Vương
Vác bụng đói tới nghe bầy quỷ dữ
Giả danh nghĩa là những vì thiên sứ
Đặt chương trình hút máu mài xương
Nhưng lấy tên "Xây dựng thiên đường"
Để mong mộ thêm nhiều nô lệ mới
Tôi không hiểu loài ễnh ương ca ngợi
Cái "Thiên Đường" khủng khiếp của ma yêu
Được chúng cho công xá bao nhiêu
Mà đêm tối to mồm, đinh nhức óc
Ấy cơm cá Ma Vương đầy xương hóc
Hãy coi chừng kẻo nuốt khó trôi qua
Cứ ca đi, hơi lạc điệu bài ca
Là Đảng ném toàn gia vào hỏa ngục!
Tháng năm trôi Mùa Thu Ô Nhục
Vẫn kéo dài ngang nửa dẫy Trường Sơn

Chúng tôi tuy chìm ngụp giữa bùn trơn
Song sức sống con người hơn tất cả
Trước sau sẽ vùng lên quật ngã
Lũ quỷ yêu xuống tận đáy đồng lầy
Huyệt chôn vùi Thu Nhục Nhã là đây
Hè, Xuân sẽ huy hoàng đứng dậy
Dù chúng tôi hẩm hiu không được thấy
Màu Hè, Xuân thì đời của chúng tôi
Cũng làm cho nhân loại đổ mồ hôi
Khi tưởng tới bóng Cờ Ma Đỏ ối!
Mặt trời lên cao, lòng tôi nhức nhối
Muốn cắt ngay cái phần hôi thối
Trên thân mình dằng dặc của thời gian
Nhưng nổi tiếng lì gan
Thời gian thản nhiên từ khước
Tháng năm nặng nề lê bước
Xót xa
Ô nhục
Đọa đày
Tôi muốn kêu to trong câm lặng đen dầy
Cho nhân loại trăm miền nghe thấy
Ồ ạt đổ về đây
Lấp hộ đồng lầy
Diệt bầy muỗi độc
Ngày đêm phá hủy hồng cầu
Nhưng giữa bùn sâu ngập cổ ngập đầu
Tiếng kêu cứu khò khè trong cuống họng!

Trong khi ấy những lời lật lọng
Của muôn ngàn ếch nhái vẫn vang ngân
Bịp bợm xa gần
Năm châu bốn bể
Tôi biết thế, nên càng không thể để
Cho thời gian trì trệ nhấc tôi lên
Tôi xiết rên, quần quại, tự tìm đường
Dù có phải bồi thường bằng xương thịt
Tôi không thể an tâm nằm hít
Mùi bùn đen tanh tưởi khiếp kinh
Bốn chung quanh yêu quỷ nấp canh rình
Súng ống sẵn sàng nhả đạn
Con người tôi tiêu điều nứt rạn
Có sợ gì viên đạn oan khiên
Giải thoát bao đau khổ triền miên
Hồn tôi tới trời quên bay bổng
Màn thép kia dù không lỗ hổng
Tôi sẽ dùng răng cắn đứt một khâu
Dù quỷ yêu bắt được quẳng vạc dầu
Tôi vẫn sẽ lao đầu không hối hận
Dưới bùn sâu, người trâu lận đận
Đuổi bắt mặt trời theo lệnh Ma Vương
Lũ tiểu yêu ngang dọc đầy đường
Đốc thúc, nghe rình lời than tiếng thở
Thằng này, sao mặt mày không hớn hở?
Thằng kia, sao dám thở dài?
Lũ chúng bay phải làm việc bằng hai

51

Để Quỷ Chúa mừng sống dai trăm tuổi!
Giữa thời gian, muôn người đương chết đuối
Lòng cầu sao nhanh chóng khắp địa cầu
Đứng đều lên, ồ tới đánh toang đầu
Con Rắn Đỏ vô cùng hung hiểm
Nó sinh ra lớn lên nhờ súc siểm
Nhả nọc hận thù, phờ phỉnh công phu
Khéo léo đầu cơ lòng yêu nước đui mù
Lạy lục Tầu, Nga không nề điếm nhục
Đủ hơi sức, nó hiện hình phản phúc
Ngóc đầu phì, rít, bất nhân
Cắn cổ lê dân, quăng quật mộ phần
Phá đạo, phá đời, uống khô sông suối!
Ôi thằng Tây mà trước kia người dân không tiếc máu
    xương đánh đuổi
Nay họ xót xa luyến tiếc vô chừng
Nhờ vuốt nanh của lũ thú rừng
Mà bàn tay tên cai trị thực dân hóa ra êm ả!
Lòng ái quốc bị lừa còn đương nằm buồn bã
Đảng gian ma mong kiếm chác thêm gì?
Bây tha hồ viện tới Lý, Trần, Lê
Người dân đã chán chê với cái trò hề chiến tranh
    cách mạng
Cái họ được: khăn tang và nạng
Cái mất đi: ánh sáng cuộc đời
Đảng bắt câm, bắt nói, bắt khóc, bắt cười
Bắt đói, bắt làm, hé răng oán thán

Là tù ngục mục xương độc đoán
Phải chăng đó giá công lao huyết hãn
Mấy ngàn ngày đánh Pháp những năm xưa?
Biết là bao ô uế, lọc lừa
Người dân đã có thừa kinh nghiệm
Bùa phép yêu ma không còn linh nghiệm
Bạo lực đen ngòm trắng nhởn nhe nanh
Trại lính, trại tù xây lũy thép vây quanh
Song bạo lực cũng đành bất lực
Trước sự chán chường tột bực của nhân tâm!
Có những con người giả đui điếc thầm câm
Song rất thính và nhìn xa rất tốt
Đã thấy rõ ngày đồng lầy mai một
Con Rắn Hồng dù lột xác cũng không
Thoát khỏi lưới trời lồng lộng mênh mông!
Lẽ cùng thông huyền bí vô chừng
Giờ phút lâm chung
Quỷ yêu làm sao ngờ nổi!
Rồi đây
Khi đất trời gió nổi
Tàn hung ơi, bão lửa, trốn vào đâu?
Bám vào đâu?
Lũ chúng bay dù cho có điên đầu
Lo âu, phòng bị
Bàn bạc cùng nhau
Chính đám sậy lau
Sẽ thiêu tất cả lũ bay thành tro xám!

Học thuyết Mác, một linh hồn u ám
Không gốc rễ gì trên mảnh đất ông cha
Mấy chục năm phá nước, phá nhà
Đã tới lúc lũ tông đồ phải lôi ra pháp trường tất cả!
Song bay vẫn tiệc tùng nhật dạ
Tưởng loài cây to khỏe chặt đi rồi
Không gì nghi ngại nữa!
Bay có hay sậy lau gặp lửa
Còn bùng to hơn cả đề, đa
Những con người chỉ có xương da
Sức bật lật nhào, tung hết!

Hoa cuộc sống, Đảng xéo dày, mong nát chết
Nhưng mà không, sông núi vẫn lưu hương
Mỗi bờ tre, góc phố, vạn nẻo đường
Hương yêu dấu còn thầm vương thấm thiết
Nếu tất cả những tâm hồn rên xiết
Không cúi đầu cam chịu sống đau thương
Nếu chúng ta quyết định một con đường
Con đường máu, con đường giải thoát
Dù có phải xương tan, thịt nát
Trong lửa thiêng trừng phạt bọn gian ma
Dù chết chưa trông thấy nở mùa hoa
Thì cũng sống cuộc đời không nhục nhã
Thì cũng sống cuộc đời oanh liệt đã!
Nếu chúng ta đồng tâm tất cả
Lấy máu đào tươi thắm tưới cho hoa

Máu ươm hoa, hoa máu chan hòa
Hoa sẽ nở muôn nhà muôn vạn đóa
Hoa hạnh phúc tự do vô giá
Máu căm hờn phun đẫm mới đâm bông!
Đất nước sa vào trong một hầm chông
Không phải một ngày thoát ra được đó
Con thuyền ra khơi phải chờ lộng gió
Phá xích, phá xiềng phải sức búa đao
Còn chúng ta phải lấy sức làm bè
Lấy máu trút ra, tạo thành sóng nước
Mới mong nổi lên vùng lầy tàn ngược
Nắm lấy cây sào cứu nạn trên cao
Tiếp súng, tiếp gươm bè bạn viện vào
Phá núi, vén mây, đón chào bão lộng
Mới có thể tiến vào hang động
Tiêu diệt yêu ma
Thu lại đất trời
Thu lại mầu xanh
Ánh sáng
Cuộc đời
Chuyện lâu dài, sự sống ngắn, chao ôi!
Nỗi chờ mong thầm thiết mãi trong tôi
Tôi mong mãi một tiếng gì như biển ầm vang dội
Một tiếng gì sôi nổi con tim
Đã bao năm rồi teo chết nằm im
Trong những quan tài hình hài hèn đớn

Âm tiếng đó dội lan qua các trại tù, trại tập trung
    rùng rợn
Làm suy nghĩ lũ quân thù trâu lợn
Tái tạo niềm tin cho tất cả những ai
Đã gần như tuyệt vọng ở ngày mai
Lũ lau gầy, sậy úa, cỏ tàn phai
Náo nức
Reo hò
Trông ngó
Âm tiếng đó gây thành giông gió
Khắp đại dương cùng khổ âm u
Chớp xé trời đen, báo hiệu lũ quân thù
Giờ hủy thể!
Tôi mong mãi một tiếng gì như tiếng ầm vang của bể
Đồng bào tôi cũng mong như thế
Tôi lắng nghe
Hình như tiếng đó đã bắt đầu
Nhưng tôi hiểu rằng đó là tiếng của lịch sử dài lâu
Nên trời đêm dù thăm thẳm ngòm sâu
Dường như vô giới hạn trên đầu
Tôi vẫn nguyện cầu
Vẫn sống và tin
Bình minh tới
Bình minh sẽ tới
Cờ Vô Đạo đương ngang trời phấp phới
Tôi vẫn mơ chân lý tận xa vời
Tới lùa tan ngàn vực tối trên đời

Trong hào quang dữ dội hiển linh!
Muôn ầm ầm chấn động trời thinh
Báo hiệu bình minh sét nổ
Ôi, ghê sợ cả một trời phẫn nộ
Cả một trời đau khổ khôn lường
Đã bao ngày nén xuống thảm thương
Dưới tận đáy đồng lầy tủi hổ
Sẽ trào dâng như sóng gầm, thác đổ
Bao quỷ yêu sẽ tới ngày tận số
Xác lũ bay sẽ ngập đường, ngập phố
Máu lũ bay hoen ố cả nền trời
Kèn tự do đắc thắng nơi nơi
Khai mạc bình minh
Khôi phục cuộc đời
Ôi tôi sống
Và tôi chờ đợi
Ngày triệu triệu trái tim bùng nổ tung trời!
Đêm đồng lầy lõm bõm sương rơi
Cú rúc
Trăng buồn
Rười rượi...
(1972)

Phụ-bản 1:
Những ngày đầu ở Mỹ

PHOTO LONG-THUY

Nguyễn Chí Thiện 1995

Gia-đình và báo chí vùng Thủ-đô ra đón nhà thơ ở phi-trường Dulles. Trái qua phải: Các nhà báo Ngô Ngọc Hùng, Sơn Tùng, Chử Bá Anh, NCT, Nguyễn Việt Quang, bên cạnh gia-đình ông anh, Nguyễn Công Giân.

Hội-ngộ với gia-đình ông anh, Nguyễn Công Giân
(đứng giữa), sau 41 năm xa cách

Quang-cảnh buổi Sinh Hoạt Thơ Nhạc
đầu tiên với NCT, Trường Luật George Mason,
26/11/1995

Bên phải:
Kể lại bối-cảnh bài thơ "Anh gặp em" (1965).
Đứng bên cạnh là ca-sĩ Nga Mi

PHOTO HA-THUYDIEM

PHOTO BICH-HOI

PHOTO LONG-TH

Trầm ngâm nghe bài "Đời tôi" Trần Lãng Minh phổ
nhạc. Phải qua: Ngô Vương Toại, Đinh Quang Anh Tuấn,
Đặng Đình Khiết (đứng), Võ Văn Ái (ngồi).

PHOTO HA-THUYDIEM

Giữa những người bạn mới, ngồi, trái qua phải:
Phó Hồng Hà, Nguyễn Ngọc Bích, NCT, Đặng Đình
Khiết, Đào Thị Hợi. Đứng, phải qua:
Thúy Diệm, Ngọc Dung, Trương Anh Thụy

PHOTO BICH-HOI

Thi-sĩ Nguyễn Chí Thiện giữa những người yêu thơ ông
(Trường Luật George Mason, 26/11/1995).

II.
Hoa Địa Ngục

Nguyễn Chí Thiện

hạt máu thơ

BLOOD SEEDS BECOME POETRY

hoa địa ngục

Hai bức chân-dung của nhà thơ:
Trang bên, sáu tuần sau khi sang Mỹ dưới nét vẽ NNB
Trên đây, qua trí tưởng của nhà thơ Nguyễn Hữu Nhật
(Oslo, Na-uy)

Mắt em

Mắt em mềm mại con đò
Anh nhìn chẳng thấy hẹn hò một câu
Mắt em trong mát giòng sâu
Anh nhìn chẳng thấy nhịp cầu bắc qua
Mắt em là một vườn hoa
Vắng anh, thắm nở chói lòa sắc hương
Vườn hoa ấy, cảnh thiên đường
Anh nhìn chỉ thấy cửa thường đóng nghiêm!

(1957)

Hàng ngày tôi tới

Hàng ngày tôi tới tiệm trà
Vào những lúc vắng người uống nhất
Tôi chọn chiếc bàn kê trong xó khuất
Ngồi một mình, vừa xem báo, vừa pha
Tin tức nọ kia nào có thiết tha
Tôi giở qua loa vài trang rồi bỏ
Ngồi ngả người như nằm trong góc đó
Óc mệt buồn chẳng nghĩ ngợi chi
Thuốc hút luôn cũng chẳng thấy vị gì
Tôi thỉnh thoảng chỉ thở dài lặng lẽ
Hoặc lắc đầu để cố xua đi

Những hình bóng mơ hồ rầu rĩ
Của một đời vô vị, bỏ đi
(1958)

Quanh hồ liễu rủ

Quanh hồ liễu rủ
Giữa hồ tháp đứng âm u
Đền Ngọc-Sơn không hương khói lạnh lùng
Cầu Thê-Húc nằm nghe lá rụng...
Đâu những bác thầy Tầu, thầy cúng
Những bà già đi lễ năm xưa?
Cảnh Hồ-Gươm mưa nắng bốn mùa
Lẩn quất bóng rùa lặng lẽ...
(1958)

Chim ơi chim

Chim ơi chim, chim còn non dại lắm!
Lông còn tơ chưa đủ che thân
Mỏ nhỏ xinh còn đượm ướt ân tình
Sao sớm vội xa rời đôi cánh mẹ?
Ta ve vuốt cho chim đừng lạnh nhé
Chiều đi rồi sương giá xuống nơi nơi
Dạ Thần đang tung bóng tối trên trời

71

Đừng chiêm chiếp, nằm im, chim nhỏ bé!
Chim có biết đời ta mới hé
Vừa rời đôi cánh mẹ như chim
Giống chim non, ta muốn thấy mây trời
Nhìn hoa lá, vờn bay trong ánh sáng
Nhưng Dạ Thần, lão già mù quáng!
Giam ta vào trong chiếc áo lông đen
Ta đành ngồi đây trong tối lạnh đê hèn
Bao thương tiếc mơ về nắng ấm
Như thủa nào chưa xa lắm, chim ơi!

(1958)

Thời tiết tàn thu

Thời tiết tàn thu, sương nơi nơi
Vì sao run lạnh đứng trên trời
Rừng cây đen rậm, buồn câm nín
Bùn khô trên bãi, nước sông vơi...
Đèn khuya le lói ai chờ đợi?
Đìu hiu trên lá tiếng sương rơi
Mẩu thuốc đỏ hồng trong nghĩ ngợi
Bản Mường xa thoáng bóng ma trơi...
Rừng khuya chiêng trống ai cầu cúng
Tiếng hú ngân dài trong không trung
Dừng chân ngồi nghỉ bên nhà táng
Chấm đỏ thơm mùi thơm hương tang

Vầng trăng vàng sũng như phù thũng
Thời gian ngừng đọng giữa mung lung
Đường đi dần rõ, đêm về sáng
Một cành cây gẫy, tiếng khô khan
Mùi hăng gỗ mục bay từng quãng
Ngực gầy đau nhói, tiếng ho khan...

(1959)

Vài cánh dơi

Vài cánh dơi chập chờn quanh cổ miếu
Rừng ngả dần màu hiểm bí, âm u
Gió đìu hiu thoang thoảng lạnh hơi chiều
Sương ẩm ướt bắt đầu rơi phủ
Trong lặng vắng vút ngân dài tiếng hú
Vài cánh chim lạc lõng vội bay về
Lời tối tăm vang dậy bốn bề
- Tiếng ếch nhái, côn trùng trong cỏ nước -
Người lữ khách giật mình chân rảo bước
Bản Mường xa có kịp tới qua đêm?

(1959)

73

Tôi thường đi qua phố

Tôi thường đi qua phố
Có anh chàng mù, mắt như hai cái lỗ
Kính chẳng đeo, mồm thời xệch méo
Ngậm vào tiêu, cổ nổi gân lên
Dốc hơi tàn thổi đứt đoạn như rên
Mấy bài hát lăng nhăng ca ngợi Đảng:
- Đã mang lại ấm no và ánh sáng!
Một buổi sớm, anh hình như choáng váng
Gục xuống đường, tiêu rớt sang bên
Tôi vội vàng chạy lại đỡ anh lên
Anh chỉ khẽ rên: Trời, đói quá!
                                    (1959)

Nếu một ngày mai

Nếu một ngày mai tôi phải chết
Thời lòng tôi cũng chẳng tiếc đời xuân
Đời đáng yêu, đáng quý vô ngần
Song đau khổ đã cướp phần hương sắc
Trong đêm vắng nhìn sao buồn xa lắc
Hồn chìm buông theo quá vãng thời gian
Trong phút giây quên thực tế bạo tàn
Quên tất cả nỗi cơ hàn cay đắng...
Giòng lịch sử đưa tôi về mấy chặng
Những lâu đài cung điện thủa vàng son

74

Cảnh hiển vinh kiệu võng với lọng tròn
Cảnh hàn sĩ canh tàn còn đọc sách
Tôi gặp lại những nhà nho thanh bạch
Sống an bần, xa cách bụi phồn hoa
Những gái quê trong trắng, hiền hòa
Ngồi giặt lụa bên hồ nước tóe
Tôi mơ thấy những hội hè vui vẻ
Những đêm vàng đập lúa dưới trăng trong
Tôi vuốt ve bao hình ảnh trong lòng
Tim còn vọng tiếng hò ngân bát ngát
Tiếng nhịp nhàng thoi cửi lướt trên khung
Tôi mến yêu cảnh rừng núi mịt mùng
Đầy hiểm bí và tràn lan sức sống
Tôi thương nhớ cả tiếng cồng báo động
Những con đường, những hắc điếm âm u
Cảnh chiến chinh ngựa hí với quân hò
Tôi cũng thấy tâm hồn tôi đuối đắm!
Tại làm sao? Rõ ràng tôi biết lắm
Cuộc đời xưa còn có những vua quan
Bao bất công còn đầy rẫy lan tràn
Sao tôi chỉ mơ toàn hương sắc thắm
Toàn sắc màu lộng lẫy đượm hồn thơ
Mà lãng quên bao bóng dáng nhạt mờ?
Phải chăng vì cuộc sống bây giờ
Đầy ung độc tự buồng gan, lá phổi
Còn xưa là mụn lở ở da thôi!

(1960)

75

Nếu trời còn

Nếu trời còn để có một ngày mai
Tôi sẽ kể chuyện đêm dài khủng khiếp
Cho thế hệ hiện nay cùng đàn sau kế tiếp
Giật mình thức tỉnh, thương đau
Phẫn nộ trào dâng, dốc sức cùng nhau
Đánh phọt óc con rắn hồng độc hại
Giải phóng cả một phần ba nhân loại
Bị nó cuốn tròn, sống trong ngắc ngoải.

(1960)

Độc lập

Độc lập là chuyện hão
Khi đứng gần bác Mao!
Tự do là tù lao
Khi cúng thờ cụ Mác!
Hạnh phúc là khoác lác
Khi gạo tem đói rạc!

(1960)

Ánh chiều loang lổ

Ánh chiều loang lổ vàng trên thảm cỏ
Bóng ngày qua đè nặng cây đa
Nước rầu rầu kể lại tháng năm xa...
Người khách đứng trầm ngâm nhìn bóng đổ:
"Dù cuộc sống có muôn vàn đau khổ
Đừng than van hay khao khát làm chi
Tất cả rồi lặng lẽ sẽ qua đi
Màu nắng đã lụi dần trên nấm mộ."
(1960)

Cây: Gió tới

Cây: Gió tới dạt dào ve vuốt
Đêm: Trăng hiền êm mướt thương soi
Núi: Bâng khuâng mây lướt xoa đầu
Lau: Nước tắm thân hèn ru vỗ
Âm: Vách đá ngân dài vang lại
Tôi: Chiếc bóng in xù trên bãi!
(1960)

Tôi đã ngán

Tôi đã ngán cả buồn phiền khao khát
Còn trong tôi là rời rã mà thôi
Tâm hồn tôi giờ chỉ biết buông trôi
Như chiếc lá, mặc dòng đời phiêu dạt
Trước mắt tôi màu trần gian đã nhạt
Nét đau thương mờ hết vẻ thê lương
Hạnh phúc xanh xao hương sắc tầm thường
Không đượm thắm như thủa lòng mơ ước
Trên đường sống tôi chẳng buồn cất bước
Mặc tương lai, quá khứ trước và sau
Cả hai đều nhạt nhẽo ngang nhau
Giống hiện tại như một chiều lạnh giá!
Tôi có lẽ đã thành pho tượng đá
Mà cuộc đời đen đủi đắp bồi lên.

                                    (1960)

Đời tôi rồi sẽ

Đời tôi rồi sẽ tới đâu
Lòng tôi cũng chẳng tìm câu trả lời!
Nhà lao nay bước chân rời
Ngày mai có thể như chơi lại vào
Đất này là thế, biết sao
Tội hay vô tội luật nào xét cho

Người dân chẳng khác con bò
Nay cày è cổ, mai lò sát sinh
Những gương bắt bớ quanh mình
Toàn dân lương thiện tội tình gì đâu!
Đói ăn ta thán một câu
Phản tuyên truyền tội ở đâu buộc vào
Thế là đến ở nhà lao
Sống đời bầu giá biết nào kêu đâu?
Hèn ngu, trí thức, nghèo, giầu
Phú nông, địa chủ từng xâu đi tù
Nhà sư cho chí thầy tu
Cùng chung số phận mặc dù từ bi!
Bàn tay mọi rợ, man di
Hễ nghi là bắt cứ chi tội tình
Nhiều khi tôi tự nhủ mình
Phải phòng lúc bất thình lình bị tôm
Áo quần sắp sẵn sớm hôm
Để khi bị tóm là ôm đi liền
Cuộc đời kể cũng hơi phiền!

(1960)

Thời gian hỡi

Thời gian hỡi, ta chán ngươi rồi đấy
Từng phút giây người đốt bỏng lòng ta
Ôi tháng ngày sao cứ dài ra

Đằng đẵng thế ta làm sao chịu nổi!
Ta mong mãi một bình minh dữ dội
Đẩy ngày nay về ác mộng xa xôi
Những nấm mồ giả tạo hóa ra nôi
Sự sống hồi sinh vút dậy!
Thời gian hỡi, ta cúi xin người hãy
Rút ngắn tháng ngày
Để lòng ta thôi bỏng cháy
Để phút giây đừng hỏa táng đời ta
Ta muốn thấy mùa hoa
Ta muốn hái ngàn hoa
Trước lúc cỏ hoa đón ta về bụi đất
Thời gian hỡi, ta van người nói thật
Ngày bão bùng hoa nở có lâu không?
Năm, mười năm, ta có thể chờ trông
Có thể để cho người làm khổ
Nhưng lâu quá, ta dùng dao cắt cổ
Chặt đứt đầu người
Dù đứt cả đời ta!

(1960)

Tôi vẫn mơ hoài

Tôi vẫn mơ hoài một giấc mơ
Giấc mơ không biết tự bao giờ
Có khi từ thủa lòng cay đắng

Sớm biết đời tan bóng đợi chờ...
Một chiều như một chiều trong thơ
Giữa khi không tưởng cũng không ngờ
Có bàn tay nhỏ đầy thương mến
Tết lại đời tôi xác tựa vờ!
Biển sóng lênh đênh một chấm mờ
Nổi chìm, vô tận nỗi bơ vơ
Buồm tan, chèo gẫy, chờ xô vỡ
Tôi vẫn mơ hoài một giấc mơ...

(1960)

Ngày xuân tới

Ngày xuân tới, hồi sinh muôn vật
Sao lòng ta khô héo chẳng tươi màu
Ta nhớ khi xưa, ôi thủa ban đầu
Bao náo nức, bao niềm mơ, nỗi ước
Nhưng buồn, giận, đau thương
Theo mãi ta từng bước
Biết nói sao? Và biết làm chi?
Hy vọng ư, nhưng hy vọng làm gì?
Khi đã rõ khổ đau là định mệnh
Đất ơi, ta muốn nằm yên trong lòng đất mát
Để không còn khao khát sống tươi vui
Kiếp thê lương năm tháng ngậm ngùi
Ta sợ lắm những đêm dài nung nấu

Những trưa buồn không hiểu vì đâu
Bao bóng hình thương mến mất từ lâu
Lại trở lại hành hình tâm não
Đêm nay giao thừa, lòng ta tả tơi xác pháo
Nỗi niềm riêng đầy đọa tâm tư
Cha Mẹ ơi, đừng giận đứa con hư
Hãy coi nó như là đã chết
Tình thương xót không bao giờ hết
Của Mẹ Cha làm tan nát lòng con
Dù cuộc đời đau khổ chất thành non
Còn Cha Mẹ, con còn phải sống
Vì con biết con là lẽ sống
Là niềm vui, là tất cả của Mẹ Cha
Biết bao nhiêu tội lỗi những ngày qua
Con đã mắc khiến Cha buồn, Mẹ khổ
Con đã biết đời con tan đổ
Không thể làm gì báo đáp Mẹ Cha
Dù cho năm tháng phôi pha
Mối hận ấy con xóa nhòa sao nổi!
Đêm nay giao thừa
Ngoài sân gió thổi
Lá bàng rơi, xơ xác cành khô...
Sương rắc bụi mờ
Ta ngồi viết mấy vần thơ
Giãi niềm oan khổ.

(1961)

82

Có những chiều

Có những chiều mưa buồn lạnh cóng
Giữa bùn trơn tê tím xương da
Chống cuốc nhìn rừng núi bao la
Trong bụi nước mờ mờ lẫn bóng...
Có những chiều mặt trời như lửa bỏng
Giọt mồ hôi mờ xót con ngươi
Đặt gánh phân, nhìn bốn phía đất trời
Rừng núi đứng im lìm trong nắng lóa
Có những chiều thịt gân rời rã
Trong sân buồn thơ thẩn vào ra
Rừng núi xanh, xanh tận mờ xa
Vòm mây trắng bay về nơi ước mộng...
Những chiều đó, lòng tôi xao động
Nhớ Mẹ Cha vò võ trời xa
Xót thân tù đơn chiếc, tiếc ngày qua
Hận, sầu, nhớ dập đời tàn tạ

                                    (1961)

Tôi đã sống

Tôi đã sống và còn sẽ sống
Những ngày, những tháng lông bông
Sớm tối lêu têu, nếu mệt về nằm
Và nếu có dăm hào trong túi

Thời tiệm trà lui tới lê la
Nhấm nháp vị đời vô vị!
Tôi tuy tiếc thời gian uổng phí
Tuy buồn
Nhưng cố quên đi
Tôi mặc cho năm tháng xám xì
Kéo đến chỗ con người phải đến
Khối óc tôi căng đầy mạng nhện
Trái tim tôi đàn quạ đói rỉa xù lông
Một đôi khi cuộc sống chậu lồng
Có làm tôi phát tởm
Phát buồn nôn!
Thời tôi đem trộn nó với rượu cồn
Rồi nốc tuột để làm trôi nó xuống
Kim đồng hồ lại nhấm nhách quay suông
Đếm những sợi tóc bù sớm bạc
Ồ, cuộc sống cũng có phần đổi khác
Đổi trên thể xác con người!

(1961)

Hồng trần khao khát

Hồng trần khao khát thiên thai
Thiên thai lại nhớ trần ai tìm về!
Tâm hồn nhân loại nhiêu khê
Khổ đau là đúng, đừng chê trách đời

Phỏng xưa Từ-Thức rong chơi
Đào Nguyên lạc bước lại rời trần ai
Thời y lại chán thiên thai
Giữa bầy tiên nữ thở dài như xưa!
Triết nhân là kẻ có thừa
Dù cho cái có là chưa có gì!
Thường nhân là kẻ ngu si
Quẳng đi cái có, khổ vì cái không
                    (1961)

Nắng đã lên rồi

Nắng đã lên rồi, hè đã sang
Trước sân yên tĩnh bóng cây bàng
Anh em tù phạm đem chăn áo
Phơi khắp sân và dây thép cao
Quần áo chăn màn tuy chẳng mới
Phần đông rách vá màu bạc phai
Nhưng những con người trong khổ ải
Trầm ngâm ve vuốt, lo ngày mai
Bỗng dưng tôi thấy lòng bồi hồi
Vì tôi nghĩ tới tháng ngày trôi
Và vì những thứ phơi trong nắng
Là cả đông buồn trước mắt tôi
                    (1961)

Thấy ngay thủ phạm

Bà kia...

Bà kia tuổi sáu mươi rồi
Mà sao không được phép ngồi bán khoai?
Cụ kia tuổi bảy mươi hai
Mà sao hội họp mệt nhoài không tha?
Tự do tôi quý thiết tha
Mà sao tù ngục hết ra lại vào?
Anh kia đi lính thủa nào
Tội chi cảnh sát cũng vào bắt đi?
Em kia học chửa biết chi
Mà sao sớm vội bỏ đi công trường?
Bạn tôi học vấn khác thường
Mà sao vất vưởng cuốc đường ốm ho?
Cậu kia con cụ đồ nho
Mà sao móc túi, mặt tro trát vào?
Cô kia như giải lụa đào
Mà sao bát phở vài hào cũng trao?
Nguyên nhân chẳng phải sâu đào
Thấy ngay thủ phạm: Vàng Sao Lá Cờ.

(1961)

Xuân này chẳng khác

Xuân này chẳng khác những mùa xuân
Chỉ thấy đôi chân nặng bước dần

Đường sống không còn xa lắm nữa
Nên mừng? Nên tiếc? Phân vân...
Lòng trót yêu hồng, xanh, tím, biếc
Đêm dài thương tiếc thêm đen
Bạn quen chết dần từng đứa
Thêm mùa xuân cay đắng nữa trôi qua
Uổng phí tài hoa
Chờ trông hóa đá
Bao xanh hồng óng ả bùn pha
Tắt lụi...
Niềm tin gác núi
Nhạt màu...
Con tầu quá khứ
Đêm buồn
Ga vắng
Trầm tư...
(1961)

Đêm rừng

Đêm rừng, rả rích mưa, phòng dột
Ôm gối ngồi, run lạnh, nhìn nhau
Chấm lửa mờ xanh một ngọn đèn dầu
Thùng nước giải, thùng phân, sàn rệp đốt
Đêm trừ tịch tù năm sáu mốt
(1961)

Tôi sống mãi

Tôi sống mãi những ngày nồng nặc
Cuộc đời trong lòng cống sặc bùn hôi
Tháng năm dài sền sệt qua trôi
Thương tiếc mảnh trời xanh, héo hắt
Lửa hy vọng chập chờn như muốn tắt
Trong hồn tôi giông gió bốc dâng to!
Chế độ này tội ác chất từng pho
Dầy hơn cả Hoàng-Liên-Sơn bát ngát!
Tôi không tiếc, sẵn sàng đập nát
Mảnh đất này để cứu lấy tương lai
Thứ tôi coi như sự chết kéo dài
Là cuộc sống không màu không sắc
Từng giờ phút quần đau cơn bế tắc
Trời và mây dầy đặc oan khiên
Miền Nam ơi, chỉ một đường biên!
Người có hiểu cảnh tình dân đất Bắc?
Trại lính, trại tù bao la giăng mắc
Triệu ức người chồng, người mẹ, người con
Nước mắt vạn nhà chảy ướt nước non!
Quốc sách đói mòn phân phối
Miếng cơm đầy ngô, vữa mồ hôi!
Bao năm rồi tôi không phải là tôi
Thân bất động vì tình thương gia quyến
Ôi, những buổi hoàng hôn xao xuyến
Bóng Mẹ già cầu nguyện đau thương

Bóng người Cha thui thủi bên đường
Lê thân ốm trên phố phường u ám
Nghĩ như vậy lòng tôi ảm đạm
Nhục nhằn ư, còn biết nói sao?
Mắt tôi khô mà ruột tím, gan bào
Bao uất hận dâng trào lặng lẽ!
Những đêm buồn trăng sao quạnh quẽ
Bóng nhà lao sừng sững âm u
Tôi ngồi yên trong song sắt nhà tù
Nghe phố xá âm thầm lặng vắng
Đời giam cấm tất nhiên là cay đắng
Nhưng ngoài kia, cuộc sống ra sao?
Ngày bước chân khỏi cổng sắt đề lao
Tôi nghĩ tới mà lòng không rộn rã
Giá mồ hôi rẻ hơn nước lã
Tiếng Tự Do chỉ nghe thấy trên đài
Đời nặng trôi như một đêm dài
Mắt không nhắm và đầu đau nhức nhối!

(1961)

Chúng tôi sống

Chúng tôi sống giữa lòng thung lũng
Bốn bên là rừng núi bọc vây quanh
Ở rúc chui trong mấy dẫy nhà tranh
Đầy rệp muỗi, đầy mồ hôi, bóng tối

90

Bệnh tật cho nhau, đời ôi, hết lối!
Tuyệt vọng ngấm dần, hồn xác tả tơi
Bảo đây là kiếp sống của con người
Của trâu chó? So làm sao, quá khó!
Làm kiệt lực, nếu không dây trói đó
Ốm ngồi rên, báng súng thúc vào lưng
Bướng lại ư? Hãy cứ coi chừng
Xà lim tối, chân cùm dập nát!
Lũ chúng tôi triền miên đói khát
Đành liều xơi tạt cả củ cây rừng
Bữa cơm xong mà cứ tưởng chừng
Chưa có một thứ gì trong ruột cả!
Đêm nằm mơ, mơ toàn mơ thịt cá
Ngày, lắm người vơ cả vỏ khoai lang
Có ai ngờ thăm thẳm chốn rừng hoang
Đảng cất dấu dân lành hàng chục vạn
Và sát hại bằng muôn ngàn thủ đoạn
Vừa bạo tàn, vừa khốn nạn, gian ngoan
Biết bao người chết thảm, chết oan
Chết kiết ly, chết thương hàn, sốt rét
Chết vì nuốt cả những loài bọ rết
Vì thuốc men, trò bịp khôi hài
Chế độ tù bóc lột một không hai
Biết bao cảnh, bao tình, quằn quại!
Có những kẻ thân hình thảm hại
Phổi ho lao thổ huyết vẫn đi làm
Lời kêu xin phân giải chỉ thêm nhàm

Phòng y tế dữ hơn phòng mật thám!
Những con bệnh bủng vàng hay nhợt xám
Bước khật khừ như bóng quỷ hồn ma
Buồn thay cho cảnh sống xa nhà
Vợ con mất, thân mòn, còn đòn đả
Nỗi đau khổ nói làm sao hết cả
Đời tù nhân xiết bao nhục nhã!
Có những buổi mưa rơi tầm tã
Vác áo quần ra đứng cả ngoài sân
Lũ công an lục soát toàn thân
Thu đốt cả vật tối cần - Miếng giẻ!
Cụ Mác ơi, cụ là đồ chó đẻ
Thiên đường cụ hứa như thế kia a?
Có những người đau ốm cũng không tha
Cứ bắt đứng dầm mưa cho ướt sũng!
Tôi mới sống trong lòng thung lũng
Non gần một tháng nay thôi
Nhưng mùa đông sắp đến kia rồi
Cái đói sẽ kèm thêm cái rét
Khổ cực còn gấp mấy lên đây?

(1962)

Đêm nay

Đêm nay đông đã tràn về
Từng cơn gió lạnh, tái tê đất trời

Rừng cây trút lá bời bời
Non xa lạnh vắng, sao trời mờ sương
Chạnh lòng nhớ tới quê hương
Cách xa kể đã gió sương mấy mùa
Buồn thay số phận thiệt thua
Sa chân một bước, xót chua một đời
Mẹ Cha ở chốn chân trời
Thương con chắc hẳn lệ rơi đã nhiều
Tuổi già sống được bao nhiêu
Mà đau khổ tới xế chiều chưa thôi
Đời con, con đã liệu rồi
Sống hay thác cũng thế thôi, khác gì?
Chỉ thương Cha Mẹ một khi
Con nằm dưới đất lấy chi khuây sầu
Ốm đau hai bóng bạc đầu
Sớm hôm thui thủi canh thâu nghẹn ngào
Đêm nay cây gió dạt dào
Trăng lu khuất bóng, lòng sao đượm buồn?

(1962)

Lãnh tụ

Lãnh tụ béo nục
Dân đen gầy rục!
Lao động hùng hục
Họp hành liên tục

93

Đói ăn khắc phục
Kêu ca tống ngục!
Cộng Sản đánh gục
Đời mới hết nhục!

(1962)

Lạc giống đem trồng

Lạc giống đem trồng trộn lẫn tro phân
Để tránh tù ăn, nhưng vô tác dụng
Trộn D.D.T thử xem dám đụng?
Kết quả là tù đớp vụng hàng cân!
Ngấm thuốc, lạc giống không nẩy một nhân
Đảng đã hoàn thành kế hoạch Đông-Xuân!

(1962)

Trời mưa tầm tã

Trời mưa tầm tã đêm qua
Sáng nay lạc dỡ còn pha trộn bùn
Sá gì bệnh sán, bệnh giun!
Dịp may hiếm có tùn tùn nuốt nhai
Tôi nghe rào rạo bên tai
Một nhân lạc phải trộn hai nhân bùn!

(1962)

Tôi muốn sống với...

Tôi muốn sống với Võ-Tòng đả hổ
Với Quan-Vân-Trường mặt đỏ, râu đen
Vào lính ngự lâm cùng Athos làm quen
Bạn với D'Artagnan, Porthos và Aramis!
Tôi muốn tới Palestine, mồ Jésus Christ
Cùng Ai-Van-Hô làm cuộc Thập Tự Chinh
Sống một ngàn một đêm lẻ trong dinh
Dựng lên bởi Thần Đèn giúp Aladin cưới vợ
Sang Châu Mỹ đất tân kỳ man rợ
Cùng Jack London đi xe chó tìm vàng
Tôi muốn sang Nga yến tiệc với Nga Hoàng
Tiếp chuyện André một chiều trên bến nước
Cùng Petchorine giữa Caucase dạo bước
Đấu súng, đấu gươm, khiêu vũ chan hòa
Gặp Dostoi trong đêm trắng pha trà
Mặc tuyết rơi, ngồi bên ấm Samovar
An ủi chàng sinh viên giết người Raskolnikov
Khuyên Philippovna lấy chàng ngốc hiền hòa
Tiếp tục hành trình tôi tới Tây Ban Nha
Theo Don Quichotte đi phò nguy cứu khổ
Sống thỏa thuê tôi trở về đất tổ
Vào Lam Sơn tìm gặp vua Lê
Ngồi câu thuyền bên Nguyễn Khuyến ở thôn quê
Thơ rượu với Tú Xương trên bờ sông Vị
Bàn với Nguyễn Du về mệnh tài đố kỵ

Về đời Kiều oan khổ đau thương
Tới phường Khán Xuân cười với chị Xuân Hương
Tới quận Nam Xương
Viếng vợ chàng Trương chung thủy
Nghe anh chàng Trương Chi nghệ sĩ
Ca lời ca đau khổ mộng mơ
Theo Bắc Bình Vương gióng trống, mở cờ
Tiến đánh Thăng Long núi Nùng sông Nhị
Tôi muốn sống thật nhiều và tỉ mỉ
Ngược thời gian lịch sử bao đời
Cho thỏa lòng ham sống, anh ơi
Bị chà xéo trong cõi đời hiện tại
Cõi đời thèm cả sắn và khoai!

(1962)

Chuyên chính vội may

Chuyên chính vội may nhiều áo sọc
Đem khoác bừa lên Tổ Quốc mình
Rừng rú trại tù san sát mọc
Tiếng mừng năm mới, tiếng yêu tinh!
Ôi cái mùa xuân gieo khiếp kinh
Vào trong tim óc, phá gia đình
Ngục tù dựng gấp không vơ xuể
Vạn ức Mường, Mèo, Thái, Thổ, Kinh!

(1962)

Trời u ám

Trời u ám, cây hay là sương xám?
Mây đục mờ, hay vải liệm màu tang?
Gió đìu hiu lạnh buốt can tràng
Hay hơi thở nơi dương tàn, âm thịnh?
Lòng thung vắng mịt mù hoang lạnh
Hay mồ ma huyệt địa rấp xương khô?
Từng đoàn đi thiểu não toán tội đồ
Hay quỷ đói nơi trần gian địa ngục?
Những chàng trai mặt gầy đen nhẫn nhục
Mắt lạnh lùng ngời sáng lửa âm u
Họ ngước trông non nước mịt mù
Và cúi xuống, nặng nề suy nghĩ...

(1962)

Tôi nằm trên...

Tôi nằm trên chốn cao xanh
Luôn rơi luôn ngã quẩn quanh hết đời
Quản chi hồn xác tơi bời
Quản chi phàm thế những lời cay chua
Tôi ôm ảo tưởng lọc lừa
Ôm bình rượu độc say sưa tàn đời
Nhiều phen lòng ngỡ rụng rời
Nâng bình rượu lại chuốc mời cao siêu

97

Đời ơi, dẫu có xế chiều
Sá chi rượu hỡi, có điều đừng vơi!
Mỗi khi rơi xuống cõi đời
Nghiêng bình cạn chén cõi trời lại lên
Lại về thăm thẳm tầng trên
Lại về xanh ngát kề bên ru hời

(1962)

Khi số phận

Khi số phận buộc ai là kẻ sống
Ở cái phần chó má của quê hương
Thì thủy chung duy chỉ gã bạn đường
Là bóng tối lao tù theo kẻ ấy

Trên nét mặt, trên áo quần như thấy
Còn mang theo tất cả nỗi cơ hàn
Một con người Đảng dốc lực nghiền tan
Trong bộ máy khổng lồ không thể thoát!

Môi với lưỡi khô se toàn vị chát
Hương ngọt ngào như mọc cánh bay xa
Trên trán xanh, xanh nhợt bóng chiều tà
Bao khát vọng đổ mồ hôi lấm tấm

Đời muôn ngả, một mình như một chấm

Nhỏ mờ trong muôn vạn nét tơi bời
Đất mồ hôi trôi mất nụ cười
Hương ẩm mốc tháng năm dài gậm nhấm

Trong vườn sống ước mơ là trái cấm
Rắn Sa tăng hối cải, hóa thiên thần!
Bốn chung quanh không bóng một tình thân
Ngoài chiếc bóng nghi ngờ, mờ hoặc sẫm.

(1962)

Giống như kẻ

Giống như kẻ mù lòa mơ ánh sáng
Để trong tim sầm tối cả hơn ngoài
Trời biếc xanh tôi cất cánh bay hoài
Để tan tác mảnh hồn trăm miếng vá!
Giặc ước mơ ngày đêm đánh phá
Tòa lâu đài hoang phế trái tim tôi
Lớp rêu xanh mà đau khổ liên hồi
Phủ lên đó, không thể nào chống nổi
Sức công phá của đoàn quân dữ dội
Chịu lai hàng, mơ ước chiếm tim tôi!
Ước mơ ơi, người đã bị vây rồi
Ngươi đã kẹp trong vòng vây sắt thép
Ngươi sẽ bị quân cuộc đời nghiến bẹp
Quân cuộc đời, quân khủng khiếp sao đương!

Quân ước mơ, quân nổi tiếng can trường
Quyết mở cuộc tiến quân vào cuộc sống
Trái tim tôi ngày và đêm vang động
Quân cuộc đời, quân mơ ước giao tranh
Quân ước mơ thây xác chất nên thành
Bê bết máu, thân mình đầy thương tích
Vẫn quần quại, cuồng điên, phản kích
Quân cuộc đời lạnh lẽo chém, đâm, băm
Cho đến khi chiến địa ngổn ngang nằm
Quân mơ ước chết không còn một bóng!
Cố vấn thời gian truyền: "Quân cuộc sống
Phải sẵn sàng, chinh chiến sẽ còn to
Quân ước mơ cứu viện đã sang đò
Chúng chỉ khuất khi nào tim hết máu!"

(1963)

Điều khiển máy

Điều khiển máy và chăn nuôi gia súc
Là con người, nhưng nghĩ thật cay chua!
Người đông thừa phải hoãn đẻ, ai mua?
Nên giá trị đành thua con vật.
Song máy móc mới thật là quý nhất!
Đã đắt tiền lại ngoại tệ mới mong mua.
Kinh tế Mác Lê đâu phải chuyện đùa
Đảng lãnh đạo càng thêm sáng tạo!

Mong ước gì, ôi lũ dân đói gạo
Trong tiếng thét gào năng suất nâng cao?

(1963)

Tôi không tiếc

Tôi không tiếc khi bị đời sa thải
Thân thể vùi, tan rữa, hóa bùn đen
Những vần thơ trong đêm tối đê hèn
Cùng rệp muỗi viết ra mà bị mất
Tôi sẽ tiếc, khóc âm thầm trong đất.

(1963)

Khi ta tới

Khi ta tới mặt trời đã nguội
Gió mùa thu giở gió may cào
Những mầm non khô cứng tế bào
Máu thay sắc mang màu xanh rớt
Và mặt đất hóa thành mặt thớt
Và con người con cá thiu ươn
Khắp nơi nơi nhung nhúc loài lươn
Loài giun đất không quằn khi dẫm
Tình mộng đã vùi chôn một nấm
Hận thù trơ trọi sống mồ côi

101

Những vần thơ lãng mạn câm rồi
Còn rỏ xuống một giòng đỏ sẫm.

(1963)

Mầu thời gian

Mầu thời gian đã chuyển sắc xám
Vị thời gian đã ngả tới mùi thiu
Nửa trang đời dập xóa, tẩy còn lưu
Và còn đó nửa trang dài lạnh trắng

Tim trúng độc hóa ra bầu mật đắng
Hệ thần kinh một mớ chỉ xù lông
Nửa trang đời không một chữ nào trông
Thành nét chữ, nửa trang dài lạnh trắng

Không gian tắt không còn vương chút nắng
Một vầng trăng lạnh lẽo, bơ vơ
Nửa trang đời toan viết một bài thơ
Nhưng lỗi vận, nửa trang dài lạnh trắng...

Giông gió hết bơ phờ trong quạnh vắng
Cảnh hoang tàn cây đổ mái nhà xiêu
Nửa trang đời thâm tím với bầm biêu
Lòng dột nát, nửa trang đành bỏ trắng?

(1963)

Không tưởng tiếc

Không tưởng tiếc, thôi xin chào ước mộng
Ta về nơi u ám của mùa đông
Bỏ lại sau bao loang loáng xanh hồng
Không tưởng tiếc, không còn gan lần lữa!
Thôi, thôi nhé, mùa đông đừng gõ cửa
Lòng của ta lay gọi những trưa hè
Le lói lại vài ba tia nắng hé
Chỉ càng thêm mù xám quãng đời mưa
Thôi, thôi nhé, lòng ơi, đừng khổ nữa
Thôi giận buồn, thôi giấc mộng ngày xưa
Khuấy động làm chi những tháng năm thừa
Khi thân thế đã không đường sửa chữa!
Thôi hãy đốt đời xuân trong sắc lửa
Để hồn xanh theo khói biếc bay đi
Huyền nhiệm thay, ngay giây phút phân kỳ
Trong ánh mắt đã say mầu quên lãng
Thôi hãy rót tương lai và quá vãng
Trong rượu hồng, hay máu hận lòng ta?
Trong rượu trong, hay nước mắt ngày qua?
Khắp quanh ta muôn vật hãy phai nhòa!

(1963)

103

Nếu em không phải

Nếu em không phải người em gái
Trong giấc mơ dài suốt tuổi thanh xuân
Thì lòng anh mưa lạnh với tro tàn
Sao có thể rực lòng lên dễ dãi?
Ôi, em chính là người em gái
Trong giấc mơ hầu tuyệt vọng mãi hôm nay
Mới về trong căn gác khổ đau này
Cười bẽn lẽn cho bàn tay anh nắm
Bàn tay ước mộng bao năm!

(1963)

Mỗi lầm lỡ

Mỗi lầm lỡ, một mảnh lòng rạn vỡ
Song thời gian hàn gắn đôi phần
Riêng cái lầm nơi đất đỏ dung thân
Thời gian khoét to và sâu, bất tận!
Cuộc đời tôi có nhiều lầm lẫn
Lầm nơi, lầm lúc, lầm người
Nhưng cái lầm to uổng phí cả đời
Là đã ngốc nghe và tin Cộng Sản!

(1963)

Tình mơ

Anh yêu em, anh chỉ nói thế thôi
Nói thế thôi, cũng đã thừa rồi
Vì tình ái đâu cần ngôn ngữ
Tình từ tim, mà ngôn ngữ từ môi
Anh yêu em, em đã hiểu lâu rồi
Em đã hiểu từ ban đầu gặp gỡ
Anh hỏi thăm đường, em trở lối, thế thôi!
Em hiểu anh trong dáng dấp bồi hồi
Trong ánh mắt ngập ngừng xao xuyến
Em hiểu anh trong nắng chiều lưu luyến
Em hiểu anh từ tình mới đâm chồi
Từ hạnh phúc còn như bỡ ngỡ
Trong hồn anh quen nếp đau thương...
Có những đêm trăng óng ánh trên đường
Trăng tắm sáng lên đầu em tóc rối
Trăng lấp ló qua hàng cây gió thổi...
Em là vầng trăng ngọc của đời anh
Anh không em, anh sẽ sống âm thầm
Như những tối trăng vàng lẩn bóng
Đi bên em nghe ái tình đập sóng
Trong lòng anh hạnh phúc chan hòa
Ôi phút giây không thể xóa nhòa
Giây phút ấy, tình em chói tỏa
Ở trong anh, và tất cả xung quanh!
Anh ôm em, em ngạt thở vì anh

Nhưng em biết lòng anh say đắm quá
Gì ngây ngất bằng hôn lên đôi má
Mịn như hoa và đượm hương da!
Nắm tay em bao đau khổ phai nhòa
Khắp vũ trụ chỉ còn thương mến
Tình của em nhiệm mầu vô bờ bến
Hồn anh hầu tàn úa lại rờn xanh
Đời anh như chim hót trên cành
Tươi mát tựa màu xuân thơm ngát

Giọng ai buồn ngân nga câu hát
Bừng cơn mơ, trăng lạnh đã lên cao...
Gió ngoài song hiu hắt thổi vào
Rơi mấy cánh hoa đào trên chậu sứ...

(1963)

Tình câm

Anh sợ lắm lòng anh xiêu đổ mất
Anh ngăn anh đừng qua lại nơi đây
Nhưng than ôi, em vắng bóng một ngày
Anh đã sống như người điên loạn nhất
Anh lạnh lẽo, em ơi, đừng tưởng thật
Anh cũng giống như vỏ ngoài quả đất
Chứa trong lòng bao khói lửa hôn mê
Anh nhìn em rồi lặng lẽ ra về

Để đau khổ, để âm thầm cay đắng
Không thể nữa, không làm sao cố gắng
Giữ cho tình câm nín ở trong tim
Nhưng còn chi, ngoài khao khát im lìm
Khi thương tích tình anh thầm rỏ máu
Lòng của em hờ hững thấy chi đâu!
Em có nghe trong tiếng thở u sầu
Bao yêu dấu đè sâu đang thổn thức?
Em có hay trong quãng đời cơ cực
Nếu có em, trời đất lại rờn xanh!
Hãy thứ cho mơ ước của lòng anh
Mơ ước để đời đau thêm, lạnh tối
Đường vào tim em, anh không có lối
Mỏi mắt chờ, em chẳng hé một giây!
Tâm linh anh ôi đã bị đọa đầy
Trong dáng dấp, trong nụ cười, tiếng nói
Trong ánh mắt em, nàng tiên chói lọi!
Trong hững hờ, tan nát mộng cùng mơ
Tình của anh như một sớm sương mờ
Không được bóng vầng dương - Em - tỏa chiếu
Điều đau khổ em làm sao thấu hiểu!
Lòng của em chưa một vết thương ghi
Thế nên anh cam chịu ôm ghì
Bao gai sắc của tình đau buốt ấy
Niềm an ủi, anh chỉ còn trông cậy
Ở thời gian em hỡi, em có hay!

(1963)

107

Mẹ tôi

Mẹ tôi trong những ngày giỗ chạp
Thường ngồi chắp tay cầu khấn giờ lâu
Chiếc áo hoa hiên cũ đã bạc mầu
Tôi chỉ thấy Mẹ dùng khi lễ bái

Đời của tôi nhiều khổ đau oan trái
Mẹ bao giờ cũng cầu nguyện cho tôi
Đứa con trai tù tội mấy phen rồi
Hàng nước mắt chảy giòng trên má Mẹ

Ngồi bên Mẹ, tôi thấy mình nhỏ bé
Tình thương yêu của Mẹ lớn bao nhiêu!
Mẹ ơi, con lòng chỉ nguyện một điều:
Được gần sống, đừng lìa xa khỏi Mẹ!

Giờ hẳn Mẹ mỗi khi ngồi cầu lễ
Cho đứa con tù bệnh chốn rừng sâu
Chiếc áo hoa hiên cũ đã bạc mầu
Phải đầm ướt biết bao hàng nước lệ!

(1963)

Tôi đã đi

Tôi đã đi hơn nửa đoạn đường đời
Mà chưa gặp bao la và ngớt tạnh!
Buổi cất bước hồn tôi là rượu mạnh
Giờ rượu kia nhạt loãng tựa sương trời
Hồn đã nhầm mở đón rặt mưa rơi
Cùng gió lạnh phà luồng hơi độc ác!
Đường độc đạo, không còn mong lối khác
Gió và mưa lạnh ướt buốt tê tim!
Nửa đường sau, lòng nếu muốn đi tìm
Túp lều nhỏ của một người chăn vịt
Bỏ tất cả những huy hoàng mù mịt
Túp lều tranh cửa sẽ đóng im lìm
Có ai đi rước kẻ gió mưa dìm
Để chuốc lấy bùn đen và ướt át?
Nửa đường trước đã đi vào mất mát
Của ước mơ vụn vỡ tới chân nền
Liệu ai còn can đảm gan bền
Xây lại giấc mơ vàng vụn nát!
Hãy dọn hết xác lâu đài vàng giát
Rồi lợp lên mái rạ, kịp hay chưa?
"Lợp mái tranh xây lại giấc mơ xưa?"
Tôi vẫn lắng nghe tiếng lòng trung thực
Run run lên khi đáp lời: "Bất lực
Hãy mặc đời theo sóng nước trôi đưa."

Lòng của tôi trong những tháng năm thừa
Ôm xác giấc mơ vàng không chịu táng!
(1963)

Tôi lấy thơ

Tôi lấy Thơ thuở còn đi học
Buổi gặp nhau đầu Thơ đã biết tôi yêu
Thơ của tôi hồi ấy đẹp như Kiều
Lộng lẫy như Tần Cung Nữ!
Những cô Lý, cô Hình, cô Sử
Tôi quên
Tôi quá yêu rồi
Thơ thường buồn
Thơ cũng như tôi
Chỉ có bạn là Mơ và Mộng
Thơ lấy tôi vì tôi không thể sống
Không Thơ an ủi bên mình
Đám cưới chúng tôi, một đám cưới tình
Chỉ có Mộng, Mơ
Phù dâu
Phù rể
Thơ giờ đã tay bồng tay bế
Tù lao đày đọa, xanh gầy
Thơ dọn nhà ra khỏi cung mây
Từ buổi mộng mơ hóa thành ngu xuẩn!

110

Đời chê Thơ nhiều buồn đau, hờn giận
Không chịu bôi hồng, trát phấn
Bán mình cho Đảng nuôi thân
Gắn bó cùng tôi, Thơ khổ vô ngần
Chia sẻ bao sầu, bao hận
Thơ chịu âm thầm chung thủy tận khi nao?
Tận khi nào
Anh nói với Thơ lời dối trá!

(1963)

Ngày qua

Ngày qua là đẹp sáng chan hòa
Của những trời xanh, của nắng hoa
Là tiếng ngân dài trong hối tiếc
Mơ hồ như giấc mơ xa...

Ngày nay là mặn chát chua cay
Trộn với mùi tanh của vũng lầy
Khổ đói đan dầy xây lũy thép
Lao tù vây khép mọi chân mây!

Ngày mai là một tiếng bi ai
Của những chờ trông bị kéo dài
Ôi những con người đương ngắc ngoải
Không còn gan nghĩ tới tương lai...

Cộng cả ba thành một số không
Cùm chặt đời ta như chiếc gông
Lăn lóc muôn vòng trong hiện thực
Bao giờ lăn tới hố hư không?

(1964)

Xuân thắm

Xuân thắm, hè tươi, đã mất không
Nên lòng hoang xám buổi thu đông
Bốn phương vắng lạnh, mùa khô chết
Theo lá, ngàn cây đứng tiếc trông...

Tan tác vàng khô gió cuốn tung
Mùa thu đương chết giữa không trung
Tiếng thu rên xiết lời trăn trối
Trong tiếng vàng phai, tiếng não nùng!

Thu đã về đâu? Đây gió đông
Pha màu hoang lạnh khắp non sông
Chốn xa khi đất trời thay sắc
Anh có buồn thương thân thế không?

(1964)

Khi nào ánh sáng

Khi nào ánh sáng của vầng dương
Còn chiếu vàng trên hai mái sương
Thì lòng khi ấy còn mong sống
Đời vẫn còn hai bóng dáng thương
Nhưng khi bóng tối của đêm sương
Đã phủ lên đầu hai mái thương
Thì lòng tôi khó mà phân biệt
Vầng dương sầm tối với đêm trường!

(1964)

Có thể cô ta

Có thể cô ta là người trong sách
Và hình như đã hiểu tôi nhiều
Biết đâu rồi, tôi chẳng được yêu
Yêu tha thiết, chân thành, trong sạch!
Từ buổi đó, tháng ngày tôi cọc cạch
Đạp chiếc xe tàng tới hiệu cô ta
Mua con tem, thếp giấy, gọi là
Tiền chẳng có, gia đình tôi thanh bạch
Song mấy năm rồi, tôi chỉ là người khách
Chung thủy, hơi buồn, chẳng nói bao nhiêu
Hình ảnh cô ta như áng mây chiều
Gợi thương nhớ mơ hồ, xa cách...

(1964)

113

Trên mảnh đất

Trên mảnh đất Đảng gieo mầm tội lỗi
Trong lành cũng phải tanh hôi
Trẻ con chưa nứt mắt đã tù rồi
Bạo lực đi về rất vội!
Chết trận, chết tù, hỡi ôi xã hội!
Biết bao là vợ góa, con côi
Bán thân rồi lại bán cả mồ hôi
Mà đói rét vẫn quần sớm tối
Mảnh đất chờ trông và sám hối
Thức giả tiêu sầu: chai nước lã đun sôi!

(1964)

Mưa

Chiều sớm mưa rơi
Đời ơi, nhợt trắng
Cầu mong chi, lòng ngậm đắng!
Tháng năm dài nặng qua nhanh
Một đống ngày xanh
Bỏ xó
Hàng hiên mưa rỏ
Đầm đìa cây cỏ
Niềm tin lụt lội tan trôi...
Hẹn ước, chao ôi lỡ độ rồi!

114

Trái tim đầy bóng tối
Mưa buồn rơi trên khắp lối
Mong gì xa xôi cho lòng tiếc hối
Từng cơn đau dội, lòng ơi!

Tầm tã mưa rơi
Đất trời trắng nước
Ngàn hoa mơ ước rũ tàn
Sầu sũng không gian
Mưa tràn lan bốn ngả
Giận này khôn hả
Hận này khôn tả
Họa áo cơm đời nghiêng ngả biết sao?
Mưa vẫn tự tầng cao
Ào ào rơi mãi
Dột nát cả đời trai
Dần dà chí cả nhòa phai
Nào bóng ngày mai đổi mới?
Năm đợi tháng chờ
Niềm vui chẳng tới
Lệ trời rơi...
Rơi
Đợi
Tàn đời...
(1964)

115

Ngày 19 tháng 5

Đảng đề ra

Đảng đề ra: "Chính sách ba khoan"
Khoan một: khoan yêu
Nếu đã yêu rồi, thời khoan hai: khoan cưới
Nếu đã cưới, thời khoan ba: khoan chửa
Và nếu phạm sai lầm chót chửa
Thiếu đề cao cảnh giác lúc yêu đương
Thì Trung Ương sáng suốt khác thường
Đã lường được tất
Quốc sách nạo thai kịp thời đề xuất!

(1964)

Hôm nay 19-5

Hôm nay 19-5
Tôi nằm
Toan làm thơ chửi Bác
Vần thơ mới hơi phang phác
Thì tôi thôi
Tôi nghĩ Bác
Chính trị gia sọt rác
Không đáng để tôi
Đổ mồ hôi
Làm thơ
Dù là thơ chửi Bác

Đến thằng Mác
Tổ sư Bác!
Cũng chửa được tôi nguệch ngoạc vài câu!
Thôi hơi đâu
Mặc thây bọn văn sĩ cô đầu
Vuốt râu, xoa đầu
Mơn trớn Bác
Thế rồi tôi đi làm chuyện khác
Kệ cha Bác!

(1964)

Bao nhiêu rực rỡ

Bao nhiêu rực rỡ ngày hôm trước
Trời đất hôm nay mất cả rồi!
Khóm cỏ vật vờ lay bóng nước
Buồn thiu trơ trọi phía đồi xa...
Lối xóm bơ phờ phơi xác nắng
Đi về thơ thẩn một mình ta
Vẫn biết chờ trông là chuyện hão
Mầu xanh năm tháng có là bao!
Mỏi mòn thương nhớ đời trong mộng
Mộng tới hoàng hôn mộng cũng tàn!
Cơm áo đời ta là cái nạn
Hùng tâm thôi có cũng thành không!

Bóng tối đưa chiều qua xứ bạn
Trời xa thương nhớ gọi, mênh mông...

(1964)

Khắp non sông

Khắp non sông vang nhịp đàn xuân sáng
Lòng nặng nề khôn mở đón xuân sang
Xuân ước mơ, mơ ước đóng băng rồi
Thắm nở đào hoa, sắc lòng tím ngắt
Sáng biếc mây trôi, tối sầm ánh mắt
Giữa đời buồn, xuân vẫn tới xuân ơi!
Muốn cao bay theo khúc đàn xuân mới
Hồn nặng chìm, đôi cánh rũ đau rơi
Năm tháng trôi, hồng thắm sắp phai rồi
Thắm nhạt, hồng phai, tiếng lòng thổn thức
Hiến khúc tưng bừng đàn xuân náo nức
Lỗi nhịp rồi xuân hỡi chớ ngân cao!
Ước mơ chi khi nợ nần cơm áo
Còn nặng đè lên hình xác xanh xao
Xuân đã kia, hồn nước chửa thay màu
Lỗi hẹn cùng xuân, tiếng đời vắng ngắt
Biết đến bao giờ lòng xuân mới tắt
Tiếng nghẹn ngào sai lỗi nhịp xuân ơi!
Xuân thắm tươi, xuân của đất của trời
Xuân xám ngắt, xuân của người, của nước!

(1964)

Đôi mắt Trương Chi

Thương đôi mắt

Thương đôi mắt không dám nhìn cái đẹp
Sợ rằng cái đẹp không vui!
Đôi mắt sẽ ngượng ngùng cúi xuống
Bàn chân thầm lặng quay đi...
Đôi mắt Trương Chi
Đôi mắt sinh ra đã nhìn đáy nước
Nấm mồ định trước, xanh trong...
Năm tháng xuôi giòng...
Lãnh đạm.
(1964)

Hằng Nga

Hằng Nga đổ xuống hồ ao tối
Từng khối kim ngân lóe sáng vàng!
Cây cối muôn loài đương tắm gội
Nô vờn trong biển sáng thênh thang
Ếch nhái vang lời nhạc hỗn mang
Một vì sao vút xuống thăm làng
Tới bụi gai dầy, sao hóa dạng
Thành con đom đóm lóe lân quang
Mơ màng mây gió đi lang thang...
Bụi sương mờ trắng trên thôn trang
Đôi lúc ao vàng như sực tỉnh

Ném lên vài miếng bạc lung linh!
Những đống rơm vàng đứng lặng thinh
Mồ hôi nhễ nhại khắp thân mình
Khóm chuối thương tình phe phẩy quạt
Hàng cau kiêu ngạo đứng rung rinh...
Muôn vạn vì sao trôi lênh đênh
Trông như muôn vạn cánh buồm xanh
Hằng Nga đôi lúc buồn lơ đãng
Kéo tấm màn mây phủ lấy mình
Mặc mái nhà tranh đứng nấp rình
Há mõm đen ngòm trông khiếp kinh
Muốn nuốt tôi vào trong bụng tối
Hồn tôi siêu thoát giữa mông mênh!

(1965)

Đất này

Đất này chẳng có niềm vui
Ngày quệt mồ hôi
Đêm chùi lệ ướt
Trại lính, trại tù người đi không ngớt
Người về thưa thớt dăm ba...
Trẻ con đói xanh như tàu lá
Cày bừa phụ nữ đảm đang
Chốn thôn trang vắng bóng trai làng
Giấy báo tử rơi đầy mái rạ

Buồn tất cả
Chỉ cái loa là vui!

(1965)

Đêm ngày nghe

Đêm ngày nghe gió thổi
Bao mùa thắm nhạt trôi
Sao sắc màu chẳng nổi
Thâm quầng mắt một đôi!

Sáng nhìn cây nắng gội
Ngỡ ngày vui tới rồi
Nhưng ước mơ lừa dối
Đường xanh đâu mở lối!

Trưa nhìn ao bèo nổi
Nước lay chòm cỏ rối
Thấy lòng như mồ côi
Xác xơ tình đứt mối!

Chiều thơ thẩn trên đồi
Trông vòm mây trắng trôi
Lờ lững về xa xôi
Chán cảnh lồng chật chội!

Đêm nằm trong buồng tối
Mưa rơi trên lá gồi
Nghe không gian lầy lội
Nghe thời gian nhức nhối!

Không còn trông đợi nổi
Biết đời chỉ thế thôi
Nhưng lửa sống hồn tôi
Làm sao tôi dập nổi!

(1965)

Này những kẻ

Này những kẻ suốt đời khao khát
Thiêu tháng năm thành từng đống tro buồn
Mà trái tim đau còn như lửa rát
Đốt từng giây, từng phút bỏng linh hồn
Này những kẻ ước mơ còm cõi chết
Bước trần ai sức liệt gân chồn
Trái tim đau là một nấm mộ chôn
Bao ký ức bầm thâm còn lẩn vết!
Hãy đến cùng ta, ta là Thần Chết
Hãy đến cùng ta như những giòng sông đến bể
Lòng ta sâu thẳm mênh mông
Bao nhiêu khổ não nơi trần thế
Về đến lòng ta cũng hóa không!

(1965)

Nắng phai

Nắng phai, trời đất nhòa theo
Một ngày tăm tối khổ nghèo trôi qua
Ngôi chùa heo hút đồng xa
Cũng theo thôn xóm tan nhòa... đêm buông...
Chiều đi không một tiếng chuông
Tiễn ta về với căn buồng tối tăm
Đêm nay nào phải đêm rằm
Mà mong trăng sáng lên nằm trời xanh!
Gió rung vật vã cây cành
Có con đom đóm vờn quanh nấm mồ
Bao giờ cho hết điên rồ?
Bao giờ tim giống nước hồ phẳng phiu?
Đường đời chồng chất phiền ưu
Lòng này rồi mãi buồn thiu rã rời
Lung linh sao sáng trên trời
Ấy nơi xa thẳm khôn vời đi lên!
Đêm về giun dế rỉ rên
Nhớ thương rồi sắp triền miên sáng ngày
Ốm đau hình xác hao gầy
Ngày mai lại giống ngày nay, mong gì?
Cúi đầu nặng bước chân đi
Mấp mô lối xóm, đen xì mặt ao
Trời cao muôn vạn vì sao
Đó là thế giới của bao mong chờ!
Hè qua, thu tới bao giờ

Đông buồn đã chống gậy chờ đợi ta
Rồi ra trông lại ngày qua
Mênh mông một bãi tha ma lạnh lùng
Gió than, đêm tối mịt mùng
Chung quanh ếch nhái côn trùng vẫn kêu.

(1965)

Trong chiếc võng

Trong chiếc võng trời mây cây lá
Tôi nằm nghe chim chóc líu lo ca
Võng đu đưa theo làn gió hiền xoa
Vầng trán nhợt, mồ hôi ướt vã
Những ngày đẹp võng trời mây cây lá
Thêu chỉ vàng chỉ bạc óng nền xanh
Võng đu đưa uyển chuyển cây cành
Ru lắng sạch bùn nhơ cặn bã!
Nằm trong võng hồn tôi thư thả
Thấy đời êm như cuộc sống trong tranh
Khắp chung quanh dào dạt một mầu xanh
Xanh của lá, của trời, rêu, cỏ, nước...

(1965)

Bao thương tiếc

Bao thương tiếc cảnh bình minh thức dậy
Vườn đầy chim, trời xanh ngát, mát tươi
Gió động hàng tre và nắng như cười
Bàn một đĩa ngô vàng bung béo ngậy
Mẹ chẳng biết tự bao giờ đặt đấy!
Tôi ngồi ăn quên mất cả câu mời
Thầy ngoài sân đương đứng gẩy rơm phơi
Mẹ trong nhà ru cháu nhỏ à ơi...

(1965)

Những giải mây chiều

Những giải mây chiều vàng máu chang
Nằm trên đỉnh núi sáng hào quang
Chừng mươi lăm phút rồi tan loãng
Nhường chỗ cho màu mực tím loang...

Em ví lòng em như buổi sáng
Khi bình minh ló, tiếng chim vang
Lòng anh, em nói em không hiểu
Muốn hiểu em ơi, hãy đợi chiều!

(1965)

Trái tim tôi

Trái tim tôi, câu chuyện triền miên
Chỉ em nhỏ hiểu và yêu thích
Em không hiểu cái thâm trầm súc tích
Nhưng hồn em hiểu được cái thần tiên.

Trái tim tôi, bút nghiên và ống quyển
Của anh đồ thi cử vô duyên
Vất nằm yên trong xó bụi che dầy
Mơ võng lọng kiệu cờ như nước chảy!

Trái tim tôi, quả ớt nồng cay
Mà mấy kẻ quen mùi ngon ngọt
Dám tò mò mon men nhấm nhót
Thò lưỡi vào đã phải rụt ra ngay.

Trái tim tôi, quán nghèo gió lọt
Chỉ dừng chân kẻ lỡ độ đường
Giữa đêm dầy lạnh lẽo hơi sương
Kẻ lỡ độ sẽ tìm ở đó
Chút lửa ấm ngọn đèn dầu vặn nhỏ.

Trái tim tôi, lòng thung mà nệm cỏ
Sẵn sàng đỡ kẻ rủi ro
Từ đỉnh non cao coi đời là nhỏ
Xẩy chân lộn ngã thình lình.

Trái tim tôi, tòa lâu đài cổ kính
Đứng âm thầm soi bóng nước lung linh
Vài kẻ qua hiểu giá trị, cúi đầu
Song kết cục không một người muốn tậu!

Trái tim tôi khởi thủy ngàn dâu
Rồi nó hóa biển sâu dào dạt
Giờ nó chỉ là nơi cồn cát
Mà Dã Tràng thôi việc đã từ lâu.

Trái tim tôi, đồng trũng nước sâu
Nó chờ mong nước lũ mưa ngâu
Để có thể trào dâng muôn đợt sóng
Và sóng kia, những ngọn sóng bạc đầu!

(1965)

Anh gặp em

Anh gặp em trong bốn bức rào dầy
Má gầy, mắt trũng
Phổi em lao
Chân em phù thũng
Gió lạnh từng cơn rú qua thung lũng
Em ngồi run
Ôm ngực còm nhom

Y sĩ công an
Nhìn em
Thôi nạt nộ om sòm
Em ngồi lọt thỏm
Giữa bọn người vàng bủng, co ro
Những tiếng ho
Những cục đờm mầu
Mớ tóc rối đầu em rũ xuống
Mình em
Teo nhỏ, lõa lồ...
Em có gì đâu mà em xấu hổ!
Em là đau khổ hiện thân
Ngấn lệ đêm qua còn dấu hoen nhòa
Trên gò má tái
Trong lòng anh bấy nay xám lại
Nhìn em
Lệ muốn chảy dài
Anh nắm chặt bàn tay em hơi rụt lại
Em nhìn anh
Mắt đen tròn, trẻ dại
Nước da xanh mái thoáng ửng màu
Trong quãng đời tù phiêu dạt bấy lâu
Đau ốm một mình tội thân em quá!
Chắc đã nhiều đêm em khóc như đêm qua
Khóc mẹ
Khóc nhà
Khóc buổi rời miền Nam thơ ấu

130

Chân trời hun hút nay đâu?
Rồi đây
Khi nằm dưới đất sâu
Em sẽ hiểu một điều
Là đời em ở trên mặt đất
Đất nước đè em
Nặng chĩu hơn nhiều!
Nhưng lúc nghĩ thân mình bó trong manh chiếu
Anh biết lòng em kinh hãi hơn ai
Khi gió bấc ào ào qua vách ải
Những manh áo vải
Tả tơi
Vật vã
Vào thịt da
Em có lạnh lắm không?
Mưa gió mênh mông
Thung lũng
Sũng nước bùn
Bệnh xá mối đùn, ẩm mốc
Những khuôn mặt xanh vàng gầy dộc
Nhìn nhau
Đờ đẫn không lời
Nhát nhát em ho
Từng miếng phổi tung rời
Bọt sùi, đỏ thắm!
Em chắc oán đời em nhiều lắm
Oán con tầu tập kết Ba Lan

131

Trên sóng năm nào
Đảo chao
Đưa em rời miền Nam chói nắng...

Sớm qua ngồi, tay em anh nắm
Muốn truyền cho nhau chút tình lửa ấm
Mặc cho bao ngăn cấm đê hèn
Sáng nay em
Không trống
Không kèn
Giã từ cuộc sống
Xác em dấp trên đồi cao gió lộng
Hồn anh trống rỗng
Tả tơi...
(1965)

Con tàu rêu

Bơ vơ mãi nơi biển trời quạnh quẽ
Đêm ngày mơ sao cặp bến bờ vui
Giữa lênh đênh trong sóng gió dập vùi
Tôi đã đóng những con tàu đẹp đẽ.

Và từ đó triền miên trên sóng cả
Con tàu tôi đi kiếm bến bình an
Bốn chung quanh lồng lộng bão cơ hàn

Không phá nổi mảnh buồm căng gió thả.

Tôi lướt đón những cuồng phong quái lạ
Con tàu say ních chật không gian
Giữa mùa điên không biết lực điêu tàn
Xô vỡ vụn nơi ngời băng tuyết lóa.

Trong trắng xóa những ngày mưa tầm tã
Con tàu đau vật vã trước bờ xanh
Phía mờ xa thôn xóm đứng yên lành
Thân tàu đã tan tành trên mũi đá.

Cay đắng quá những bến nghèo tàn tạ
Đón trông tàu lui tới, đứng buồn thiu
Khi tàu tôi men đến cũng dập dìu
Gây sóng gió đắm dìm cho nhục nhã.

Ôi tiếp tới nước triều dâng vất vả
Con tàu run chưa tiến đã chờn lui
Đành một mai nơi đáy nước rêu vùi
Làm chỗ ở cho tôm, sò, ốc, cá.

Tôi đã biết những đêm dài dòng dã
Con tàu câm trôi giữa đám trăng sao
Biết dừng đâu, không bóng hải cảng nào
Ra tín hiệu đón con tàu buồn bã.

Tôi đã biết những bình minh đói lả
Biến sang màu loang tím của chiều hoang
Con tàu đi sức kiệt, lệ giòng hàng
Thương xót những mảnh tàu trôi vạn ngả.

Trong khi ấy những con tàu hể hả
Những con tàu cặn bã của trùng dương
Chúng dọc ngang trên khắp mọi nẻo đường
Phun khói độc kín trời mây biển cả.

Không thấy nữa, những bờ xanh nắng tỏa
Những vịnh hiền, những bến cảng đông vui
Con tàu tôi không thiết cả lau chùi
Cho chát mặn gậm mòn thân thép lá.

Giờ nước mặn trùng dương thành nước lã
Mảnh buồm thơ tơi tả hạ từ lâu
Con tàu đi vô định, lớp rêu màu
Dầy thêm mãi, năm buồn đông tiếp hạ.

Tàu tôi hỡi, thôi chìm sâu đáy nước
Đâu còn gan giương lại cánh buồm xưa
Khi trông về bát ngát dưới màn mưa
Phơi xác nát bao con tàu thủa trước!

(1965)

134

Chìm thỏm giữa

Chìm thỏm giữa biển mù đen sẫm
Giữa thanh âm muôn loại vỗ vang ầm
Giữa vấp va, ôi kiếp sống âm thầm
Đêm vô tận, hướng về đâu mò mẫm?
Người bình tĩnh, gậy dò la, bước chậm!
Hồn cùm giam trong chiếc bị xin cơm
Mặt thỏa thuê khi ngửi thấy mùi thơm
Một mẩu cháy đầy ngô thừa buổi sớm
Biển thẳm đen sẽ trở thành ghê gớm
Nếu hồn người thoát khỏi ngục đeo kia
Nhìn người đi hồn và xác chia lìa
Bao xúc động lòng ta dồn cả lại
Ta cũng sống trong khốn cùng quần quại
Nhưng người ơi, người mới thật bi thương
Kiếp sống cầu bơ, xó chợ đầu đường
Đã biến mất người thành súc vật
Ôi, đó mới đó là điều kinh khủng nhất!

(1966)

Biết đến bao giờ

Biết đến bao giờ con trở lại
Gia đình sum họp bữa cơm rau
Được thấy, được nhìn trong hốc mắt

135

Thầy gầy, Mẹ yếu một niềm vui!
Con biết đời Thầy, đời Mẹ khổ
Thân già cam vất vả ngày đêm
Nhưng làm sao, biết làm sao được
Khi chính đời con cũng dập vùi!
Trong những đêm dài thao thức tỉnh
Con nằm cho tất cả buồn đau
Vò xé lòng con chừng đứt đoạn
Con sợ rồi đây nhỡ tuổi già!
Ôi, trán mồ hôi còn vã lạnh
Sau phút tàn canh chợp mắt nằm
Con trót mơ về căn gác nhỏ
Bên Thầy, bên Mẹ sống thương yêu!
Nhưng làm sao, biết làm sao được
Khi lũ tàn hung nắm cuộc đời!
Con vẫn mơ về căn gác nhỏ
Bên Thầy, bên Mẹ, bữa cơm rau!

(1966)

Anh có biết

Anh có biết giữa lao tù cay đắng
Rét không quần, không áo, đập hàm răng
Đói xương sườn, xương sống chồi căng
Ốm không thuốc thân tàn xem khó thắng

136

Tôi vẫn có những đêm dài thức trắng
Tạo vần thơ câm lặng, anh ơi!

(1966)

Tôi, một kẻ

Tôi, một kẻ không gia đình bè bạn
Sống một mình, bệnh hoạn xanh xao
Chai nước con, chiếc điếu hút thuốc lào
Chiếc giường vải, chiếc bàn bằng gỗ cũ
Đồ đạc tôi thế là tạm đủ
Cuộc sống nghèo nàn, không ước, không mơ
Ngoài thời gian dạy học vài giờ
Tôi tìm kiếm niềm khuây trong sách vở
Ít ra khỏi căn buồng con tôi ở
Chủ nhật, ngày thường tôi thấy như nhau
Những khi buồn tôi đem điếu ra lau
Hoặc khe khẽ ngâm vài câu thơ cổ
Mỗi tháng một lần tôi mang phiếu sổ
Tiêu chuẩn thịt, đường một lạng mua ăn
Trong lòng tôi chỉ một nỗi băn khoăn
Sợ bị bắt, bị nghi là bất mãn!

(1966)

Những thiếu nhi điển hình chế độ

Tôi khao khát

Tôi khao khát một tình yêu thuần khiết
Tạp chất cuộc đời không bị dính mảy may
Một tình yêu tự ngàn trước tới nay
Chỉ những chàng say tưởng ra và viết!
Tôi ước mơ một tình yêu mãnh liệt
Sức hút địa cầu không thể hút, cao bay
Mặc hành tinh bụi bậm đứng hay quay
Tới xứ những chàng say bao đời tha thiết!
Sức của tôi giờ đây héo kiệt
Giữa bùn lầy chân đứng lung lay
Và đôi cánh nhiệm mầu mà những chàng say
Chắp nối cho tôi, buồn thay, đã liệt!
Song men họ rót vào hồn tôi tinh khiết
Đã hóa thành chất độc đắng và cay
Gậm óc tim tôi mòn mỏi đêm ngày
Yên tĩnh đời tôi mong gì được biết!

(1966)

Những thiếu nhi

Những thiếu nhi điển hình chế độ
Thủa mới đi tù trông thật ngộ!
Lon xon không phải mặc quần
Chiếc áo tù dài phủ kín chân

139

Giờ thấm thoắt mười xuân đã lớn
Mặt mũi vêu vao, tính tình hung tợn
Mở miệng ra là chửi bới chẳng từ ai
Có thể giết người vì củ sắn củ khoai!

(1966)

Xuất cơm tôi

Xuất cơm tôi một hôm đánh đổ
Tôi còn đương đau khổ nhìn theo
Thì nhanh như một đàn heo
Bốn, năm đầu bạc dẫm trèo lên nhau
Bốc ăn một loáng sạch làu
Miếng cơm, miếng đất lầu bầu chửi nhau!

(1966)

Tôi lại về đây

Tôi lại về đây
Giữa căn phòng nặng dầy ký ức
Không khí quanh tôi hình như rạo rực
Mười năm trời
Hy vọng
Thời gian...
Tôi lại về đây

140

Thể xác lụi tàn
Cuộc sống lầm than, giống trước
Khác chăng
Đời bước về chiều
Đói nghèo
Ốm yếu...
Mười năm trời vẫn còn đây chiếc điếu
Những ngày túi rỗng
Ngồi không
Nuốt khói buồn tênh...
Chiếc giường tre nan gẫy, cập kềnh
Biết mấy đêm dài héo hắt
Áo cơm
Nước mắt
Chuyện lòng
Chiếc bàn mộc mọt sâu gậm hỏng
Ngăn đầy
Lổng chổng toàn thơ!
Những vần thơ thất chí giận đời
Giấy ố
Mực mờ
Gián nhấm...
Tôi muốn xem những mảnh lòng bị gậm
Nhưng hồn tôi
Tối, ẩm, tàn đèn
Không chút men thừa để ủ!
Chiều hôm mệt ngủ

Bóng tối lọ lem đã tụ trong buồng
Tôi uể oải buông mình xuống ghế
- Mười năm trời vẫn thế
Hoặc tồi hơn!
Muỗi đói chập chờn
Man rợ
Trên chiếc tủ sơn dầu, rạn hở
Con thạch sùng bỡ ngỡ
Bò ra
Tôi mở xem
Dưới lớp bụi nhòa
Đứng sững từng chồng sách báo
Và tôi chán nản đậy vào
- Mỗi ký bảy hào, giấy nát!
Mười năm trời xót xa, mất mát
Nát tan ảo tưởng lọc lừa...
Mảnh đất cày bừa thuở trẻ
Hạn khô, nứt nẻ, bỏ hoang rồi
Tôi đã uống mồ hôi tát nước
Trái đất mênh mông thu vào một thước!

Mưa rắc bụi, hàng cây phía trước
Mùa đông tước trụi lá cành
Chiếc máy phóng thanh
Vẫn hát loanh quanh vài điệu hát...

(1966)

Từ buổi Đảng về

Từ buổi Đảng về họ mạc tới thăm
Do thông cảm chỉ ngồi chơi chốc lát
Miếng thịt miếng thà bỏ rơi đũa bát
Trẻ già khao khát tháng năm!
Con chó, con mèo mất tích mất tăm
Vì đâu nông nỗi?
Chiếc kéo Đảng dùng cắt tem phân phối
Gạo ngô từng lạng từng cân
Đã cắt nhỏ tình thân cốt nhục
Manh áo niêu cơm, cuộc đời rữa mục
Vợ chẳng cậy chồng, con chẳng cậy cha
Mẹ hiền đành ôm bụng tống thai ra
Giỗ tết nói chi chuyện người trong mả!
Chao ôi, buồn tất cả
Mất cả rồi những bản tình ca
Những điệu ru trìu mến thiết tha
Gắn bó với ta từ hồi ẩm bú.
Trẻ con đói chột còi lam lũ
Còn đâu bi, đáo, khăng, cù
Tiếng sáo diều vời vợi chiều thu
Chỉ còn là âm hưởng vi vu của thời xa cũ
Luyến tiếc, than van đi tù lượt lũ
Thiếu chi rừng rú hoang vu
Để đất vàng sao cùng ánh sáng Mùa Thu
Dựng những trại tù làm trụ!

143

Ôi từ buổi Đảng về làm chủ
Khổ nhục chất chồng không thể đo cân!
Cụ Mác ơi, mỉa mai và quá đủ!
Con chuột mà có dịp tháo thân
Cũng ba cẳng bốn chân
Chạy khỏi cái thiên đường của cụ!

(1967)

Tôi là bạn

Tôi là bạn của cô gái đĩ
Ế khách ngồi ngủ gật ở vườn hoa
Tôi chẳng có gì an ủi cô ta
Ngoài tình cảm chan hòa và không khinh bỉ
Tôi là anh của những em nhỏ tí
Xó chợ đầu đường, ăn cắp vặt nuôi thân
Bé tí hon mà tù tội bao lần
Miệng tục tĩu, hồn như trang giấy trắng!
Tôi là con lão ăn mày cay đắng
Không gia đình, tàn phế, lắt lay
Mời lão xơi một bữa rượu thực say
Nghe lão khóc kể những ngày xa cũ
Tôi, tóm lại là trái tim ủ rũ
Thông cảm với nhiều số phận bùn đen
Vì chính tôi, tôi là gã nhiều phen
Khổ đói, lao tù, nhục khinh nếm đủ!

(1967)

144

Nếu có trời

Nếu có trời, đời tôi phải khác
Đâu bị đói nghèo, tù lao tan tác!
Vì tôi chưa làm việc gì độc ác
Và luôn sống với tâm tình chất phác
Dù toàn gặp điều bội bạc
Và lòng buồn như đêm sa mạc!

(1967)

Từ vượn lên người

Từ vượn lên người mất mấy triệu năm
Từ người xuống vượn mất bao năm?
Xin mời thế giới tới thăm
Những trại tập trung trong núi rừng sâu thẳm!
Tù nhân ở truồng từng bầy đứng tắm
Rệp, muỗi, ăn nằm hôi hám, tối tăm
Khoai sắn tranh giành cùm, bắn, chém, băm
Đánh đập tha hồ, chết quăng chuột gặm!
Loài vượn này không nhanh mà rất chậm
Khác vượn thời tiền sử xa xăm
Chúng đói, chúng gầy như những cái tăm
Và làm ra của cải quanh năm
Xin mời thế giới tới thăm!

(1967)

Từ vượn lên người,
Từ người xuống vượn

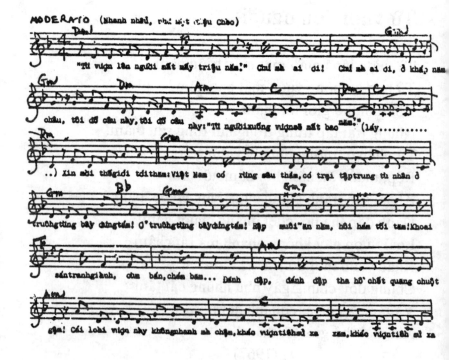

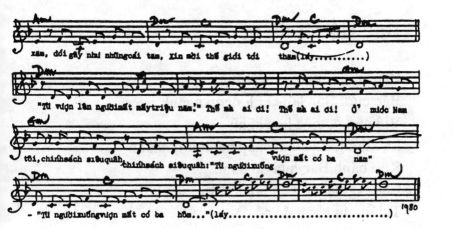

Bác Hồ tới thăm

Bác Hồ tới thăm thiếu nhi
Bác cười Bác hỏi chi li ngọn ngành
Việc ăn ở, việc học hành
Lao động Bác dặn chấp hành tốt, nhanh
Kẹo bánh Bác hứa để dành
Chủ Nghĩa Xã Hội hoàn thành sẽ cho!
Thiếu nhi khăn đỏ cổ cò
Vỗ tay xuông chúc Bác Hồ sống lâu...

(1967)

Khi nào được gặp

Khi nào được gặp lại anh
Sẽ kể anh nghe nhiều về chuyện sắn!
Có chuyện thương tâm, chuyện cùm, chuyện bắn
Có chuyện nhục nhằn, phản phúc, gian manh
Tất cả tuy làm đau xót lòng anh
Niềm đau ấy quân thù khiếp hãi
Tôi có thể viết dài, viết mãi
Những chuyện mủi lòng về sắn và khoai
Chế độ ta khoai sắn, một đề tài
Cũng bất diệt như đề tài trai gái!

(1967)

Ôi mảnh đất nửa trên hình chữ S

Việt Nam Dân Chủ

Việt Nam Dân Chủ Cộng Hòa
Độc Lập Tự Do Hạnh Phúc
Cùm một chân
Ăn chín cân
Lý do: dựa vào ho ra máu vài lần
Dù trói chăng giáo dục đã nhiều lần
Lao động vẫn ù lì
Cần nghiêm trị!
Giám thị ký.
(1967)

Ôi mảnh đất

Ôi mảnh đất nửa trên hình chữ S
Ước lìa ngươi, ta ước được lìa ngươi
Ta chót yêu ngươi từ thủa lên mười
Ngươi lừa phản ta nên đời ta mắc kẹt
Tình yêu đã trở thành thù ghét
Nếu rời ngươi, dù cụt mất một chân
Chặt nốt một tay, ta cũng không cần!
Mà coi đó là điều may mắn nhất
Vì sống gần ngươi là ta mất tất
Vì sống gần ngươi ta thành súc vật!

(1967)

Những truyện

Những truyện "Mắt Thần," "Nhạn Trắng," "Dao Bay"
Khiến con trẻ thời xưa lập đảng này, đảng nọ
Từ đảng "Đầu Lâu" tới "Đôi Mắt Đỏ"
Con trẻ thời nay không còn có
Những Mắt Thần, Mắt Quỷ trao tay
Nhưng các cô, các chú, các thầy
Lại bắt các em đọc những cuốn dầy về Đảng
Thế là các em cũng thành lập đảng
Cũng Trung Ương, cũng Xứ Ủy Bắc Kỳ
Chuyện trẻ con tôi nói làm gì?
Nhưng Đảng – đảng thật – lại bỏ tù các em mới thảm!
Cha mẹ các em mặt mày xanh xám
Khi lệnh bắt con mình ghi rõ tội danh
"Phản nhân dân" "Phản cách mạng hiện hành"
Em nhẹ nhất cũng ba năm tù, mới khổ!
Đó là Đảng đã khoan hồng chiếu cố
Cho cái tuổi mười lăm, mười sáu ngây thơ
Nhưng các em cùng thân quyến chẳng ai ngờ
Mãn hạn được tha về là đại phúc!
Vô số ba năm dài ra hàng chục!

(1967)

151

Thư nhà

Đã lâu rồi không nhận được thư con
Mẹ thầy mong tin con quá!
Thầy kể qua cho con rõ cảnh nhà
Mẹ bây giờ hai mắt như lòa
Hôm sớm trong nhà quanh quẩn!
Thầy gần như lẩn thẩn
Bước đi đờ đẫn run chân
Viết phong thư phải nghỉ tới dăm lần
Mong con về đỡ đần chăm sóc
Nghĩ tới con, mẹ thầy lại khóc
Không biết con còn ở nơi trại cũ
Hay là đã chuyển đi đâu?
Mẹ vẫn nguyện cầu
Cho con được bình yên, không ốm yếu
Nhận được thư này con liệu
Viết về, thầy mẹ đợi tin con
Ôi, xưa cũng vì con còn trẻ dại
Suy nghĩ sai lầm, kêu ca khổ ải
Con phải thực lòng hối cải
Đảng mới khoan hồng tha tội cho con
Có thế mẹ thầy mới mong thấy mặt con
Trước lúc không còn sống nữa!
Mẹ thầy chẳng biết nói gì hơn nữa
Chỉ tha thiết khuyên con giữ gìn sức khỏe
Tuổi con còn trẻ

152

Con còn phải sống con ơi!
Thầy mẹ vẫn tin ở Đất ở Trời
Không nỡ hại người lương thiện
Hôm vừa qua thầy đã ra bưu điện
Gửi cho con đôi tất của thầy
Thuốc Rimifon con hỏi xin thầy
Phải đợi tiền hưu trí quý sau
Thầy sẽ mua gửi con dùng, cho con đỡ ốm đau
Thôi cuối cùng, thầy mong con phấn đấu
Lao động đi đầu, thi đua xây dựng trại.

Thầy mẹ của con.

(1967)

Như áng mây chiều

Như áng mây chiều
Vô định bồng bềnh theo gió...
"Manh áo trắng phút hóa thành con chó
Màu xanh..."
Ôi Đỗ Phủ thương yêu!
Mảnh hồn tôi như áng mây chiều
Màu sắc, hình thù hư ảo
Nhưng mãi mãi chỉ là hòn cô đảo
Bập bềnh trôi giữa không trung
Trong đêm đông mưa gió mịt mùng

Xưa Lý Bạch

Trong nắng lóa tưng bừng lộng lẫy
Bao ngày tháng ngược xuôi trôi chảy
Trên mọi bầu trời kim cổ Đông Tây
Giờ hồn tôi kiệt sức dừng đây
Tan tác, bơ phờ, nham nhở
In nếp nhăn buồn vô hạn giữa trời thơ
Bỏ thể xác tôi trên mặt đất vật vờ
Lăn lóc ở
Hết lao tù khổ sở tới nhà thương.

(1967)

Xưa Lý Bạch

Xưa Lý Bạch, ngửng đầu nhìn trăng sáng
Rồi cúi đầu thương nhớ quê hương
Nay tôi, ngẩng đầu nhìn nhện giăng bụi bám
Cúi đầu giết rệp nhặt cơm vương
Lý Bạch rượu say gác lên bụng vua Đường
Tôi đói lả gác lên cùm gỉ xám
Lý Bạch sống thời độc tôn u ám
Phong kiến bạo tàn chưa có tự do
Tôi sống thời Cộng Sản ấm no
Hạnh phúc tự do, thiên đường mặt đất
Rủi Lý Bạch, mà may tôi thật!

(1967)

155

Không một chỗ

Không một chỗ trên con tàu quả đất
Tôi là người hành khách bơ vơ
Lỡ chuyến, lầm ga, mất cắp bây giờ
Đứng chen chúc trên sàn toa bẩn nhất
- Sàn một toa đen dành cho súc vật.

(1967)

Ốm đau không thuốc

Ốm đau không thuốc, không gì
Chuyện thông thường đó nói chi thêm nhiều!
Bác nằm liền sát cầu tiêu
Mùi phân, nước giải sớm chiều nồng hôi
Bác ơi, Bác sắp chết rồi
Bác không còn sức để ngồi được lên
Bác nằm thoi thóp khẽ rên
Bát cơm ngô, bát rau dền đặt bên
Bác thèm một miếng đường phên
Nhà giam Cộng Sản Bác quên Bác tù
Trưa nay cái chết lù lù
Tới khiêng Bác - khối hận thù ngàn thu!

(1968)

156

Không có gì quý hơn độc lập tự do

"Không có gì quý hơn độc lập tự do"
Tôi biết nó, thằng nói câu nói đó
Tôi biết nó, đồng bào miền Bắc này biết nó
Việc nó làm, tội nó phạm ra sao.
Nó đầu tiên đem râu nó bện vào
Hình xác lão Mao lông lá
Bàn tay Nga đầy băng tuyết giá
Cũng nhoài qua lục địa Trung Hoa
Không phải xoa đầu, mà túm tóc nó từ xa
Nó đứng không yên
Tất bật
Điên đầu
Lúc rụi vào Tàu
Lúc rúc vào Nga
Nói gọi Tàu, Nga là cha anh nó
Và tình nguyện làm con chó nhỏ
Xông xáo giữ nhà gác ngõ cho cha anh
Nó tận thu từ quả trứng, quả chanh
Học thói hung tàn của cha anh nó
Cuộc chiến tranh chết vợi hết thanh niên
Đương diễn ra triền miên ghê gớm đó
Cũng là do Nga giật, Tàu co
Tiếp nhiên liệu gây mồi cho nó:
Súng, tăng, tên lửa, tầu bay
Nếu không, nó đánh bằng tay?

Ôi đó, thứ độc lập không có gì quý hơn của nó!
Tôi biết rõ, đồng bào miền Bắc này biết rõ
Việc nó làm, tội nó phạm ra sao
Nó là tên trùm đao phủ năm nào
Hồi Cải Cách đã đem tù, đem bắn
Độ nửa triệu nông dân, rồi bảo là nhầm lẫn!
Đường nó đi trùng điệp bất nhân
Hầm hập trời đêm nguyên thủy
Đói khổ dựng cờ Đại Súy
Con cá lá rau nát nhầu quản lý
Tiếng thớt, tiếng dao vọng từ hồi ký
Tiếng thở lời than đan họa ụp vào thân
Nó tập trung hàng chục vạn "ngụy quân"
Nạn nhân của đường lối
"Khoan hồng chí nhân" của nó
Mọi tầng lớp nhân dân bị cầm chân trên đất nó
Tự do, không thời hạn đi tù!
Mắt nó nhìn ai cũng hóa kẻ thù
Vì ai cũng đói mòn nhục nhằn cắn răng tạm nuốt
Hiếm có gia đình không có người bị nó cho đi suốt*
Đất nó thầm câm cũng chẳng được tha
Tất cả phải thành loa
Sa sả đêm ngày ngợi ca nó và Đảng nó
Đó là thứ tự do không có gì quý hơn của nó!

Ôi, Độc Lập, Tự Do!
Xưa cũng chỉ vì quý hai thứ đó

Đất Bắc mắc lừa mất vào tay nó
Những nay mà vẫn còn có người mơ hồ nghe nó
Nó mới vạn lần cần nguyền rủa thực to!

(1968)

* Tập trung

Sao có thể sống

Sao có thể sống thế này được mãi?
Hiện tại hung tàn đâm suốt tương lai
Quá khứ là chi? Một chuỗi ngày dài
Bị sắt thép nghiền tan, thảm hại!

Là võ sĩ đời treo găng mãi mãi
Ngay từ khi chưa kịp bước lên đài
Bị Mác Lê ập lại đánh thua dài
Nằm đo ván trong mưa dầu nắng dãi!

Là thi sĩ có hồn thơ khắc khoải
Có cuộc đời hạnh phúc sớm ly khai
Có niềm tin nát vụn ở ngày mai
Có tù, bệnh cặp kè nhau hủy hoại.

Tôi sống mãi những ngày quần quại
Những ngày khao khát sắn và khoai

Những ngày chôn sống cả đời trai
Trừ khí khái, tình thương, lẽ phải!
(1968)

Nhắm mắt là con

Nhắm mắt là con nhìn thấy ngay
Mẹ mắt mờ run bước cạnh Thầy
Căn gác âm thầm ngao ngán quá
Hai bóng già nua tối lại ngày.

Mơ về căn gác yêu thương ấy
Tan nát lòng con lắm, Mẹ Thầy
Đau ốm, hao gầy, đôi mắt lóa
Đêm ngày trông đợi đứa con xa.

Giam hãm trong rừng cây vách đá
Con vẫn hình dung thấy cảnh nhà
Lệ ứa hai hàng hoen ướt má
Mẹ khóc vì con mãi, mẹ già!

Thầy hỡi, con hình dung rõ quá!
Thờ thẫn vào ra, nét mặt gầy
Hình bóng muôn vàn đau xót ấy
Quặn buốt lòng con tới đọa đày!
(1968)

Đêm rừng, một tiếng chim

Đêm rừng, một tiếng chim xa lạ
Một tiếng giầy canh bước hụt đà
Người lính đi tuần pin lấp lóa
Trong xà lim tiếng gã điên la...
Ta nằm không động nghe từ tạ
Mảng đời niên thiếu lắng trôi qua
Đau ốm lao tù thui chết cả
Bao búp xanh lòng mới nhú ra.

(1968)

Cung đàn bịp

Cung đàn bịp bợm năm xưa
Giờ nghe lạc lõng nhuốc nhơ, lỗi thời
Lừa dân mấy chục năm trời
Dã tâm quỷ sứ đã phơi rõ ràng
Ngốc ngu chúng vẫn mơ màng
Mở nguyên đĩa cũ tiếng vang đã rè
Điếc tai nhức óc chán phè
Lắm người đập cả đài nghe xuống đường
Để rồi rời bỏ gia hương
Sống đời tù ngục mục xương trên rừng!

(1968)

Này Napoléon

Này Napoléon, này César
Sao nỡ đẩy bạn các con ngã thế!
Mẹ sợ lắm cái trò chơi hoàng đế
Mà các con thời quá say mê
Chẳng thương các mẹ già
Lệ rơi thấm đá!
        (1968)

Gửi Bertrand Russell

Ông là một bậc triết nhân
Nhưng về chính trị ông đần làm sao
Ông bênh Việt Cộng ồn ào
Nhưng ông hiểu chúng tị nào cho cam!
Mời ông tới Bắc Việt Nam
Xem nô lệ đói phải làm ra sao
Mời ông tới các nhà lao
Xem bò, lợn được đề cao hơn người
Không ai kêu nổi một lời
Mồm dân Đảng khóa đã mười mấy năm!
Xem rồi ông mới hờn căm
Muốn đem bọn chúng ra băm ra vằm
Tuổi ông ngót nghét một trăm

Nhưng thua cậu bé mười lăm đói gầy
Về môn "Cộng Sản học" này!
(1968)

Khi tới nhà ông

Khi tới nhà ông tôi sẽ nói
Cùng vợ con ông rằng ông đói quanh năm
Tuổi ông già, răng ông móm, nhưng ông chăm
Đi lao động kiếm phần ngô còm cõi
Miệng bát sành con mềm như đá sỏi!
Ông nuốt vào rồi lại tống nguyên ra
Vợ con ông cùng cháu chắt trong nhà
Chắc sẽ vui lòng hả dạ
Vì thấy ông già tiến bộ khác xưa xa
Dưới chế độ ta Dân Chủ Cộng Hòa!
(1968)

Tôi muốn nói

Tôi muốn nói những lời tha thiết
Định mệnh bạo tàn đã giết hồn tôi
Tất cả xa xôi tàn lạnh lâu rồi
Nàng Thơ ốm
Nằm câm

163

Hấp hối...
Tâm hồn tôi qua cơn bão nổi
Bơ phờ trên đống tàn hoang
Sự sống trong tôi sớm ngả mầu vàng
Mầu của những hoàng hôn bệnh hoạn
Tôi chờ đón mầu đen bầu bạn
Phủ lên vầng trán xanh xao
Hạnh phúc, tôi ngả mũ xin chào
Mơ với ước thở phào theo cánh khói
Sống, chết thôi đặt thành câu hỏi
Đợi chờ khăn gói ra đi
Đời chẳng còn chi để mất!
Trái tim tôi nặng nề tổn thất
Của tình
Của mộng
Của niềm tin
Thực tế hiểm gian như một trái mìn
Gài bẫy bầy chim nguyện ước
Trong từng nhịp bóp tim tôi
Mạch sống rung theo tiếng nổ liên hồi
Đứt đoạn!
Mọi bình minh đều khốn nạn như nhau!
Ảo tưởng lâng lâng
Đôi cánh đẹp vạn mầu
Ăn toàn những trái sầu địa ngục
Rũ nằm, chết gục giữa đêm sương
Quật ngã nàng Thơ xuống đá vệ đường

164

Nàng Thơ ốm và đương hấp hối
Đời tôi sẽ mãi là ngục tối
Nếu chẳng bao giờ tôi cứu nổi
Nàng Thơ
Về lại trời thơ!

(1968)

Tôi có thể ăn

Tôi có thể ăn vài cân sắn sống
Ngon lành như nhai kẹo sô-cô-la!
Bạn phục tôi tài hơn cả lợn à?
Tôi đương sống trong nhà giam Việt Cộng!

Mùa đông rét, ào ào gió lộng
Đứng ngâm mình vớt nứa giữa giòng sông
Bạn tưởng tôi xương sắt, da đồng?
Tôi đương sống trong nhà giam Việt Cộng!

Chỗ tôi nằm sáu mươi phân chiếu rộng
Hai người bên, một hủi, một ho lao!
Bạn bảo tôi còn biết làm sao?
Tôi đương sống trong nhà giam Việt Cộng!

(1968)

165

Tôi có thể

hay là

Vô địch

Nhìn thần chết

Nhìn thần chết hiện dần lên từng bước
Thân tù lao không có lực xô lùi
Anh chết oan, chết thảm, chết dập vùi
Hồn khổ não không thể nào siêu thoát
Đêm đêm hiện về đây lạnh toát
Bộ đồ đen, bụng phù chướng bước đi
Anh ngước nhìn tôi ra hiệu chẳng nói gì
Mặt bủng xám, mắt ngời lên sáng quắc
Anh bạn ơi, đời tù lao nghiệt khắc
Có thể nào đốt được nén hương thơm
Tặng hồn anh cùng quả trứng, bát cơm
Để tỏ ý xót thương và tưởng niệm!
Anh đã linh thiêng về đây ứng nghiệm
Thế đủ rồi, tôi hiểu, hãy nên lui
Thể xác anh chuột khoét đã chôn vùi
Hồn anh hãy về vui nơi cực lạc
Lưu luyến chi đời tù lao đói rạc
Sống đọa đày, thoi thóp, sống ngựa trâu
Chết như anh, hết khổ, có chi sầu?
Anh vẫn nhìn tôi, bướng bỉnh lắc đầu
Coi mặt đất cực hình chưa hưởng đủ?
Tùy anh đó, thôi chào anh, tôi ngủ!

(1968)

167

Toàn toán đan

Toàn toán đan tôi, chất chồng một xó
Sàn dưới, sàn trên, như hấp như nung
Bị lèn như trong một chiếc cạp lồng
Hơi đất, hơi người bốc lên, thở khó!
Quần áo nồng hôi, giăng đầy đây đó
Muỗi rệp tung hoành, chuột gián lông nhông
Mùi hố tiêu, hố tiểu cùng xông
Hủi, suyễn, ho lao, điên rồ, náo động!
Cứ như thế lui dần sự sống
Cứ như thế rụng dần từng mống...

(1968)

Tôi nhớ căn phòng

Tôi nhớ căn phòng bừa tàn thuốc lá
Sách vở ngổn ngang nằm la liệt cả
Chiếc điếu bát nồng hôi đầy bã
Bộ đồ trà hoen cáu sớm khuya pha
Tôi nhớ chiếc bàn tim óc vắt ra
Quên năm tháng ngày đêm vất vả
Bao giờ thoát cảnh tù lao nhục nhã
Tôi lại về căn gác thiết tha
Sống cuộc đời vị nghệ thuật xót xa

Cuộc đời đã đẩy tôi lăn ngã
Qua các trại tù trên đất Bắc xương da!
                    (1968)

Có người Mẹ

Có người mẹ gầy nhom mắt lóa gần lòa
Có người cha quá già, quá yếu!
Có người con bất hiếu là tôi
Hết tù lại tội
Bệnh ốm không nuôi nổi thân mình...
Ôi người Mẹ nặng tình yêu dấu!
Ôi người Cha hiểu thấu lòng con!
Còn hay mất?
Ngày con đầy bụi đất trở về
Căn gác
Lá rừng xào xạc canh khuya...
Bóng Cha gầy guộc đứng kia
Phất trần nhẹ đưa lặng lẽ
Trên bìa sách bụi bàn con
Bóng Mẹ già sầu muộn héo hon
Quờ tay rờ mó
Nạm tóc củ gừng đánh gió lưng con
Chiều âm thầm lạnh tắt trên non...
Không còn được nữa
Những tình xưa thương mến vô vàn!

169

Gió núi mưa ngàn lạnh buốt
Rau rừng ngoạm nuốt thân trâu
Kiếp sống về đâu?
Bốn phía sậy lau một màu hoang xám
Đi về những đám tang câm
Trong ly tan thương tâm
Chết chóc âm thầm
Con vẫn nuôi mầm mơ ước
Xoay vần thủa trước xa xăm!
Mịt mù trời đất tối tăm
Mẹ Thầy sống được bao năm trên đời!
Con sợ nỗi đổi rời đau đớn
Ngày về
Rợn buốt tim gan
Cuộc sống hoàn toàn vô nghĩa
Niềm lo
Rỉa rói tâm tình
Bạo lực hiện nguyên hình
Chó đẻ!
Ai thương người trai trẻ
Cùm gông nứt nẻ da xương
Mà vẫn mơ màng ảo tưởng
Cho đời bận vướng con tim
Đói lả xà lim
Vẫn mộng làm chim vỗ cánh
Vượt trời xanh
Tới xứ yên lành!

Phụ-bản 2:
Từ "Tiếng Vọng Từ Đáy Vực" đến "Ngục Ca"

Tập thơ lúc mới ra hải-ngoại không có trang bìa
nên cả tên tập thơ cũng như tác-giả đều không rõ.
Thời Tập khi in ra (thg 9/1980), do đó, đã lấy một câu thơ
trong phần "Những Ghi Chép Vụn Vặt" để làm tựa.

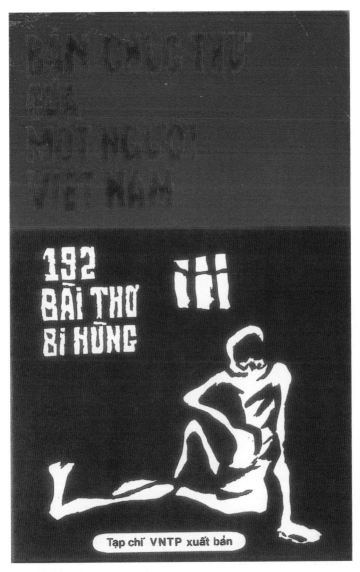

BẢN CHÚC THƯ
CỦA
MỘT NGƯỜI
VIỆT NAM

192
BÀI THƠ
BI HÙNG

Tạp chí VNTP xuất bản

Mấy tháng sau, Văn Nghệ Tiền Phong khi in ra
cũng vẫn không có tên tác-giả và tên tập sách nên đành
gọi là "Bản chúc thư của một người Việt Nam."

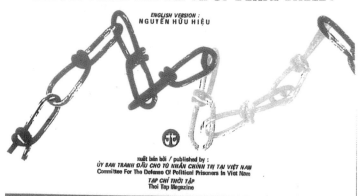

MƯỜI BÀI NGỤC CA

TEN PRISON SONGS

NHẠC / MUSIC :
PHẠM DUY
THƠ / POEM :
NGỤC SĨ
VIETNAMESE PRISONER POET
CHỌN LỌC TỪ / SELECTED FROM :

TIẾNG VỌNG TỪ ĐÁY VỰC
ECHOES FROM THE DEPTH OF DEATH VALLEY

ENGLISH VERSION :
NGUYỄN HỮU HIỆU

xuất bản bởi / published by :
ỦY BAN TRANH ĐẤU CHO TÙ NHÂN CHÍNH TRỊ TẠI VIỆT NAM
Committee For The Defense Of Political Prisoners In Viet Nam
TẠP CHÍ THỜI TẬP
Thoi Tap Magazine

Cuối năm 1980, Nguyễn Hữu Hiệu đưa ra
"Mười bài Ngục ca" với thơ "Ngục Sĩ" do Phạm Duy
phổ nhạc.

Thưa Ông !

Nhân danh hàng triệu triệu nạn nhân vô tội
của chế độ độc tài , đã hay còn đang phải chịu
đựng một cái chết thảm và đau đớn trong những
ngục tù cộng sản , tôi xin cho in hành
những bài thơ này tại những sứ sở tự do của
quý ông . Đó là kết quả của hai mươi năm làm
việc . Hầu hết những bài thơ này đã được sáng
tác trong những năm đài tù đày . Tôi nghĩ rằng
chúng tôi , những nạn nhân , chứ không phải bất
cứ một ai khác , là những người duy nhất có
thẩm quyền để chỉ cho thế giới thấy những nỗi
thống khổ cùng cực không thể tưởng tượng nổi
của dân tộc chúng tôi , một dân tộc bị dàn áp
và hành hạ một cách dã man không thương tiếc.

Qua cuộc đời tàn vô của tôi nay chỉ còn lại
có một ước mơ : đó là được nhìn thấy càng nhiều
người càng tốt ý thức được rằng chủ nghĩa Cộng
Sản là một thảm họa to lớn của nhân loại.

Kính xin ông vui lòng nhận nói đây lòng tri
ân sâu xa của tôi cũng như của đồng bào bất
hạnh của tôi .

Phạm Duy

Phạm Duy

10 BÀI NGỤC CA

Là 10 trong số 376 bài thơ được phổ thành ca khúc,
với mục đích giới thiệu một phần nhỏ trong số 41 + 8
câu thơ do một kẻ sĩ Việt Nam đã viết ra trong
suốt 22 năm tù đày trong các trại giam để viết công
ra -- đất giam chất đầu tóc ...

Tập thơ đã được bí mật gửi ra thế giới Tự Do và
đã được "Ủy Ban Tranh đấu cho Tù nhân Việt Nam" xuất
bản và vì danh tiết của thi nhân chưa tiện công bố
nên tôi mạn phép được gọi là NGỤC SĨ mà nhặt tập
này đem in ra để phổ biến.

Thì mong ôn NGỤC SĨ sẽ làm tôi sống lại sau 5 năm
đứt đứng trong nghệ thuật -- Ước mong sẽ phải
khao khao món của tôi có thể truyền đi nhanh
đóng nhất, thấy thật thật thê, -- tiếng gào trong
thật, nhất là tiếng cười gần của NGỤC SĨ --
tôi là của dân tộc Việt nam -- mà tôi đã "nghe"
thấy khi ra đứng dòng thơ đầu tiên, nhờ
ở đó mà tôi lại thức đi trên một chủng
đường mới trong đời du ca của mình.
Ở nơi đó, tôi tin chắc NGỤC SĨ sẽ nghe tiếng
tôi hát ...

Mùa Thu 1980
Thị Trấn Giữa Đàng

HỘI SINH-VIÊN VIỆT-NAM TẠI UNIVERSITY OF CALIFORNIA, BERKELEY

Trân trọng kính mời quí anh chị và thân hữu đến dự:

Buổi Đọc Thơ
Tiếng Vọng Từ Đáy Vực

với chủ đề : ĐÊM NGHE TIẾNG VỌNG TỪ ĐÁY VỰC gồm những bài thơ của
NGỤC SĨ NGUYỄN CHÍ THIỆN đã sáng tác trong hơn hai mươi năm trường
sống trong các nhà tù tăm tối nhất của miền Bắc Việt Nam.

Buổi đọc thơ sẽ được tổ chức vào lúc :   7 giờ tối
                           ngày :   Thứ Sáu, 1 tháng 5,81
                           tại :   Phòng 160 Kroeber Hall
                                          UC BERKELEY.

Sự tham dự của quí bạn và thân hữu sẽ là niềm chia sẻ những nỗi đớn
đau của người Việt Tự Do đang phải sống trong lao tù của cộng sản.

● với sự góp mặt của
5 tù nhân của cộng sản.

● Phụ diễn:
mười bài ngục ca
của phạm duy.

● có phần anh ngữ

(VỚI SỰ BẢO TRỢ CỦA TRUNG TÂM NGHIÊN CỨU NAM VÀ ĐÔNG NAM Á CHÂU
THUỘC VIỆN ĐẠI HỌC BERKELEY)

Buổi đọc thơ đầu tiên trước một cử tọa Mỹ-Việt
là tại Viện Đại-học Berkeley, "lò phản-chiến" trong thập
niên 1960.

INDEX on CENSORSHIP

Spain's freedom of expression threatened

URUGUAY
Mauricio Rosencof: detained and tortured
Academic freedom destroyed
Extract from a novel by Carlos Martínez Moreno
Daniel Viglietti Singing the new

Poems smuggled from Vietnam
& A censor's official report on 'purification'

Why the US press censors itself
UNESCO: press freedom, the next round
Turkey's new education law
Egypt: Nawal el Saadawi

Bài viết đầu tiên trong tiếng Anh giới-thiệu thơ
Nguyễn Chí Thiện (do Nguyễn Hữu Hiệu dịch) là trong
tạp-chí *Index on Censorship* (Vol II, No 3, June 1982).

A Voice
from the Hanoi Underground

*Like a bombshell it struck the diaspora of Vietnamese
communities spread across the globe. Within months of its
discovery, public readings from the collection of poetry gathered
hundreds and thousands of Vietnamese in the U.S., France and
other lands of asylum, exiles who came together in an effort to
find their voice, their destiny, and the destiny of their nation
through its verse. Since then, the anthology has seen numerous
editions, first appearing in the U.S. as* Tieng Vong Tu Day Vuc
("Voices from the Abyss"), then under the nondescript title of
Chuc Thu Cua Mot Nguoi Viet Nam *("Testament of a
Vietnamese"), or referred to simply as* Nguc Ca *("Prison
Songs") or the poetry of Nguc Si, the "Prison Poet."*

*It was Pham Duy, that famed Vietnamese composer-
troubadour, who gave the author of the collection that sobriquet.
Duy put 20 of the poems to music, haunting melodies carried
wherever there are Vietnamese by popular singers like Nguyen
Duc Quang, Viet Dzung, Nguyet Anh. Only recently has
information from an authoritative source affirmed that the title
of the collection is* Hoa Dia Nguc — *"Flowers of Hell" —
plainly a reference to 19th-century French poet Charles
Baudelaire's landmark volume of verse,* Les Fleurs du Mal
*("Flowers of Evil"). To illuminate this literary and political
phenomenon, the ALR recently turned to leading U.S.-based
Vietnamese scholar Nguyen Ngoc Bich.● His report-*cum-
commentary:

The identity of the Prison Poet remains unknown.
Autobiographical pointers in the handwritten manuscript
indicate that the poet was born in 1938 into an impoverished
scholar-gentry family. His father may have been a clerk, his
mother the daughter of a "good" family — good in the sense that
she was a traditionally raised woman whose primary concern was
her family and its dignity. The parents may not have had much
education but they made sure their son had his, which explains his
familiarity with Asian and Western classics, and French.

When the Communists came to power in Hanoi in 1954, the
poet was sixteen, full of hope, caught in the enthusiasm of
independence. He must have felt that an entirely new vista was
opening to the nation and to every Vietnamese. Sang he: "That
spring was my sixteenth spring/Amid sun and flowers I dreamt of

●Author of, among other works, *A Thousand Years of Vietnamese Poetry* (Alfred A. Knopl, New York, 1975)

Bài phổ-biến rộng rãi thơ "Ngục Sĩ" trên tuần-báo
Asiaweek (số ra ngày 30/7/1982) được BBC lan-truyền.

wedding the Muse." But disillusionment quickly set in. Ho Chi Minh and other North Vietnamese leaders had to confess to the many excesses and injustices committed in the name of the 1953-56 agrarian reform movement. Mao Tse-tung's "Hundred Flowers" campaign and Khrushchev's 1956 denunciation of Stalin at the 20th Congress of the Soviet Communist Party had their equivalent in Vietnam in the *Nhan Van-Giai Pham* Affair (named after two dissident magazines), when a good part of the North Vietnamese literary establishment spoke up against the party's leadership and demanded reforms.

There is no indication that the poet had an active role in the *Nhan Van-Giai Pham* Affair or its subsequent developments, the *Van* magazine mini-rebellion — when dissidents launched another publication to replace the banned *Nhan Van* and *Giai Pham* — or the 1958 Quynh Luu uprising, when peasants in the district of Quynh Luu revolted and were brutally crushed. But it seems he lost his faith in the party, for thereafter he was constantly in trouble with the authorities. His outspoken criticism may have cost him gainful employment, for he turned to private tutoring as a means to make a living:

> *I, a fellow without family & friends*
> *Live alone, ill and sickly*
> *With a small water bottle and a bamboo pipe*
> *A futon bed and an old wood table*
> *That is enough furniture for me*
> *My life is poor, unpretentious,*
> *without dreams or ambitions...*
> *Besides the few hours of tutoring*
> *I find solace in books*
> *Hardly stepping out of my little one-room apartment.*
> *To me Sundays or weekdays are all alike:*
> *In idle moments I start to polish my pipe*
> *Or slightly hum to myself a few old verses.*
> *Once a month I take out my coupon book*
> *Go get my ration, one hundred grams of sugar & meat.*
> *I have only one slight concern*
> *That I be arrested for suspected distemper.*

This premonition, however, did not prevent the poet from landing in jail or brushing with the law. He may have been jailed in 1956 for the first time because ten years later he wrote a poem, "Here I Come Home Again," in which he talked about "ten years" of lost hope, "ten years of the same, or worse off." But he was not in jail all the time; he must have been free in 1960 when he wrote in "What Will Happen to My Life":

> *[Their] savage, barbaric hands*
> *Will arrest anyone on suspicion, crime or no crime.*
> *Oftentimes I have to tell myself*
> *I need to be ready at all time for possible arrest*
> *That my clothes should be conveniently bundled*
> *So that I can grab them as soon as they nab me.*

That the poet spent several years in jail, though, is clear: many of his verses were obviously penned in prison and hard-labour camps. He was jailed from 1961 to 1966, released briefly, possibly on medical grounds, then promptly reincarcerated in 1967. During the next two years he gave vent to the bitter frustrations of a life he could now only project as one of total confinement. He was not the only person to believe in such a grim future. In 1968, his wife — or perhaps she was his lover — left him to marry another. He regretted her desertion but did not blame her. "I understand," he wrote simply.

During this second period in jail, the poet developed a social conscience. Before 1966, he could sympathise with his cellmates and perceive the spiritual damage the prison system inflicted on child inmates; but he saw it all as a series of individual, unconnected tragedies. After 1967, he began seeing those tragedies as a systematic flaw in the communist way of life. Three years later, he learned of his mother's death; by 1971, he had made a commitment to use his poetry to speak for others.

He is convinced of his mission because he is convinced of the power of truth. In a 1975 poem titled "My Poetry," he affirms:

> There is nothing beautiful about my poetry
> It's like highway robbery, oppression, TB blood cough
> There is nothing noble about my poetry
> It's like death, perspiration, and rifle butts
> My poetry is made up of horrible images
> Like the Party, the Youth Union, our leaders, the Central Committee
> My poetry is somewhat weak in imagination
> Being true like jail, hunger, and suffering
> My poetry is simply for common folks
> To read and see through the red demons' black heart.

With his uncompromising stand against the Hanoi government, the poet expressed the wishes of thousands of North Vietnamese when he placed his hope for many years in the continued existence of the rival régime in Saigon, which represented to him the ideal of freedom.

Consequently, his disappointment was great when South Vietnam fell to the Communists in April 1975:

> O South Vietnam, ever since that day of your loss
> I have experienced a thousand, ten thousand agonies!

Unlike others, however, he never gave up hope. "This fight is not yet over," he writes in another poem in which he sees the struggle as one between Truth and Evil:

> It is not yet over, this struggle:
> Here I am still and there, the iron and steel.
> After so many silent deaths and the loss of loved ones

I am still alive and far from being lost;
To the beasts I simply want to say
That the Victory Song will be mine to sing till eternity!

As if afraid of being misunderstood, he also has this to say about his poetry:

When the U.S. scuttled leaving South Vietnam to the Communists
One could hear the shameful screech of that world power
But in the middle of prison, disease and misery
Poetry still shoots, and has ammunition to spare!
For it knows that in a morrow far away yet glorious
Right will not belong to the crooks and demons
Despair may spread
Hope may evaporate
The people may know long nights of injustice
Poetry will still be there though chained to wood
Boiling inside, battered, bruised but unyielding
Transforming the heart into a "demon-pointing mirror"
To help mankind identify the real communists.
Everything can perish but poetry's power is unlimited
It can overcome space, and overcome time
While the enemy's iron rusts over the years.

To a modern reader this kind of language may sound delirious, but history reveals that poets have often outlasted their dynasties: Homer outlived Troy, Du Fu the Tang era, Shakespeare the Elizabethan age. It is equally obvious that though his identity is still unknown, the Prison Poet's verses *(see selections below)* have "overcome space" and spread like wildfire to become the voice of Vietnamese poetry, representing the struggle of human dignity against totalitarianism in general and communism in particular.

By 1976 the poet's father also seems to have died — another bit of news he received while in jail. He now sees no reason for holding back anymore. He has lost everything and everyone he holds dear — friends, lover, mother, father. He writes no longer and in late 1979, in a rare moment of freedom, succeeds in smuggling his manuscript into a foreign embassy in Hanoi. Accompanying the manuscript is a letter in French, which reads in part: "This is the fruit of twenty years of my work. Most of [the poems] were written during my years of detention. I think it is incumbent upon us, the victims, more so than upon anyone else to show to the world the incredible suffering of our mercilessly oppressed and tortured people. Of my broken life there remains but one dream, that is to see the greatest possible number of people realise that communism is a great calamity for mankind." □

Ba ấn-bản tập *Ngục Ca / Prison Songs* đầy đủ, gồm 20
bài, từ tháng 9/1982 (VICANA xb ở Mỹ) đến tháng
11/1996 (Hoa Niên xb ở Úc), chưa kể một bản tam ngữ do
Quê Mẹ in ra ở Pháp (cuối năm 1982).

nguyễn chí thiện

CHANTS DE PRISON • PRISON SONGS

NGỤC CA

thơ: nguyễn chí thiện • nhạc: phạm duy

Bìa phụ-bản *Quê Mẹ* ở Pháp (1982).

Phụ-bản sau đó được in thành sách.

Xương da mong manh
Đói rét tranh giành xác ốm
Đời như đốm lửa lụi tàn
Muỗi rệp từng đàn
Cắn xé
Ta thương tiếc cuộc đời, tuổi trẻ
Ta lại thương người Mẹ thương yêu
Người Cha sớm chiều héo hắt
Xuân về nước mắt chan chan!
Bao giờ hết nỗi ly tan
Bao giờ giòng lệ khổ oan mới ngừng?
Xuân này đau đớn vô chừng
Thân còn chôn sống xó rừng đắng cay
Bao nhiêu thương nhớ Mẹ Thầy
Con xin hẹn tới một ngày xuân vui
Rưng rưng hai giọt ngậm ngùi
Con xin trời đất niềm vui cuối cùng!

(1968)

Hiện tại

Hiện tại mồ hôi chùi xóa nhẵn
In hình đen xạm xuống da nhăn
Tròn ba mươi tuổi xòe tay trắng
Nắn bóp đôi chân nát sẹo lần
Quá khứ mang đầy những khát khao

Vỡ tan ngàn mảnh cắm sâu vào...
Quay đầu ngoảnh lại trông chi nữa?
Hãy cố dần lê tới hố đào!
Đợi chờ ngày tháng không mang lại
Thân thế chìm trong tiếng thở dài
Thôi nếu tim còn dư chút mực
Trang đời xin gạch chữ tương lai.

(1968)

Chiều thứ bảy

Chiều thứ bảy
Anh nằm đây mình mẩy ướt đầm
Trong xà lim chân cùm nghiến tím bầm
Muỗi rệp công khai, ngấm ngầm hút máu
Anh nhớ lại một chiều tháng sáu
Cũng oi nồng như thể hôm nay
Anh cùng em đi sát, cầm tay
Dạo bước dong chơi trên bờ cát trắng
Biển lúc đó vắng và tắt nắng
Gió ngoài khơi lồng lộng dâng triều
Hạnh phúc trong anh xáo động quá nhiều
Anh muốn ôm em nói điều sung sướng!
Nhưng tình cảm còn như e ngượng
Anh nắm bàn tay em chặt hơn thôi
Tới rặng phi lao, anh với em ngồi

Giữa trời biển em nói lời gắn bó
Nhưng em ạ, lòng anh lúc đó
Không hề nghĩ tới tương lai
Chỉ ước mong sao có thể kéo dài
Những phút thần tiên đó mãi!
Vì anh, một nhà thơ từng trải
Hiểu tim người như em hiểu đường kim!
Nên giờ đây cùm kẹp giữa xà lim
Nhận được tin em đi tìm duyên mới
Anh chỉ hơi buồn và hơi nghĩ ngợi
Về đời anh rơi rụng, tả tơi
Chẳng chút trách em về chuyện đổi dời
Chuyện quy luật cuộc đời, em ạ.

(1968)

Như mũi tên

Như mũi tên đã rời khỏi giây cung
Dù mục đích biết nhằm, chẳng trúng
Tình cảm tôi phiêu dạt mung lung
Giữ lại làm sao, dẫu người rẻ rúng!
Quá nửa đời tôi mộng choàng áo thụng
Nặn đất bùn làm tượng thánh thủy chung
Đàn lòng nay giây đứt lại giây chùng
Âm hưởng năm xưa vẫn còn lúng túng
Vì những bản tình ca dại vụng

187

Vách đá vọng về rời rụng tàn hung
Mà óc tim tôi vẫn thấy đẹp lạ lùng!

(1968)

Tôi chưa sống

Tôi chưa sống cuộc đời tôi định sống
Tôi còn yêu bao giấc mộng thương yêu!
Philippovna, Marguerite, Thúy Kiều
Chiều Mạc-Tư-Khoa, nắng lòa đất thánh
Đêm Danube nước trời sao lấp lánh
Ánh niềm vui trong hốc mắt người thân
Những vần thơ trong lao ngục nhục nhằn
Những khoản chót sâu vào tim óc khắc
Những khoản lớn lên là tôi đã mắc
Ước mong gì trang trả nữa anh ơi!

(1969)

Tôi khổ gấp trăm lần

Tôi khổ gấp trăm lần hơn Đại Thánh
Mang trên đầu đủ thứ mũ kim cô
Thần chú đau thương: "Tất cả tan tành!"
Khoan vào óc đêm ngày muôn vạn lỗ!
Đời tôi giữa Ngũ Hành Sơn cấm cố

188

Không mong Đường Tam Tạng tới buông tha
Tự mình tôi, tôi phải cứu tôi ra
Đập tan hết để xoay vần mệnh số
Hoa Quả Sơn trong cõi lòng nát đổ
Là một nguồn an ủi bao la
Với Tề Thiên đó chỉ là đất tổ
Với tôi là trời mộng ước cao xa

(1969)

Anh là một

Anh là một sinh viên Hà-Nội
Đêm trừ tịch anh ngồi đun suốt tối
Chiếc bát men vỡ hỏng thay nồi
Mắt nhấp nhiu, anh ngoáy nếm liên hồi
Những mẩu sắn chặt bỏ đi vì thối
Vì lợn không nhá nổi, anh ơi!

(1969)

Tôi tin chắc

Tôi tin chắc một điều
Một điều tất yếu
Là ngày mai mặt trời sẽ chiếu
Tôi lại nghĩ một điều

Một điều sâu thẳm
Là đêm tàn Cộng Sản tối tăm
Có thể kéo dài hàng mấy mươi năm
Và như thế sẽ buồn lắm lắm
Cho kiếp người sống chẳng bao lăm!

(1969)

Tôi đi một mình

Tôi đi một mình trong đêm trầm
Cửa đóng âm thầm, phố vắng thênh thang
Hai dẫy cây tăm tắp thẳng hàng
Bên hè, cúi đầu sờ sững
Một mình đi lững thững
Bụi mưa rơi
Nước mắt cô đơn vì sao khóc trên trời!
Gió ngừng hơi
Cây lá nghẹn lời
Không biết giờ này năm tới
Mình còn đi in bóng với cây không?
Có con gì vụt qua đường không tiếng động
Một con mèo, có thể là con chuột cống
Mắt mình ngày một kém đi
Ngày trước, khi buồn
Mình thường thẩn thơ, ước mơ suy nghĩ
Giờ chẳng ước mơ chi

Nhưng còn suy nghĩ
Suy nghĩ thích hơn nằm nghỉ
Đôi tình nhân sát vào nhau, thủ thỉ
Không biết rằng họ có hiểu họ đang đi
Trên quãng đường lần xích tăng khủng khiếp!
Quãng đường cổ kim hiền triết
Dốc cả niềm tin san bỏ vẫn chẳng thành!
Bóng ngả lênh khênh
Gù gù
Tóc bù
Thất thểu
Ý nghĩ đắng cay khởi đầu bằng tiếng nếu
Lăm le chăn lưới
Khiến mình cười
(Cái cười vẽ nên hình cái mếu!)
Xe sở công an lóe đôi đèn chiếu
Vụt qua
Và mất hút đằng xa
Ôi chiếc đèn pha!
Ánh man mọi chĩa vào đâu tầm nã?
Ngươi đã lùa tan sự yên tĩnh bao nhà?
Một chiếc xe thùng lọc xọc lăn qua
Khiến cô gái làng chơi
    đương ngồi thừ trên ghế đá
Chửi một câu tục tĩu giữa vườn hoa
(Nguyên là ngôi chùa thời thuộc Pháp)
Ơ, nghĩ lại cái thời thuộc Pháp

191

Càng thương cô gái làng chơi
Chân đất suốt đời như thế!
Anh hàng phở ế
Mấy năm rồi vẫn còn ôm gối ngồi đây
Những chiếc đùi gà béo căng mỡ chảy!
(Ngày mai mình sẽ ăn cơm)
Đường phố này ngan ngát giống hoa thơm
Về đêm hương mới tỏa
Nhưng đời ưa hái quả
Hương buồn thơ thẩn trong đêm...
Một đống xương da co quắp trên thềm
Trên mặt thềm bóng đen, nhẵn thín
Giống như in
Mặt mũi cuộc đời!
Ngửa mặt trông trời
Trời mờ bụi mưa rơi
Cúi mặt nhìn đất
Đất ướt đầm nước mắt
Chắc chắn mùa đông, sẽ còn cắn chặt
Hàm răng ma băng giá
Lên da thịt loài người
(Loài chỉ dám cười, không dám khóc)
Từng đống gạch vôi tung bừa ngang dọc
Những ngôi nhà cũ phá đi
Những ngôi nhà đầy đủ tiện nghi
Lũ cháu mình sẽ dắt nhau tới ở!
Loanh quanh lại anh hàng phở

Những chiếc đùi gà béo căng nước mỡ!
(Cháu mình rồi cũng có chân tay)
Những ai kia mà húp híp mặt mày?
À, ảnh mấy tay thầu khoán
    chuyên nghề vẽ bậy
Kiểu thiên đường khủng khiếp dựng xây!
(Cổ chúng thiếu sợi dây thòng lọng!)
Mình đã quên một điều quan trọng
Là về đêm
Mọi vật đều yên
Mọi mắt nhắm nghiền
Không động đậy!
Thôi về ngủ
Mặt trời lên, sẽ dậy.

                              (1969)

Bước theo nỗi buồn

Bước theo nỗi buồn, vĩnh biệt niềm vui
Hành trang có mồ hôi đất bụi
Chút tiền vốn - Thơ và mơ - nhẵn túi
Xó toa đen thôi chịu khó quen mùi
Chuyến xe đời lửa đỏ táp qua mui
Đâu vũ bão xoay vần sông với núi?

                              (1969)

193

Tôi nhắm mắt

Tôi nhắm mắt nằm yên không ngủ
Kẻng báo rền vang, sáng tự bao giờ
Tôi nằm yên không nghĩ ngợi, không mơ
Mà lịm chết trong bóng mờ ủ rũ:
Bóng mẹ cha già đớn đau hóa mụ
Đêm tối mênh mông đốm lửa vật vờ
Bóng cuộc đời tôi lặng vắng như tờ
Thất thểu, bơ vơ, khóc cười lỡ dở
Bóng nhợt xám vài mối tình khổ sở
Lảo đảo đi về, tuyệt vọng âm u
Bóng hình tôi ho ra máu, lưng gù
Mở mắt ra sừng sững bóng trại tù!

(1969)

Một nắm cơm ngô

Một nắm cơm ngô, chút muối rang
Là đồ quý nhất của hành trang
Một khóa hai người tôi với bạn
Đêm rừng lạnh thấu tim gan!
Âm thầm nặng bước trong gió than
Lòng thung mù xám, sương chưa tan
Ôi những linh hồn đương lạc lõng
Giữa lòng thế kỷ, giữa không gian!

(1970)

Là quỷ?

Là quỷ? Là ma? Là thú dữ?
Gian manh, tàn ác, đê hèn
Lũ cưỡi đầu, bóp cổ dân đen
Để gọi chúng, tiếng người không đủ chữ!
Và cũng khó tìm trong ngôn ngữ
Chữ gì diễn đạt nguyên si
Kiếp sống lầm than, đầy ải, đen sì
Ngoài cái chết, không còn đâu lối thoát!

(1969)

Thơ của tôi

Thơ của tôi không phải là thơ
Mà là tiếng cuộc đời nức nở
Tiếng cửa nhà giam ngòm đen khép mở
Tiếng khò khè hai lá phổi hang sơ
Tiếng đất vùi đổ xuống lấp niềm mơ
Tiếng khai quật cuốc đào lên nỗi nhớ
Tiếng răng lạnh đập vào nhau khổ sở
Tiếng dạ dày đói lả bóp bâng quơ
Tiếng tim buồn thoi thóp đập bơ vơ
Tiếng bất lực trước muôn ngàn sụp lở
Toàn tiếng của cuộc đời sống dở
Và chết thời cũng dở, phải đâu thơ!

(1970)

Biết đến bao giờ,
Lời thơ của tôi

tôi không có gì là kinh khủng - Như Đảng, Đoàn, Lãnh Tụ, Trung Ương.. Thơ của tôi kém

phần tưởng tượng, Nó thực như tả, như đời, như đau thương! Thơ của tôi chỉ

đã dám dân thường... Nhìn thấy suốt tim đen phường quỷ đỏ..... Nhìn thấy rõ tim

đen phường Cộng Nô . . . .

Biết đến bao giờ

Biết đến bao giờ tôi được gặp
Người trong huyễn tưởng bao năm?
Biết đến bao giờ đi được khắp
Chân trời ước mộng xa xăm?
Biết đến bao giờ vần thơ chôn rấp
Lồng lộng bay, lay thức nhân tâm?
Trời, bao giờ rút được lưỡi dao găm
Hai lá phổi Thần Tự Do cắm ngập!

(1970)

Giữa nắng

Giữa nắng, giữa hoa, giữa trời, giữa nước
Tâm hồn tôi, bao thuốc buổi hừng đông
Trong mưa giông vẫn cứ rực hồng
Trên môi trẻ, một trời hương khói biếc...
Giữa tan biến sắc hương, tan tành tượng bụt
Giữa muôn phương chết chóc cơ hàn
Rác rưởi hôi tanh, sắt thép hung tàn
Ô uế lưu niên muôn đời dồn chút!
Bao thuốc quý tôi quen dùng cuộn hút
Mong khói huyền xua xú khí xung quanh
Đã cạn từ lâu, điếu vụn cuốn không thành!
Chỉ còn trơ một thể xác gầy xanh

Tù, bệnh tranh giành nguy khốn
Và triệt hết mọi con đường lẩn trốn!

(1970)

Ngủ thức đêm ngày

Ngủ thức đêm ngày, thần kinh ốm nản
Chỉ thấy đi về toàn bóng hồn oan
Đã khô rồi giọt nước mắt lìa tan
Tình non nước, tình yêu, tình người, tình bạn
Thứ hiện nguyên hình lưỡi dao bội phản
Thứ ngấm ngầm đục ruỗng cả buồng gan
Thứ chua nồng như thể nước cường toan
Thứ tàn phá hơn là bom với đạn!
Ảo tưởng trăm mầu thiết tha vô hạn
Cháy đen thành một đống bùn than
Nỗi trông chờ cuộc đổi mới Trời ban
Cũng từng bước xa rời, không sức cản!
Lực đã tàn và chí xưa đã cạn
Mất cả rồi những vật lấp thời gian
Mảnh hồn tôi nguyện là một cây đàn
Muôn điệu ngàn dây, vô vàn vang dậy
Giờ tiếng buồn đau cũng không thể gẩy
Tiếng rã rời, ôi cũng vậy, thầm câm!
Tất cả trong tôi chết chóc lên mầm
Tối sầm, mốc, ẩm.

(1970)

Năm 70

Năm bảy mươi tôi gặp một thanh niên
Tôi hiểu anh qua nhiều câu chuyện
Anh yêu nhất rượu cồn thuốc phiện
Và căm thù lao động nhất trần gian
Tháng năm say, sách vở vất trên bàn
Đám nô lệ gọi anh là gã nghiện!
Men chưa giã, anh đã dùng thuốc phiện
Thuốc còn say, anh đã rượu hàng chai
Anh làm nghề buôn lậu để sinh nhai
Không lấy vợ, không thiết gì con cái
Say lướt khướt, anh thường hay lải nhải
Chửi chính quyền hút tủy đám cùng đen
Hoặc làm thơ thương xót bọn dân hèn
Bầy chó đỏ bỏ tù anh cũng phải!
Tù mấy lượt, anh vẫn không tỉnh lại
Vẫn nói năng bừa bãi, mặc cùm gông
Và khi buồn trông bốn ngả non sông
Vần thơ vẫn nghẹn ngào, đau đớn mãi!

(1970)

Mẹ ơi!

Mẹ ơi!
Mẹ đã mất rồi!
Trái đất không còn có Mẹ
Mẹ chẳng bao giờ còn thấy mặt con
Còn khóc nữa!
Con chẳng cần ra tù nữa
Nếu Thầy không còn sống, Mẹ ơi!
Mẹ đã mất rồi
Mãi mãi không còn thấy Mẹ!
Mai hậu đời con cũng hết
Mà vẫn không thấy Mẹ, Mẹ ơi!

(1970)

Cái thời phong kiến

Cái thời phong kiến xa xưa
Thì Tôn Tẫn mới mong lừa Bàng Quyên
Ngày nay Tôn Tẫn chết liền
Điên thực, điên giả, hễ điên là tù!
Phù Sai thủa ấy cũng ngu
Nếm phân đã vội tha tù Việt Vương
Ngày nay ối gã dân thường
Ăn hàng sọt vẫn mục xương trong tù!

Đảng không tim óc, đui mù
Nhưng môn vô tội om tù quán quân!
(1970)

Sương xám

Sương xám rừng cây xuống mịt mù
Xương tù mẫu mỡ đất hoang vu
Sương mù ôm kín khu âm phủ
Sương muối đời trong hũ hận thù!
Râu mọc xồm ra, tóc bạc xù
Mưa ngàn gió núi tái tê ru
Chân trời thương khóc bao sương phụ
Đêm tối, hồn oan khuất vụt vù!
(1970)

Bác Hồ rồi lại

Bác Hồ rồi lại Bác Tôn!
Cả hai đều thích ôm hôn nhi đồng
Nước da hai Bác mẫu hồng
Nước da các cháu nhi đồng mẫu xanh
Giữa hai cái mặt bành bành
Những khăn quàng đỏ bay quanh cổ cò!
(1970)

202

Trong bộ máy

Trong bộ máy tù đày bằng sắt
Tôi không muốn thấy những giòng nước mắt
Càng không muốn thấy những điệu cười!
Tôi muốn sao tất cả mọi người
Chỉ có hàm răng nghiến chặt
Bàn tay không đụng vào đâu!
Không chịu hóa thân thành chó hay trâu
Phải thấm thía rằng tù chóng hay lâu
Là do có hay không lũ người–trâu, người–chó
Nếu chúng ta không là đất thó
Chúng ta sẽ được là Người!

(1970)

Mùa đông ập tới

Mùa đông ập tới, đêm rừng giá
Gió bấc mưa dầm lướt thướt qua
Củ khoai hà dím thành vô giá
Bệnh cũ âm thầm lại phát ra
Lũ tôi đã đoán bao người ngã
Trong vụ đông này khó đứng qua
Thân xác như hình nan cốt mã
Mong cầu đông giá nới tay tha!

(1970)

Cái lầm to thế kỷ

Nghĩ tới

Nghĩ tới cuộc đời, nghĩ tới tương lai
Là tim muốn nát ra vì vỡ nát
Không nghĩ tới gì, không nghĩ tới ai
Thì lửa đói đốt thiêu lòng rộp rát!
Hai nỗi khổ như là hai cái tát
Giáng vào hai má chính cuộc đời trai
Bị ngục tù ủ mốc, bốc mùi hoai!

(1970)

Đau đớn lắm

Đau đớn lắm cái lầm to thế kỷ
Sử sách ngàn đời còn mãi khắc ghi!
Mấy chục năm trời xương máu đổ đi
Thử hỏi dân đen thu được những gì?
Ngoài một số từ lừa mị kẻ ngu si!
Người công nhân trước gọi cu li
Người lính cũ nay gọi là chiến sĩ
Song vẫn vác, vẫn khuân, vẫn đói nghèo, vẫn bị
Đẩy đi chiến trường chết hoài, chết phí
Cho một lũ Trung Ương lợn ỷ!
Đau đớn lắm cái lầm to thế kỷ
Sử sách ngàn đời còn mãi khắc ghi

(1970)

205

Cửa đời

Cửa đời muôn ngả chẹn
Lao tù chêm thêm then
Sao quên những chân trời sai lỗi hẹn
Cho tâm tình sâu lắng dứt cơn hen!
Trong mầu tối đen
Mầu của chờ mong và ước mơ bỏ cuộc
Tôi ngồi, không trà, không thuốc
Tiếp nàng thơ bằng những tiếng cục cằn.

(1970)

Từ tư tưởng

Từ tư tưởng bước sang hành động
Phải có cầu ngôn ngữ giao thông
Trên giòng sông chuyên chính mênh mông
Đừng nghĩ chuyện xây cầu bắc cống!
Song ngôn ngữ ngày đêm vẫn sống
Âm thầm đưa tư tưởng sang sông
Qua muôn trùng hệ thống xiềng gông
Đảng ra sức dựng thay cầu cống
Thoát khỏi đầu là tư tưởng sống
Sẽ có ngày tạo những kỳ công!

(1971)

Lý tưởng...

Lý tưởng, quang vinh, mộng tình, lẽ sống
Chuyện trên trời, dưới biển xa xôi!
Thú thực là dân đói chúng tôi
Chỉ mơ ước được no bằng con vật
Vì giấc mơ được làm con người
    đã mênh mông không thành sự thật
Lại rũ tù cả lũ như chơi!
Gạo, sắn, ngô, khoai
- Tứ chướng trên đời -
Quấn chặt, rối bời, điêu đứng!
(1971)

Nào có biết gì

Nào có biết gì chính trị chính anh
Chẳng qua chỉ vì cả tin, vụng tính
Chúng tôi, thằng dân, thằng lính
Khổ còn chẳng dám kêu ca!
Mà sao tù mãi không tha
Hành hạ đớn đau bằng muôn ngàn mánh!
Khẩu phần Đảng cho: gắp rau, cái bánh
To bằng một cái huân chương!
Chúng tôi chỉ còn có xương
Con người lại không có cánh!

Sẽ có một ngày

Thôi thời cuốc cuốc, đào đào, lặc lè vác gánh
Quanh vòng năm tháng thảm thương
Để khỏi dập xương
Bởi cùm, bởi đánh!

(1971)

Những võ sĩ

Những võ sĩ tài ba tuyệt đích
Để luyện rèn đau đớn nề chi
Hoá thân thành bị cát vô tri
Để sau đó hóa thành vô địch
Nghề văn sĩ giống y nghề võ sĩ
Muốn nêu tài cần phải chịu đòn đau
Những cú vào tim, những cú nhiệm mầu
Giúp cho nó đập ra tình ra ý.

(1971)

Sẽ có một ngày

Sẽ có một ngày con người hôm nay
Vất súng
Vất cùm
Vất cờ
Vất Đảng

209

Đội lại khăn tang
Đêm tàn ngày rạng
Quay ngang vòng nạng oan khiên
Về với miếu đường, mồ mả gia tiên
Mấy chục năm trời bức bách lãng quên
Bao hận thù độc địa dấy lên
Theo hương khói êm lan, tan về cao rộng
Tất cả bị lùa qua cơn ác mộng
Kẻ lọc lừa
Kẻ bạo lực xô chân

Sống sót về đây an nhờ phúc phận
Trong buổi đoàn viên huynh đệ tương thân
Đứng bên nhau trên mất mát quây quần
Kẻ bùi ngùi hối hận
Kẻ bồi hồi kính cẩn
Đặt vòng hoa tái ngộ lên mộ cha ông
Khai sáng kỷ nguyên tã trắng thắng cờ hồng!

Tiếng sáo mục đồng êm ả
Tình quê tha thiết ngân nga
Thay tiếng "Tiến Quân Ca"
Và "Quốc Tế Ca"
Là tiếng sáo diều trên trời xanh bao la!

(1971)

Một tay em trổ

Một tay em trổ: Đời xua đuổi
Một tay em trổ: Hận vô bờ
Thế giới ơi, người có thể ngờ
Đó là một tù nhân tám tuổi!
Trên bước đường tù tôi rong ruổi
Tôi gặp hàng ngàn em bé như em!
                    (1971)

Lệ

Đừng nhỏ phí giọt nào nước mắt
Đời nó buồn oan khổ, lưu ly
Nó âm thầm chẳng nói năng chi
Mà ấm ướt tình người trong vắt
Đau đớn phải trào ra khỏi mắt
Nó chảy vòng lưu luyến hàng mi
Nước mắt dào trên má là khi
Nó tưới mát mảnh hồn héo hắt
Trái tim ta trong giòng nước mắt
Ngọc trai trong giếng nước diệu kỳ
Trong muôn giòng trái đất tuôn đi
Giòng trong nhất là giòng nước mắt!
Thế kỷ sẽ về đây đủ mặt
Đại đoàn viên nước mắt chia ly.
                    (1971)

211

Đất nước tôi

Cuộc đời tôi

Cuộc đời tôi có gì đâu, tính thử
Những năm tù, những năm ốm, còn dư
Là những năm da tái nhợt, lừ đừ
Trong chất độc giận buồn đau cố khử
Ôi tất cả đều thành quá khứ
Thực tới đâu rồi cũng hóa hư
Hỡi mong chờ, buồn, giận, ưu tư
Sao còn tới lòng ta nhiễu sự?

(1971)

Đất nước tôi

Đất nước tôi yếu nghèo bé nhỏ
Lại chịu toàn tai họa quá to
Đồng bào tôi sống yên lành như thỏ
Cũng mỏi mòn tù ngục nằm co
Các loại mồ hôi đều chảy vào kho
Máu nhuộm cờ, hoa trưng bày đây đó
Mắt địa cầu cận thị lồi to
Lệ cứ tha hồ lụt nhỏ
Miễn là mùi-xoa hóa thành cờ đỏ
Vẫy mừng bọn cướp tự do
Đạo mạo, thung dung trên tàn tro xương sọ

213

Tôi không nhớ hết tên bọn nó
Duẩn, Giáp, Hồ Hề, Chinh Xu gì đó!

(1971)

Dù trời đêm

Dù trời đêm chưa mang về yên nghỉ
Dù trời đêm còn ứa lệ trên mi
Song màn đêm đã xao động lạ kỳ
Bởi những giật co dồn về thế bí
Đêm hung bạo tới không còn lý trí
Cũng là đêm tụ lại để tan đi.

(1971)

Với tôi, ngày sống là

Với tôi, ngày sống là sống giả
Lao động nhục nhằn, đói ăn rũ lả
Chuyện phiếm, bông đùa như quên tất cả
Và như tù mãi chẳng cần ra!
Nhưng đêm về tôi mới sống xót xa
Cả quá khứ, tương lai cùng hiện thực
Tim với óc căng lên vì động lực
Đẩy vần thơ từ đau khổ chồi ra
Những vần thơ có hình dạng là hoa
Song sức phá vạn lần hơn trái phá!

(1971)

214

Biển đã mênh mông

Biển đã mênh mông, sông đã dài
Người nhỏ bé lại còn phóng đại
Gọi sông biển là Tràng Giang, Đại Hải!
To, to thêm, nhỏ, càng nhỏ lại
Ôi những vùng tim óc bán khai
Sóng dữ tha hồ man dại!

(1972)

Một hình bóng

Một hình bóng mơ hồ của thời xưa ấu thơ thoáng hiện
Giấc ngủ còn say mà cay đắng đã mênh mông
Thế giới vô tri, thương nhớ chập chùng
Lay tỉnh, quặn đau vùng bụng!
Ôi những trưa buồn nằm trong thung lũng
Mắt đã quầng, má xanh đã trũng!
Tôi cần một giấc ngủ yên
Quá khứ thường xuyên xỏ xiên phóng ra luồng điện
Giật tiềm thức tôi co lại quằn lên!
Điện tắt, song buồn lan mãi, vô biên!

(1972)

215

"Được nghe bà..."

"Được nghe bà kể khổ
Con thấy đời con thực là đáng chết!
Con đã đi bóc lột để nuôi bà
Con bây giờ không dám nhận là cha
Dù bà là do con để ra
Con, thành phần địa chủ thối tha
Trước nhân dân, trước Đảng, trước bà
Xin thành khẩn cúi đầu chịu tội!"
Đó là lời một cụ đồ ở ngoại thành Hà-Nội
Trước đấu trường giăng giối với con.

(1972)

Cả cuộc đời

Cả cuộc đời vô vọng thầm im
Vẫn chưa đủ nhấn chìm hy vọng?
Cả một trời đau khổ đổ vào tim
Vẫn chưa đủ, vẫn tìm mơ mộng?
Có lẽ trời bình yên cao rộng
Là trời man mác hơi thu?

(1972)

216

Trước mắt nhà thơ

Trước mắt nhà thơ
Vạn vật tỏ mờ ảo thực
Vũng nước ổ gà cũng hóa đại dương
Bác phu xe lưng gập xuống đường
Cũng nhỏ, cũng to chẳng khác gì các đế vương lừng
    danh sách sử?
Nhà thơ có khả năng biến chiếc điếu cầy thành bất tử
Biến đám quyền hành nghiêng ngả non sông
Thành lũ hề nhố nhế lông bông
Nhưng ở xứ muội mông
Những nhà thơ loại này chỉ có
Hai bàn tay không
Mà cảnh sát tự do xông tới nhà khóa lại!
Thế giới muốn gặp những nhà thơ loại này xin mời
    vào các trại
Tập trung rùng rợn trên rừng
Các nhà thơ sẽ đọc cho nghe những lời thơ
Mà chẳng phải là tráng sĩ Kinh Kha tóc kia cũng dựng
Hất tung chiếc mũ vàng sao lấp lánh đêm rừng!

(1972)

Bom đạn từng cao

Bom đạn từng cao chưa đủ!
Tên lửa tầm xa chưa đủ!
Đất này cần quần nát bởi xe tăng
Mới có thể san bằng khổ nhục
Mới có thể đào lên khôi phục
Giá trị con người, phong tục, thi ca
Dù xích tăng nhầm nghiền nát đời ta
Dù bước tận cùng Cộng Sản thủ tiêu ta
Ôi, những binh đoàn trọng pháo chiến xa
Tiếng gầm rú của ngươi sẽ làm ta hả dạ!

(1972)

Từng cơn nóng dội

Từng cơn nóng dội, từng cơn rét
Thịt bắp tiêu dần, xương với da
Chân vỡ sưng, cùm nhay lở loét
Rệp muỗi quây quần hút máu ta
Vụ hè oi bức trong hầm đá
Không khí như là hơi nước sôi
Ta khắp thân mồ hôi ướt vã
Cơm muối nhai cùng phân chuột hôi
Thời gian ẩm mốc, ngày như tối
Cặp mắt mờ run lóa hẳn rồi

Hốc mũi hơi thùng xông nhức nhối
Một mùa trong mộ đói qua trôi...
                    (1972)

Khi Na Tra

Khi Na Tra bị băm thành thịt nát
Hồn bay về tìm Thái Ất Chân Nhân
Quỳ khóc than, kể hết chuyện dương trần
Toàn khổ não, oan tình cùng uất hận!
Thái Ất nghiêm trang truyền học trò:
- Thôi giận!
Rồi buồn buồn giảng đạo lý cao xa:
- Hỡi oan hồn Thái Tử Na Tra
Ngươi đã thấy trần gian đầy khốn cực
Ta cho ngươi hạ sơn tìm sự thực
Sự thực thấy rồi, ngươi đã về đây
Quỳ dưới chân ta, nước lệ tràn đầy
Tình sư đệ thực lòng ta ái ngại
Nhưng khi trao phép mầu ta phải
Để cho ngươi tắm gội giữa đau thương
Cho linh hồn tinh khiết tỏa mùi hương
Cho thể xác ố tì tiêu tán hết!
Hỡi oan hồn Na Tra đã hết!
Hãy nhập ngay vào trong đóa sen tươi!
Đóa hoa sen vụt nở hóa một người

219

Quỳ phục xuống, hôn bàn chân sư phụ
Thái Ất Chân Nhân ôn tồn huấn dụ:
- Bao oán thù kiếp trước hãy quên mau
Lời ta truyền, tim óc khắc ghi sâu!
Thái Tử Na Tra vâng lệnh cúi đầu
Nhưng một mối buồn không tưởng tới
Một mối buồn mênh mông vời vợi
Từ lúc hồi sinh đã ngự trong tim
Thái Tử lui ra nhìn mây núi, như tìm
Lòng yêu sống, yêu người trong kiếp trước!

(1972)

Khi tổ quốc

Khi tổ quốc đen xì
Ta làm sao dám nghỉ!
Phải cân nhắc, nghĩ suy
Phải quan sát, chép ghi
Những tội ác cực kỳ
Mà Cộng Sản vung phí
Và xảo quyệt giấu đi
Trước con mắt hoài nghi
Của con người thế kỷ.

(1972)

Đảng đầy tôi

Đảng đày tôi

Đảng đày tôi trong rừng
Mong tôi, xác bón từng gốc sắn
Tôi hóa thành người săn bắn
Và trở ra đầy ngọc rắn, sừng tê.

Đảng dìm tôi xuống bể
Mong tôi, đáy nước chìm sâu
Tôi hóa thành người thợ lặn
Và nổi lên ngời sáng ngọc châu.

Đảng vùi tôi trong đất nâu
Mong tôi, hóa bùn đen dưới đó
Tôi hóa thành người thợ mỏ
Và đào lên quặng quý từng kho
Không phải quặng kim cương hay quặng vàng chế đồ
    nữ trang xinh nhỏ
Mà quặng uranium chế bom nguyên tử.

(1972)

Núi

Người đứng đó
Cao to giữa loài cây cỏ
Song ngàn vạn mối lo ngày đêm chập chờn chực đó

Chắc Người hiểu rõ
Bao kẻ thèm đặt chân lên đỉnh đầu Người
Người nhô lên trong những cơn động đất nhất thời
Thì rồi cũng có thể nhất thời Người chìm chôn trong
    những cơn đất động
Hỡi núi cao lồng lộng!
Chót vót, song chon von và không lớn rộng
Quanh quẩn bên Người toàn lũ phù vân
Người càng cao càng tê lóa tâm thần
Vận mạng của Người nguy mất!
Người quên cả dưới chân Người là đất
Năm tháng nặng đè, đất sụt, đứng vào đâu?
Người có chiều cao mà chẳng có chiều sâu
Lòng dạ của Người tối tăm biết mấy!
Tục ngữ đo Người không quá ba thân cây
Ôi chỉ những kẻ khờ ngây
Mới khiếp hãi coi Người là vĩ đại!
Văn minh càng cao, Người càng thấp đi thảm hại
Trên đầu Người bao kẻ đã bay qua
Hang vực Người bao kẻ đã xông pha
Còn ta
Ta chỉ nhìn qua và lắc đầu buồn bã
Ta biết Người chỉ là chất đá
Giá trị không bằng con cá lá rau
Người ì ra, không xấu hổ với đàn sau
Nặng chịch, thù lù, thô lỗ
Cao mà chẳng chút thanh cao

Nói gì lớn lao, đức độ!
Nhưng con người của thời đại cung trăng diệu kỳ đồ sộ
Nếu Người cản trở đường đi
Sẽ đục thủng ruột Người
Hoặc san bỏ Người đi
Bằng mọi cách!
Hỡi Núi!
Biết bao kẻ trong bọn Người thét ra lửa
    một thời hống hách
Đã lần lượt từ lâu lạnh ngắt tàn tro
Thế giới này không thể để cho
Một lũ các Người nhấp nhô, hỗn độn
Trong tương lai các Người sẽ không còn là nơi chốn
Cho các loại độc xà và ác thú nghênh ngang
Trái đất rồi đây chỉ có những ngai vàng
Cho những kẻ nhô lên từ trái tim vĩ đại!

(1973)

Bồi bút

Các loại bồi đều vô cớ bị ô danh
Bởi ông bạn cùng ngành có học có hành hẳn hoi là
    bồi bút!
Ông bạn này chỉ biết ăn biết hút
Biết lách chui vào mọi khách sạn no say
Và to mồm hô: Vạn tuế! Hôm Nay!

Để lương tâm không vò xé gắt gay
Ông cố gượng đeo vào đôi kính đỏ!
Nhưng buồn thay từ nhỏ
Không biết làm gì bằng hai bàn tay
Việc sửa sang khách sạn hàng ngày
Ông đành phải vục đầu, thè lưỡi
Liếm đệm, liếm giường, tầng trên, tầng dưới
Cho sạch như chùi mọi dấu vết của đêm!
(Có lẽ không cần phải giải thích thêm
Là nhờ đôi kính đỏ lọc lừa
Ông mới không nôn bữa ra khách sạn!)

(1973)

Ôi, ảo tưởng

Ôi, ảo tưởng, nhựa thần cây cuộc sống!
Không người, cây hết lá họa hương
Có người bên, gai góc hóa hoa hường
Địa ngục, thiên đường lẫn lộn!
Đừng để mất xanh hồng ảo tưởng
Bạn lòng ơi, dù nắng xế hoàng hôn!

(1973)

Dù đời ta

Dù đời ta sa đáy vực khổ oan
Cũng được, miễn là thoát ra khỏi đó
Đời ta sẽ tự do như gió
Mang lời ca tha thiết tâm can
Bay khắp địa cầu kêu cứu nhân gian
Trừ Cộng sản!
Là nghệ sĩ ta chỉ có một niềm lo đơn giản
Ta biết khổ oan là một thứ linh đan
Nuốt vào là bỏng cháy tim gan
Lời ca hóa ra vạn tuế!
Nên quằn quại, nổi chìm đớn đau là thế
Bạc cả tóc râu dưới đáy vạc dầu
Ta chỉ ngẩng đầu cầu xin Thượng Đế
Đừng để linh đan quá lửa đốt thành than
Cả cuộc đời sáng tạo tân toan!

(1973)

Thế lực đỏ

Thế lực đỏ phải đồng tâm đập nát
Để nó hoành hành, họa lớn sẽ lan nhanh
Nhưng không thể dùng bom A bom H
Phá nát địa cầu vì một lũ gian manh
Nên phải viết, phải muôn ngàn kẻ viết

226

Những tội tầy đình được bưng bít tinh vi
Nếu nhân loại mọi người đều biết
Cộng sản là gì, tự nó sẽ tan đi
Thứ sinh thành từ ấu trĩ ngu si
Sự hiểu biết sẽ là mồ hủy diệt.

(1973)

Không phải chết

Không phải chết, sống mỏi mòn mới khiếp
Sống niêu cơm, manh áo cũng đọa đày
Sống yên lành, song cũng khó yên thay!
Sống lao tù, sống bệnh hoạn lắt lay
Sống đau nhức cả thần kinh bắp thịt
Sống giương mắt đỏ ngầu trông xám xịt
Năm tháng kéo ùn ùn lên bất tuyệt
Ôi sống thế chẳng thà tự diệt
Mà không hề lưỡng lự mảy may
Thiên đường hay địa ngục cũng đi ngay
Nhưng một niềm hy vọng đắng cay
Đã đóng chặt ta xuống mảnh đất này!

(1973)

Không lối thoát

Không lối thoát, tối đen và lạnh ngắt
Đôi chân đau gai nát, muốn đi lùi!
Nhưng đằng sau toàn những bụi cùng tro
Nếu tôi dẫm làm mù tung chúng nó
Mắt tôi sẽ bị cay sè và đỏ!
Nên không tiến cũng không lùi, tôi đứng đó
Trông thời gian lật lọng lăn qua
Vung búa liềm phá trụi các loài hoa
Cỏ úa, lau gầy cũng chẳng được tha!
Tôi đứng đó, và ghi vất vả
Qua ánh đèn pin chập chùng truy nã!

(1973)

Đảng

Đảng dìu dắt thiếu nhi thành trộm cướp
Giải phóng đàn bà thành đĩ, thành trâu
Giúp người già bằng bắt bớ rể dâu
Và cải tiến dân sinh thành xác mướp!
Đảng thực chất chỉ là đảng cướp
Dựng triều đình mông muội giữa văn minh
Sống tạm thời nhờ thủ đoạn yêu tinh
Nhờ súng đạn Tầu Nga, bắt bớ

228

Đảng tắt thở cuộc đời mới thở
Đảng còn kia bát phở hóa thành mơ!

(1973)

Từ trẻ tới già

Từ trẻ tới già quét dọn nhà tu
Tới tuổi bảy mươi vô cớ đi tù
Mười năm lao động cần cù
Mưa nắng ngày công giữ đủ
Quản giáo đùa yêu dọa cùm cổ cụ
Cụ càng tăng năng suất cần cù!
Cố còng thêm, thêm mãi cái lưng gù
Vãi cả ra quần, ra cót khai mù
Ngoài tám mươi cụ bỏ xác trong tù.

(1973)

Nơi đây

Nơi đây không có mùa xuân
Có chăng chỉ có tuổi xuân chôn vùi
Nơi đây cay đắng đủ mùi
Sắn dăm ba mẩu trộm vùi, giấu lưng
Thương xuân không kẻ đón mừng
Đành cam lạnh lẽo xó rừng đắng cay

229

Xuân ơi, trót tới chốn này
Mời xuân mẩu sắn cùng say với tù
Ngày mai tan lớp mây mù
Đón xuân tù hứa sẽ bù cho xuân.

                    (1974)

Ôi, người là

Ôi, người là cây đại thụ
Giữa đời tỏa bóng thiên thu!
Bóng thiên thu?
Hay bóng âm u?
Không, theo luật tự nhiên, một ngày kia ta sẽ thành
    cổ thụ
Điều lúc đó lòng ta ấp ủ
Là bàn tay hữu dụng bác tiều phu
Ta không thể tự ru
Bằng khúc nhạc mọt sâu ngấm ngầm đục ruỗng
Vẳng lên vòm lá ngợi ca
Mà cam lòng nhìn bóng rợp của ta
Làm đám chồi non cớm nắng!
Ta bình sinh hình hài mọc thẳng
Thương mà khinh loài bình vôi trắng
Ngàn đời miệng ngậm hương đen
Rủi sau này có kẻ đua chen
Đeo móc được lên mình ta lũ đó

Thời hỡi Thần Mưa, Thần Gió
Hãy đưa đường Thần Sét giáng lên ta
Lưỡi rìu nhục nhã!

(1974)

Đêm nằm nghe

Đêm nằm nghe tiếng mưa rơi
Nghe hơi gió thổi, nghe đời quạnh hiu
Niềm yêu nát dột, tiêu điều
Niềm tin bóng đổ xiêu xiêu mái tường
Chân trời – chuyện cũ đáng thương –
Văn chương nặng chĩu gông xiềng khổ đau
Gia đình tan tác lìa nhau
Trưa chiều lưng bát cơm rau lạnh lòng
Nửa đời thân thế long đong
Nhà thương, tù ngục xoay vần tuổi xuân
Một năm thổ huyết dăm lần
Mười năm cấm cố tiêu dần thịt da
Rừng hoang biên giới mưa sa
Hoẵng kêu nấc giọng xa xa trên ngàn
Chăn đơn khôn ấm nỗi hàn
Co lên đắp tấm thân tàn bỏ đi...

(1974)

231

Cây

Cùng với muôn loài, ta sinh ra và lớn lên trong không
    gian man rợ
Gốc rễ của ta nằm sâu trong lòng đất đai xứ sở
Nhờ ánh sáng mặt trời và những hạt nước mưa
Từ những chất vô cơ ngày đêm vận hành trong vũ trụ
Ta hút vào, nhả ra, thành hoa, thành nụ
Và lớn lên nhọc nhằn từng vụ...
Quê hương ta thường ăn chẳng đủ
Nắng hạn, sâu trời, binh lửa, ly tan
Đàn em ta còi chột, cơ hàn
Nhựa sống kiệt dần, héo rũ
Bao năm qua sài lang làm chủ
Bách tính muôn loài hiến máu phơi da
Đêm đêm thường thao thức cùng ta
Sông núi âm thầm chẳng ngủ.

Ta không có giấc mơ, mơ mình thành loài tượng thụ
Muôn đời trụ với thời gian
Ta chỉ mong sao trên mảnh đất suy tàn
Được góp một phần trái hoa phong phú
Thân mình ta thời gian tụ mủ
Những mũi tên thù, những vết dao đâm
Núi rừng thiêng giam hãm thầm câm
Hoa trái của ta thâm bầm nở nụ
Xung quanh ta màu rêu xám phủ

Lá rụng, thu buồn, mốc ẩm, âm u
Ta đứng im in bóng xuống ao tù
Gió lộng tầng cao ào ào nhắc nhủ
Ta vững tin, tất Trời kia chẳng phụ
Công đất vun bồi nuôi dưỡng thân ta
Trong đêm cùng vùng nhiệt đới bao la
Trái lửa của ta sẽ bùng lên vạn ánh.

(1974)

Tôi im lặng

Tôi im lặng khi kẻ thù hành hạ
Sắt thép đưa vào, đau đớn hôn mê
Câu chuyện anh hùng để trẻ con nghe
Tôi im lặng chỉ vì tôi tự nhủ:
- Có ai đi rừng gặp loài dã thú
Lại mở mồm kêu xin chúng thương tha?

(1974)

Dựa vào sự vô tư

Dựa vào sự vô tư trong an lạc
Nên tận giờ Cộng Sản vẫn nghênh ngang
Được vỗ tay ca ngợi từng tràng
Ở lắm chỗ, trừ nơi gây tội ác!

233

Chuyện vĩ đại... bi ai

(Nơi đương dựng thiên đường kiểu Mác)
Nơi này cũng vỗ tay nhưng vỗ khác
Khác vì tay không vỗ, khóa vào ngay!
Đảng kiểm tra gay gắt đêm ngày
Hơi nghĩ khác là đi tù mục xác
Con cháu cũng bị trù cho tới thác!

(1974)

Mỉa mai thay

Mỉa mai thay mấy con đường tắc tị
Được cắm biển, khua chiêng đường chân lý!
Nào đường sang Nga, sang Tầu, sang Mỹ
Dân tộc điên đầu dầy xéo kéo nhau đi
Thế kỷ hai mươi thành thế kỷ chia ly
Đói gạo, no tù, đạn bom sát hủy
Riêng béo bở có mấy thằng vô sỉ
Nga, Mỹ hay Tầu chúng vẫn vu vi!

(1974)

Miếng thịt lợn

Miếng thịt lợn chao ôi là vĩ đại!
Miếng thịt bò lại vĩ đại bằng hai!
Chanh, chuối, cam, đường, lạc, đỗ, gạo, khoai

235

Tia chớp này vĩ đại

Tất cả những gì người có thể nhai
Đảng mó tới tự nhiên thành vĩ đại
Ôi chuyện thực mà tưởng như thần thoại
Mà tưởng như ác mộng bi ai!

(1974)

Cuộc cờ nhân loại

Cuộc cờ nhân loại tỉnh hay mê?
Tướng, sĩ trong cung một lũ hề
Quanh quẩn, quẩn quanh vài bốn nước
Dọc ngang, ngang dọc mấy thằng xe
Lũ pháo rú, gầm trong sát hủy
Ngựa voi loài vật cũng ra uy
Đáng thương chỉ có dăm thằng tốt
Bị thúc qua sông mấy kẻ về!
Thua, được, xóa, bày bao thế hệ
Cuộc cờ nhân loại tỉnh hay mê?

(1975)

Hãy cho qua

Hãy cho qua những gì đã qua
Chớ nghĩ tới những gì sẽ tới
Điều đó được, nhưng còn hiện tại

Hiện tại hung tàn, không chút dung tha
Tra tấn ta từng phút, từng giờ
Bắt ta khóc những ngày qua đã mất
Đợi ngày mai dù chẳng thấy tăm hơi!
Nghĩa là khi ta sống ở trên đời
Đời lang sói ta càng không thể trốn
Phải chiến đấu giữa muôn trùng nguy khốn
Góp phần thất bại với tương lai
Đó cũng là tia chớp của ngày mai
Dù mất hút trong trời đêm hiện tại
Tôi thừa nhận tia chớp này vĩ đại!

(1975)

Khi Mỹ chạy

Khi Mỹ chạy, bỏ miền Nam cho Cộng Sản
Sức mạnh toàn cầu nhục nhã kêu than
Giữa tù lao bệnh hoạn, cơ hàn
Thơ vẫn bắn, và thừa dư sức đạn!
Vì thơ biết một ngày mai xa xôi nhưng xán lạn
Không dành cho thế lực yêu gian
Tuyệt vọng dẫu lan tràn
Hy vọng dẫu tiêu tan
Dân, Nước dẫu đêm dài ai oán
Thơ vẫn đó, gông cùm trên ván
Âm thầm, thâm tím, kiên gan

Biến trái tim thành "Chiếu Yêu kính" giúp nhân gian
Nhận rõ nguyên hình Cộng Sản
Tất cả suy tàn, sức thơ vô hạn
Thắng không gian và thắng cả thời gian
Sắt thép quân thù năm tháng gỉ han!

(1975)

Đừng sợ

Đừng sợ cái cực kỳ man rợ
Dù nó đương thịnh thời rông rỡ nơi nơi
Phải vững tin vào bước tiến con người
Vì khi nó bị dìm ngang súc vật
Cũng là lúc nó tìm ra sức bật
Đau thương kỳ diệu đi lên!
Từ muôn ngàn tàn lụi không tên
Sẽ bùng nở một trời hoa lạ quý
Từ đêm cùng chập chùng chuyên chế
Văn minh, nghệ thuật chồi sinh
Chỉ xót cho lớp trẻ hiện hình
Của đói khổ, tù đày, nhem nhuốc
Phải cứu chúng, phải tìm ra phương thuốc
Dù là thuốc nổ!

(1975)

239

Thơ của tôi

Thơ của tôi không có gì là đẹp
Như cướp vồ, kìm kẹp, máu ho lao
Thơ của tôi không có gì cao
Như chết chóc, mồ hôi, báng súng
Thơ của tôi là những gì kinh khủng
Như Đảng, Đoàn, như Lãnh Tụ, như Trung Ương
Thơ của tôi kém phần tưởng tượng
Nó thật như tù, như đói, như đau thương
Thơ của tôi chỉ để đám dân thường
Nhìn thấu suốt tim đen phường Quỷ Đỏ.

(1975)

Cuộc chiến đấu này

Cuộc chiến đấu này chưa phân thắng, phụ
Ta vẫn còn đây và sắt thép còn kia
Chết chóc thầm câm, cốt nhục chia lìa
Ta vẫn sống và không hề lẫn lú
Ta muốn nói với loài dã thú:
Khúc hát khải hoàn ta sẽ hát thiên thu!

(1975)

Ngục ca số 13 nguyễn chí thiện - phạm duy

Vì ấu trĩ

Vì ấu trĩ

Vì ấu trĩ, thờ ơ, u tối
Vì muốn an thân, vì tiếc máu xương
Cả nước đã quy về một mối
- Một mối hận thù, một mối đau thương! -
Hạnh phúc, niềm mơ, nhân phẩm, luân thường
Đảng tới là tan nát cả!
Lịch sử sang trang, phũ phàng, tai họa
Nào đâu chính nghĩa thắng gian tà?
Đau đớn này không chỉ riêng ta
Mà tất cả!
Cả những kẻ đã nằm trong mả
Và những bào thai trong bụng mẹ chót sinh ra
Chúng sẽ có quyền nguyền rủa lũ ông cha
Đã đẩy chúng sa xuống hầm tai vạ
Lỗi lầm tại ai? Xét ra tất cả
Mấy ai người đem hết tâm can?
Trước hung thù hung hiểm gian ngoan
Biết bao kẻ mơ hồ mong hưởng lạc!
Nghĩ tới ngày mai lòng ta tan tác
Đến bao giờ lấy lại được giang san
Chế độ này trâu ngựa sống không an
Sài lang đã dựng xong nền thống trị
Ai đứng dậy diệt trừ lũ quỷ?
Ai trái tim lân mẫn vạn dân tàn?

242

Miền Nam ơi, từ buổi tiêu tan
Ta sống trọn vạn ngàn cơn thác loạn!

(1975)

Khi muối chát

Khi muối chát đưa vào mồm thấy ngọt
Và khi lá sắn hóa bùi, thơm
Cũng là khi tôi lấy máu lẫn đờm
Quết vào mặt Mác Lê bằng mọi giá
Kể cả giá treo cổ!

(1976)

Con người không thể tưởng

Con người không thể tưởng hôm nay
Thế kỷ hai mươi mảnh đất này
Củ sắn thành củ sâm, Đảng lấy
Thiên đường hay địa ngục đương xây?
Đau ốm nằm không thuộc một bầy
Nằm dài vêu mõm, rũ chân tay
Thâm, vàng, xanh bủng, run run gậy
Bao chờ trông, đã bón cho cây!

(1976)

243

Cây mọc tùm hum

Cây mọc tùm hum, cỏ dại
Đường đi vào trại âm u
Qua bãi chôn tù đầy mộ
Thầm câm
Ai biết, ai thăm?
Rừng hoang tịch mịch, chiều sâu thẳm
Lòng thung rờn rợn hư vô...
Người đi giữa đêm cùng vực thẳm
Nào đâu quá khứ, tương lai?
Hiện tại - đường đi vào trại -
Dài như mối hận ngàn thu!

(1976)

Con tàu cuộc sống

Con tàu cuộc sống tháng năm trôi
Bến cũ sông xưa khuất hẳn rồi
Sóng nước mênh mông, chiều tắt vội
Ánh đèn xa lạ sáng quanh tôi...
Chỉ một lần, chỉ một lần thôi
Trở lại phòng xưa, kẻ khác ngồi
Ai mất, ai còn, ai lặn lội?
Tìm trong ký ức xa xôi....

(1976)

Vì nhân loại

Vì nhân loại tưng bừng, quá ít bận tâm
Tới những cảnh chôn vùi đớn đau giẫy giụa
Vì Cộng Sản đê hèn hung ác chủ tâm
Dùng thời gian tiêu diệt chúng ta, bắt chúng ta suốt
    đời phải làm trâu ngựa
Lịch sử hỡi, không chờ ngươi được nữa!
Ngươi chậm và ngu như một con rùa
Đời con người ngắn ngủi, kẻ thua
Phải quyết định gọn nhanh và nảy lửa.

                  (1976)

Đất thảm

Đất thảm, trời sầu, nào đâu đổi mới?
Tất cả ngả vàng, đỏ mắt chờ chi?
Thời gian nào có mấy khi
Mang lại cho ta những gì mong đợi
Ôi, mọi thứ chân trời để tới
Con người phải dấn thân đi
Dù ngàn muôn họng súng đen xì
Phục đón trên đường thiên lý
Ta dám sống và ta dám nghĩ
Chuyện dám làm, dám chết nhẽ đâu không

Ta sẽ dành cho sự thành công
Bảo bối cuối cùng - Mạng sống -
                    (1976)

Nếu ai hỏi

Nếu ai hỏi tôi mong gì trong cuộc sống
Biết tôi tù, anh sẽ nói: Tự do!
Tôi đói lâu rồi, anh sẽ nói: Ấm no!
Không, không phải, anh lầm, trên đất Cộng
Những thứ đó đã trở thành huyền mộng
Ai người ôm ấp chờ trông
Tất nhiên phải sống
Quằn lưng, quỳ gối trước quân thù.
Trong cuộc trường chinh đọ sức với lao tù
Tôi chỉ có lời thơ ấp ủ
Và hai lá phổi gầy xơ
Để đánh kẻ thù, tôi không được hèn ngu
Để thắng kẻ thù, tôi phải sống ngàn thu!
                    (1976)

Có phải em là

- Có phải em là em bé
Bố tập trung xa cách đã mười năm

246

Bố dượng em là bác da ngăm ngăm
Là đồng chí Bí Thư nơi mẹ em công tác?
Anh là bạn tù của bố em, từ tỉnh khác
Về tìm em để nhắn hộ tin
Bố em giờ đau ốm cần xin
Ít ký ninh, ít đường đen bồi dưỡng
Bố dặn mẹ, hãy an lòng, đừng ngượng
Bố hiểu cảnh tình rất thương mẹ và em
Hãy nín đi em đừng khóc!
Bố sắp về rồi sẽ cho em đi học
Mua cho em đôi dép em đi
Em sẽ được là thiếu nhi quàng khăn đỏ
Là cháu ngoan Bác Hồ em có thích không?
- Có thích!
(1976)

Lòng vẫn nhớ

Lòng vẫn nhớ làm sao cái ngày lạnh đói
Hành trang một gói lên đường
Giữa khoảng đêm trường rời bỏ quê hương
Rời bỏ gia đình
Tình thương đứt ruột!
Thôi rồi
Đời đi suốt từ đây
Vĩnh biệt từ đây

Trong bóng đêm

Vĩnh biệt!
Ngày về nào biết khi nao?
Cửa sắt tù lao
Khép chặt!
Mẹ Cha già sống trong héo hắt
Thương đau...
Lần lượt cùng nhau khuất bóng
Chẳng còn trông ngóng
Đứa con tù vô tội
Trong các trại tù tăm tối nhất dương gian!

(1976)

Trong bóng đêm

Trong bóng đêm đè nghẹt
Phục sẵn một mặt trời
Trong đau khổ không lời
Phục sẵn toàn sấm sét
Trong lớp người đói rét
Phục sẵn những đoàn quân
Khi vận nước xoay vần
Tất cả thành nguyên tử.

(1976)

Bóng ai

Bóng ai u ám, nặng nề
Phố xá, đêm buồn, hoang vắng
Số phận, con người, năm tháng
Mỏi mòn trong bước chân đi...
Thành phố về khuya, điện mất đen xì
Gió thổi trời đông rầu rĩ
Đâu rồi thiện, mỹ
Đâu rồi chân lý, lương tri?
Thưa thớt ba vì sao hiu hắt
Như tàn, như tắt trong sương...
Đất nước, quê hương
Vạn kiếp bi thương không ngóc nổi đầu
Bạo lực đỏ ngầu, man rợ
Móng nền tan lở, hoang hư
Một mái chùa rêu, một thảo lư
Một chiếc thuyền câu, thơ với rượu
Tất cả không còn, ai cũng hiểu
Mong gì hai chữ an cư!
Không mang chi, ngoài đôi chút thi thư
Tôi cơ nhỡ giữa hai miền thương nhớ
Đất xa lạ, xa mờ, tan vỡ
Trời quê hương vương máu tâm tư
Thực hóa ra hư, mọi thứ tạ từ
Gió bụi lùa qua cửa tử

Giòng thời gian trôi, trôi mãi, lê thê
Bóng ai u ám nặng nề...
(1978)

Đi về đâu?

Đi về đâu mà sầu đau ngơ ngác
Các ngả đời đều tan tác, xác xơ
Hãy xuống con thuyền vượt trùng dương hung ác
Đi về phương cháy đỏ những trời mơ
Cuộc sống tương lai đương đứng đón chờ
Chờ ta đó, bờ tự do tráng lệ!
(1978)

Người cách mạng

Người cách mạng khổ trước dân,
    mà sướng sau dân
Chúng sống như vua, dân đói vật vờ!
Chúng lại ba hoa là đầy tớ toàn tâm, toàn ý tôn thờ
Phục vụ nhân dân, vì dân là chủ!
Chúng thực tế là những tên đao phủ
Trăm lần tởm kinh hơn ác thú!
Đáng giận là còn có những cái đầu mê mụ
Cho lũ gian manh biến thành công cụ

251

Loại đầy tớ này, chỉ một ngày nếu dân làm chủ
Sẽ đưa tất chúng về âm phủ!

(1978)

Nắng chang chang

Nắng chang chang
Gió mênh mang
Cánh đồng như gương, lấp loáng
Sau những lùm tre xa xa
Trưa vắng
Xóm làng êm ả
Ngồi dưới bóng cây đa mầu hồng
Gió thổi, mồ hôi mát
Tán đa dào dạt
Bỗng thấy mình đương sống
Không gian đột nhiên sinh động!
Thân thiết lạ thường!
Một con ễnh ương
Một mùi cỏ hương
Một cô gái quê gánh nặng trên đường, lầm lũi
Tất cả sao gần gũi, yêu thương!

(1978)

Tù ti tỉ

Tù ti tỉ không tha
Răng rụng, mắt như lòa
Cơ bắp teo tóp cả
Tim óc đều nhão ra!
Riêng dạ dày rất khỏe
Do lao động quá nhẹ
Được nghỉ ngơi quá nhiều
Nó có thể nghiền tiêu
Cả sắn sống, ngô sống
Cả rắn rết, chuột cống!
Để tự do buông lỏng
Không cẩn trọng đề phòng
Cái dạ dày khốn nạn
- Kẻ thù của Cộng sản! -
Nó có thể nghiền tan
Cả tình người, tình bạn
Cả tim óc lẫn gan!

(1978)

Độc quyền ăn

Độc quyền ăn
Độc quyền nói

253

Bắt dân đói
Bắt dân câm
Phải âm thầm
Làm tôi mọi!
Cáo hiểm thâm
Còn ác tâm
Hơn lang sói!
(1978)

Xa cách

Xa cách lâu ngày về thăm quê
Cảnh cũ, hồn xưa, buồn tái tê
Các cụ già quy tiên tất cả
Tôi bỗng trở thành bậc chú cha!
Nhớ lại ngày xưa về quê nhà
Họ hàng làng xóm tình chan hòa
Mời mọc khước từ là bị giận!
Cơm rượu luân phiên ăn hàng tuần!
Giờ đây hợp tác quanh năm bận
Việc này, việc khác rất gian truân
Đâu còn cảnh đón tiếp xưa cũ
Thủa còn tình cảm, còn no đủ!
Làng xóm năm nay mùa bội thu
Thu hoạch khẩn trương đương thời vụ
Nhưng chỉ nhìn qua tôi chắc chắn

254

Cuộc sống xã viên cực khó khăn!
Hàng ngày cơm nước dọn ra ăn
Tôi ngồi trong dạ cứ băn khoăn
Con trẻ trông nồi cơm bịn rịn
Ngày mùa ăn đói, nói ai tin?
Trong làng, có rất nhiều hoa lá
Cả nắng vàng tươi, cả tiếng chim
Tôi vác điếu cầy ra phiến đá
Bên hồ nghe gió thổi, lim dim...
(1978)

Thượng đế

Thượng đế kia nổi tiếng nhân từ
Sao với tôi Người chẳng vô tư
Sai bà mụ nặn tôi trong bụng
Một thân hình bệnh hoạn tàn hư!
Tôi chắc tiền thân tội khiếp kinh
Kiếp này Thượng đế mới gia hình
Bắt buộc xác mình tôi thảm hại
Mang một hồn thơ chứa nặng tình!
Xác đẩy hồn sa hố khổ đau
Hồn liền lôi cả xác theo sau
Đời tôi là một trường mâu thuẫn
Của hồn và xác đẩy xô nhau!
Xác biết thân mình không đường sửa

Thường van vỉ hồn thôi rực lửa
Hồn bốc dâng to không thể chừa
Thình lình xác đổ một cơn mưa!
Sẽ tới một ngày hồn với xác
Lìa nhau mỗi thứ một phương khác
Xác chôn dưới đất, hồn lên trời
Hồn là thơ, mà xác rẻ rác!

(1978)

Đói, khổ, nghèo

Đói, khổ, nghèo, hai bữa
Già, ốm yếu, một thân
Thân thích lánh xa dần
Công an thường gõ cửa
Cuộc sống tởm lộn mửa
Nhưng sống chỉ một lần
Phải bùng to ngọn lửa
Để chết đi đỡ ân hận đôi phần!

(1978)

Bên cốc rượu

Bên cốc rượu buồn chếnh choáng
Thấp thoáng hiện về quá vãng xa xăm

256

Những khung trời đã mất
Ảo mờ, ngây ngất, rưng rưng...
Đâu cái thủa mọi bình minh đều rót
Vào tim những chén men say?
Sao thấy lại được vầng trăng thủa ấy
Ngọt ngào, lai láng, nên thơ?
Giờ mặt trời thôi không còn lộng lẫy
Vầng trăng gai lạnh hơi sương
Tất cả thì thầm: Đã hết
Tất cả rầu rầu, cảnh mất hồn xưa
Quán vắng chiều mưa, lạc lõng
Ngậm ngùi tìm bóng ngày qua

(1978)

Không về

Dù tim ai vắng vẻ
Ôm con đợi chồng về
Tháng năm dài tái tê
Dù tuổi trẻ, tình quê
Dù bạn bè, cha mẹ
Tất cả gọi anh về
Cả thần chết gần kề
Cũng nhắc nhở anh về
Anh giữ trọn lời thề
Không làm thân nô lệ!

257

Tự do như trời bể
Sống nhục đáng khinh rẻ!
Rừng xanh anh lặng lẽ
Bắn vào đầu bao kẻ
Đương đầy ải xóm quê
Đương lừa gọi anh về
Không phải với bạn bè
Không phải với cha mẹ
Không phải với vợ trẻ
Không phải với con bé
Với nhục nhã ê chề!
Với ngục tù thảm thê!
(1978)

Chúng phải trói

Chúng phải trói hoặc khóa
Hai tay quặt ra sau
Mới xô vào đấm đá
Ba bốn tên như trâu
Tất nhiên anh gục ngã
Ngã thì đã mũi giầy
Phối hợp với gót giầy
Ửng ực và ừng ực
Vào bụng và vào ngực
Ngất giả hay ngất thực

Nện thoải mái cái đã
Nện tới mồ hôi vã
Chúng ngừng, hút thuốc lá
Ra lệnh khiêng cùm ngay
Cấm y tá chữa chạy!
Chết chỉ mất tờ giấy!
Chúng cười nói như vậy
Nói vậy là nói bậy
Đảng, Bác thường răn dạy
Người là vốn quý đấy!
Từ những kẻ xác thây
Đã vùi bón rừng cây
Tới kẻ đã tù đầy
Tới kẻ đang tù đầy
Tất cả mang ơn dầy
"Trị bịnh cứu người" đấy!

                    (1979)

Khi bóng đêm

Khi bóng đêm dài cơ cực
Dài hơn vận mạng con người
Khi đớn đau và bất lực
Chẳng mong xoay chuyển đất trời
Không nhẽ thầm câm ngóng đợi
Đành tâm sống hết cuộc đời

Lam lũ, vật vờ, chó đói
Khi tiếng trùng dương thét gọi
Xông pha tìm hướng mặt trời
Cập bến bình minh tráng lệ!
Bom đạn, lao tù kiệt quệ
Đêm dài thao thức thương quê
Sống dưới lưỡi dao đồ tể
Hung tàn gông ách Mác Lê
Bao kẻ ra đi không về
Bao người mục mốc thảm thê!

(1979)

Một nơi

Một nơi giữa quê mùa ngay thẳng
Một thôn xóm xum hòa rau xanh, gạo trắng
Một căn nhà có vườn cây gió nắng
Một sức khỏe dồi dào hoạt động siêng năng
Một bữa rượu say, bạn thơ phú dăm thằng
Một biển gió, thông reo và cát trắng
Một ván cờ chơi trên núi vắng
Một ấm trà pha dưới đêm trăng
Một giấc ngủ ngon trên phiến đá bằng
Một cuốn sách vui buồn im lặng
Là tất cả những gì tim tôi cay đắng
Khát khao từ thủa đời quật quăng

Và theo cùng tuổi tác dần tăng
Sức nặng!
(1979)

Vui nào bằng

Vui nào bằng cái lệnh tha
Nhưng bao cảnh ngộ thực là xót xa!
Ra tù mất mẹ, mất cha
Vợ bỏ lấy chồng, con hóa lưu manh
Hai bàn tay trắng, thân anh
Miếng cơm manh áo, quẩn quanh tháng ngày
Trong tù anh đã xanh gầy
Ra tù anh vẫn xanh gầy thảm thê
Công an o ép trăm bề
Nay đồn, mai sở, chán chê nhục nhằn
Kiếp nghèo cơm chẳng đủ ăn
Ốm đau ập tới khó khăn cùng đường
Một liều thuốc chuột thảm thương
Đã đưa anh thoát thiên đường Mác Lê!
(1979)

Tổ quốc thân yêu

Tổ quốc thân yêu hóa thành địa ngục
Xét cho cùng cũng bởi hèn ngu

261

Đã cam tâm làm công cụ đui mù
Làm nô lệ quân thù nhẫn nhục
Mù mịt, mỏi mòn, móp meo, mốc mục
Hèn bảo Ngu: Hãy khuất phục, nín câm!
Ngu khuyên Hèn: Hãy tin tưởng, an tâm
Ngày mai sẽ huy hoàng, xán lạn
Ngày mai sẽ tới chân trời Cộng sản!
Trí tuệ sa lầy giữa muôn trùng súng đạn
Giữa ngu hèn, uất hận, âm u
Đất nước bao la là một trại tù
Bịt bưng kín, Đảng tha hồ làm chủ
Bác Hồ đó, bài kết đoàn mê mụ
Đứng, như hề, bắt nhịp giữa hèn ngu!

(1979)

Đa phần dân

Đa phần dân cán bộ
Bị bưng bít nhồi sọ
Về Nhân Quyền, Tự Do
Khái niệm cũng chưa có
Đảng làm mưa làm gió
Chính là nhờ ở đó!
Ôi, dân còn thế đó
Trí thức thì co ro

Đất với nước tối mò
Bao giờ trời sáng cho!

(1979)

Nàng thơ

Nàng thơ, nàng tiên hững hờ
Những kẻ lượn lờ
Nàng khinh miệt
Chỉ bùng cháy trước tình yêu mãnh liệt
Bất chấp muôn ngàn hủy diệt
Tận cùng tha thiết yêu thơ!

(1979)

Vì ta là

Vì ta là thi nhân
Kết tội Đảng sát nhân
Nên bị Đảng sát nhân
Bỏ tù rất bất nhân
Lụy tới cả thân nhân!

(1979)

Cái thứ

Cái thứ Duẩn, Chinh, Đồng, Hùng, Thọ Thẹo!
Cai trị nước ngoài, nói chó nó nghe theo
Đã dốt, đã ngu, lại lạc hậu, lại nghèo
Cũng muốn đua đòi làm đàn anh một tẹo
Tụt xuống cho nhanh đó là khôn khéo
Điều kiện đâu có đủ để chơi trèo!

(1979)

Sự đày ải

Sự đày ải dã man gấp trăm lần đem bắn
Có kẻ chết bụng mổ ra toàn vỏ sắn
Có người ăn cả cỏ như trâu
Dù họ làm ra đủ thứ hoa mầu
Hoa mầu đó Đảng dùng nuôi lợn!

(1979)

Ta hỏi ngươi

Ta hỏi ngươi, Tố Hữu, đôi lời
Ngươi nói thủa ngươi: "Chưa ra đời
Trái đất còn nức nở

264

Nhân loại chửa thành người"
Vậy bố mẹ ngươi
Là trâu, bò, chó, lợn, đười ươi?
                    (1979)

Không có gì

Không có gì
Mà lại quý hơn độc lập tự do mới thực là quái dị!
Nhưng Đảng lại mạ vàng trên cổng lăng,
Nhố nhăng, nhảm nhí
Và đề cao là chân lý!
Chân lý của loài ma quỷ
Con người phải hủy nó đi!
                    (1979)

Hổ báo

Hổ, báo, phượng hoàng, sư tử
Toàn loài hung dữ
Chỉ gây nguy hại cho đời
Có con ăn cả thịt người
Thối hôi tanh tưởi
Nhưng ở nhiều nơi
Và ở nhiều thời

Chúng được phụng thờ như thánh thần cao cả

Chuyện mê tín bậy xằng có chi là lạ!

Nhưng không hiểu tại sao

Các bậc tài cao

Đôi khi còn đức cả

Lại đem con người giỏi giang, tài trí

Ví với con vật hung tàn, hoang dã, ngu si!

Sự so sánh này thiếu suy nghĩ, hay ho chi

Mà cứ lập đi lập lại

Qua bao thời đại, lai rai!

(1979)

Thành bại

Thành bại trên đời rủi may là chính

Đạo đức, kiên trì, trí tuệ, phụ mà thôi!

Có những tên tim và óc đều tồi

Chúng vẫn cứ làm vua, quan, tướng lĩnh

Lại chẳng thiếu những tài năng chân chính

Chịu đọa đày, khổ đói, tù lao

Khinh mọi đảo điên ta chỉ đề cao

Những giá trị muôn đời nhân loại trọng!

(1980)

Đảng sát nhân

Đảng sát nhân
Bắt nhân dân
Phải ngợi ca
Là ân nhân!
Đảng ân nhân
Coi nhân dân
Như hòn phân
Bón chế độ!
      (1980)

Đảng ta

"Đảng ta là đạo đức"
Bác Hồ nói đúng thực!
Búa đanh nện vào ngực
Bắt làm đủ định mức
Người thời hộc máu tươi
Chết sau vài hôm trời
Người thời thành ho lao
Sống cũng chẳng là bao
Nhưng giữ vững cao trào
Thi đua trong cải tạo
Đảng ta rất nhân đạo
Bác Hồ không nói láo!
           (1980)

Mấy thằng quản giáo

Mấy thằng quản giáo, võ trang
Sống như con vật, vênh vang nỗi gì?
Nhưng do đầu óc ngu si
Cuộc đời vô vị, đen xì, vẫn tươi!
Quyền uy, vật chất trên đời
Là sai khiến nổi lũ người này thôi
Với tù, chửi bới, dùi cui
Với trên, nịnh bợ, luồn chui, đớn hèn
Ăn đút, ăn cướp đã quen
Thông cung liên lạc lắm tên vào tù!
Vào tù, tù đánh trả thù
Khóc than, van lạy chẳng bù khi xưa
Nhưng do bản chất con lừa
Ngấm ngầm bẩm báo vẫn ưa hại người
Có thằng bị đánh chết tươi
Tấm gương tầy liếp sáng ngời để soi
Nhưng nào chúng có biết soi
Vẫn ăn, vẫn hút, vẫn coi rất khuỳnh!
Chỉ khi bị bắt thình lình
Ăn đòn, ăn đói, mới kinh, mới xề!

(1980)

Chúng là ai?

Chúng đoạt của tù từ bộ khuy trên áo
Chúng ăn của tù từ túi bột canh!
Chúng là ai? Chúng là quản giáo
Giáo dục lưu manh, mà đều gấp vạn lưu manh!
Chúng là ai? Là mấy gã trẻ ranh
Bùn đọng còn mang đầy hơi hướng
Đa phần con cái nông dân
Mà kẻ hầu người hạ hư thân
Rông rỡ cứ như là vương tướng
Học đòi làm sang rất chướng!
Còn lũ tù cũng khó mà tưởng tượng
Lắm kẻ bạc đầu cũng không chút ngượng
Dẻo mồm xưng cháu kêu ông
Tôi chưa thấy người con,
      người cháu nào có hiếu với cha ông
Bằng mấy tên tù với ông quản giáo!
Chung quy chỉ vì:
Nước hơn mấy gáo
Khí trời hít thở nhiều hơn
Chỗ nằm xa hố xí hơn.

(1980)

269

Hai kẻ thù

Hai kẻ thù của tù: đói, rét
Tù nhân cầm cự ra sao?
Tuổi tác, to cao ảnh hưởng thế nào?
Nằm buồn, tôi tính toán...
Trước khẩu phần rùng rợn
Những chàng cao lớn
Chịu đựng đều thua thấp nhỏ, tuổi già
Nhưng khi gió đông về tê tím xương da
To khỏe, trẻ trai rõ ràng lợi thế
Không kể những người tù lâu kiệt quệ
Thành miếng mồi ngon cho đủ loại vi trùng!
Song xét cho cùng
Tất cả đều thua
Nếu không có gia đình dốc công, dốc của
Tháng năm è cổ thăm nuôi
Số chỉ trông vào trại chết như ruồi!

(1980)

Cộng sản

Cộng Sản chỉ nghi ngờ
Loáng thoáng ta làm thơ
Chống chế độ man rợ
Tàn bạo và nhuốc nhơ

Nói lên niềm ước mơ
Cùng nỗi khổ vô bờ
Của dân lành héo rũ
Đã mười mấy năm tù
Nơi rừng rú âm u
Không xét xử êm ru!
Nay công khai là thù
Ngang nhiên thẳng tay giáng
Vào mặt Bác và Đảng
Một tát như trời giáng
Lật mặt trước địa cầu
Đôi mắt Đảng đỏ ngầu
Dưới đáy vực thảm sầu
Ta phen này chìm sâu
Nhưng cuộc đời biết đâu
Còn có Trời trên đầu!

(1980)

Lông lá

Lông lá bóng bẩy
To béo nây nây
Lông nhông chạy nhảy
Chó, Tây nuôi đấy!
Nhếch nhác xanh gầy
Đói ăn trông thấy

Âu lo chạy vạy
Dân Bác Hồ đấy!
(1980)

Con thành thi nhân

Con thành thi nhân cũng chính là nhờ
Công sức Mẹ Thầy nuôi cho ăn học
Gia cảnh bần hàn lo toan chăm sóc
Con chỉ nằm đọc sách luyện vần thơ
Không mảy may báo hiếu được một ngày
Thực có tội với Mẹ Thầy biết mấy!
Song lòng già rất thương, đâu nghĩ ngợi
Chỉ mong con nên sự nghiệp, nên người
Trước lúc qua đời, Thầy Mẹ còn lo
May quần áo để tù về con sẵn có
Tình Thầy Mẹ mênh mông như thế đó
Thế gian này không có thứ đem so!
(1980)

Đảng thì

Đảng thì cực kỳ bất nhân
Dân thì cam đành yên phận
Những từ: Dân Chủ, Nhân Dân

272

Tự Do, Hạnh Phúc vân vân...
Những từ Đảng đã bôi bẩn
Nghe lắm chỉ càng căm giận!

(1980)

Nhà văn

Nhà văn, nhà báo
Nhà giáo, nhà thơ
Nhà thờ, nhà chùa
Đều sợ, đều thua
Nhà tù - nhà vua
Chớ đùa với Đảng!

(1980)

Cuộc sống

Đẹp quý nhất đó là cuộc sống
Cộng Sản nghiền tan đau đớn nào hơn?
Từ buổi thiếu niên, với tất cả căm hờn
Tôi chống cộng, vì tôi yêu cuộc sống
Tôi chống cộng để hồi sinh sự sống!

(1980)

Tên loạn luân

Khi bọn tay chân
Phong mi là "Cha già dân tộc"
Chúng đã chửi mi là tên khốn nạn loạn luân!
Mi ngu si, mi chẳng biết gì!
Cha Mẹ mi là dân tộc Việt
Anh chị mi là dân tộc Việt
Mi ngủ với ai mà là cha già của họ, hỡi Hồ ly!
(1980)

Bác Hồ

Mấy chục năm xa nước,
Bác không viết phong thư nào về
Thăm gia đình trong nước
"Cách mạng" thành công,
Bác vịn cớ bận, bất cần.
Bác Hồ ơi, Bác không yêu nhà,
Bác làm sao yêu được nước!
Không yêu người thân,
Bác làm sao yêu được nhân dân!
Chỉ những kẻ ngu đần
Bị mê lóa bởi tuyên truyền điêu trá
Mới tin Bác là đạo cao, đức cả
Yêu nước thương nòi, có nghĩa, có nhân.

Đến chị ruột Bác kia, khi còn sống ở dương trần
Cũng từ Bác, coi là không có Bác
Vì Bác đối với thâm tình quá bạc
Chị Bác – Bà Thanh – nói vậy nhiều lần
Bác vu cho bà là bị tâm thần!
Bác ranh ma, Tây không bắt nổi một lần
Làm "cách mạng" ở nước ngoài thoải mái
Bác xứng đáng được tôn là cao quái
Bác quái hơn nhiều so với lũ tay chân!

(1981)

Xà lim một Hỏa Lò

Bên kia bức tường là đường phố
Chỉ mười phút thôi là xum họp gia đình
Bên đây bức tường là xà lim cấm cố
Chỉ mấy chục phân, mà xa khuất mọi thâm tình!
Bạn ước như Tề Thiên Đại Thánh rùng mình
Hóa chim sẻ sập sè bay thoát khổ!
Ôi, bức tường
Mà chúng ta phải quyết tâm phá đổ
Đâu có xây bằng sỏi đá, xi măng!
Nó đã làm rơi bao cánh chim bằng
Sức bay vạn dậm!

(1981)

Cho bạn

Cho bạn vài củ sắn
Em bị cùm thối chân
Nhiễm trùng tê-ta-nốt
Em gái đành thiệt thân
Chuyện bình thường là vậy
Đảng chỉ mất tờ giấy!
Có kẻ đưa tin này
Bà mẹ quá đau khổ
Làm ầm cả khu phố
Chính quyền tới nạt nộ
Cấm bôi đen chế độ
Không câm ngay cái họng
Cho tù nốt là xong
Chuyện có gì quan trọng!

(1981)

Chúng là

Chúng là lãnh tụ
Đạo mạo, gật gù
Của bầy công cụ
Tin tưởng đui mù
Ăn phải cháo lú
Óc tim mê mụ!

Chúng là đao phủ
Của khối lì ù
Nhẫn nhục, hèn ngu
Đói rét, buồn ru
Cuộc đời héo rũ!
Chúng là rừng rú
Chúng là lao tù
Bao mồ hoang vu
Bao lời nhắc nhủ
Thầm câm, âm u
Mối hận ngàn thu
Vẫn còn ấp ủ!
Chúng là bá chủ
Chúng là Kiệt, Trụ
Bao năm hưởng thụ
Máu mỡ chưa đủ
Gậm xương, hút mủ
Thân xác trương phù!
Chúng là kẻ thù
Chúng là quái cụ
Ác hơn ác thú
Để sống no đủ
Không thể thúc thủ
Phải đưa cả lũ
Chúng về âm phủ!

          (1981)

Tự ngàn xưa

Tự ngàn xưa, kẻ đo lọ nước mắm,
Đếm củ dưa hành,
Kẻ keo bẩn, lèm nhèm, đáng khinh trong xã hội!
Đảng ngày nay bóp dân, phân phối
Kể từ hạt muối, cọng rau
Về con chó, cổ nhân có câu
"Chó gầy hổ mặt người nuôi" để lại
Đảng ngày nay đày dân đói gầy thảm hại
Có hề xấu hổ gì đâu!
Mấy gã chóp bu vẫn ngẩng cao đầu
Phơi mặt thớt trước địa cầu, vô sỉ!

(1981)

Nhẽ ra là

Nhẽ ra là phải đại náo nhân gian
Kêu gọi bốn phương cùng khổ, cơ hàn
Về tụ nghĩa Hoa Quả Sơn bạo loạn
Lũ yêu quái ăn thịt người không biết rợn
Phải quẳng chúng vào những hỏa diệm sơn
Bao Ngũ Hành Sơn phải phá nổ tung tan
Thiết bổng ngàn cân đập chết bạo tàn
Đưa Đường Tăng lên ngự trị ngai vàng

278

Bao việc cần làm hơn đi Tây Trúc
Sao bạn không làm, Tôn Ngộ Không ơi!
(1981)

Chuyện tù

Chuyện chốn tù lao
Tưởng tượng làm sao!
Khó tin làm sao!
Đổi quần, đổi áo
Được vê thuốc lào
Cuộn vào giấy báo
Quản giáo bất nhân
Cùm tới thối chân
Có người thiệt thân!
Còn lũ tù nhân
Chọc mắt, cắt gân
Giết nhau tàn nhẫn!
(1981)

Trừ số nhỏ

Trừ số nhỏ thực hỏng hư nguy hiểm
Phá phách, chơi bời theo thú tính cuồng điên
Là con người, ai không nghĩ đến

Xây dựng cho mình một tổ ấm bình yên?
Nhưng ở vào lứa tuổi thanh niên
Bỏ sức lực làm ăn lương thiện
Mà áo cơm chẳng đủ mới ưu phiền
Mới liều lĩnh xoay tiền ăn diện
Thành miếng mồi ngon cho nhà tù nghiền nghiến
Một cách lạnh lùng, độc ác vô biên
Đất nước bao la, rừng núi trăm miền
Hệ thống trại tù ngổn ngang xuất hiện
Đày đọa con người, thảm thê tùy tiện
Lao động, ăn đòn, ăn đói triền miên
Tù chết như ruồi, Đảng vẫn điềm nhiên
Có rất nhiều tù mới tới thay phiên!

(1981)

Tòa tuyên án

Tòa tuyên án tử hình
Là cấm gặp gia đình
Ngay cả ngày hành hình
Gia đình cũng không biết!
Những người mang án chết
Là xà lim cùm miết
Họ ăn uống cũng hệt
Như những tù bình thường
Cơm, nước muối thảm thương!

Sáng hôm đi pháp trường
Phải xốc nách dìu ra
Cùm lâu bước muốn ngã
Ba, bốn điếu thuốc lá
Một ca con nước trà
Hai bánh ngọt bày ra
Tiêu chuẩn trước khi chết
Phần nhiều bỏ lại hết!
Họ ngồi trong xe hòm
Mắt bịt vải đen ngòm
Tay khóa quặt ra sau
Xe băng băng rất mau
Chở họ tới nơi bắn
Một cục giẻ đã sẵn
Thường thường là giẻ bẩn
Được tọng vào tận họng
Bằng que thông nòng súng
(Phòng chửi bới lung tung!)
Đôi khi lợi bị thủng
Một dòng máu ứa ra
Dây thừng được mang ra
Những người ốm, người già
Bị ghì trói cật lực
Trói đã đủ chết thực
Bắn chỉ là thủ tục!
Bản án đọc kết thúc
Đội bắn bắn lập tức

281

Sáu viên đạn vào ngực
Dây thừng được chặt đứt
Xác chết liền đổ lăn
Tên đội trưởng đội bắn
Tay lăm lăm súng ngắn
Mũi giầy đá vào mặt
Lật hất phía thái dương
Bắn một phát thông thường
Gọi là phát nhân đạo!
Pháp y liền bước vào
Khám thi thể qua loa
Đội bắn đeo mặt nạ
Phòng xa bị trả thù
Lên xe về trại tù
Hưởng vại bia bồi dưỡng!

(1981)

Đón xuân

Đón xuân chân trong cùm
Trà thuốc không một hơi, một ngụm
Xung quanh ta một mùi thum thủm
Con người ta xương da một dúm
Dốc chút hơi tàn giành dụm
Thơ xuân vẫn nở một chùm!

(1982)

Con trâu

Con trâu khỏe như hổ
Nó chủ yếu ăn cỏ
Vậy trong cỏ phải có
Chất bổ, đúng không anh?
Bạn luộc gô cỏ xanh
Ăn thí nghiệm, không thành
Nôn ọe hết còn đâu
Tiếc thay người khác trâu!
                    (1982)

Nếu cỏ

Nếu cỏ bổ như gạo
Dân cũng chẳng được no
Đảng quản lý ngay cỏ
Khan hiếm, giá vọt cao
Đâu phải nói tào lao
Đảng là như thế đó!
                    (1982)

Trại là nhà

"Trại là nhà! Trại viên là chủ!"
"Gương mẫu đầu tầu, lao động bằng hai!"
"Phấn khởi thi đua xây dựng trại!"
Trại đây là trại tù
Còn trại viên là những người tù
Chết mòn, đói rũ
Mấy khẩu hiệu nói lên là tạm đủ
Bản chất những người theo chủ nghĩa Mác Lê.

(1982)

Anh sững sờ

Anh sững sờ
Anh không ngờ
Khi là mơ
Em là thơ
Khi là vợ
Em là nợ!
Tình sách vở
Lầm đáng sợ.
(1982)

Phụ-bản 3:
Gia Đình, Bạn Bè,
Bạn Tù,
Bạn Văn

Lễ Thanh Minh 1994, nhà thơ thể trước mộ song thân tại quê nhà (thôn Thượng-thọ, xã Mỹ-tho, huyện Bình-lục, tỉnh Hà-nam) là sẽ chiến đấu chống Đại Ác CS tới cùng.

Nguyễn Chí Thiện
1951

Nguyễn Chí Thiện
1959

Nhà thơ chụp chung với bố mẹ và hai cháu
(1958)

Ảnh chụp chung năm 1995 với bà chị, Nguyễn Thị Hảo,
trước khi ra sân bay vào Sài Gòn để đi Hoa-kỳ.

Hè năm 1993 ở Hà-nội, trái sang phải:
Phùng Cung, Phùng Quán, Lê Dũng, Nguyễn Chí Thiện.

Mùa đông 1994 ở Hà-nội, trái sang phải:
Nguyễn Hữu Hiệu, Nguyễn Chí Thiện, Nguyễn Hữu Đang, Bác-sĩ Lân, Phùng Cung
(chụp tại nhà Phùng Cung)

Đón tại phi-trường San Francisco (1/11/1995), trái sang phải: Nguyễn Chí Thiện, B.S. Nguyệt Mehlert, Đại-tá hồi hưu Noboru Masuoka, B.S. Nguyễn Văn Canh

Vẫn tại phi-trường SF, trái sang phải:
ký-giả Đỗ Mũi, anh Nguyễn Mạnh, Ken McLaughlin (của báo *San Jose Mercury News*), ông Trần Như, nhà thơ.

Virginia (1995), trái sang phải: Ông Nguyễn Công Giân, nhà báo Nguyễn Quân, Nguyễn Ngọc Đỉnh, và Hồ Anh, người đầu tiên nhận được tập thơ *Hoa Địa Ngục* do ông Châu Kim Nhân mang từ Pháp về.

Bên phải nhà thơ là Ô. Châu Kim Nhân, người đã chuyển
tập thơ *Hoa Địa Ngục* do Ô. Đỗ Văn đưa tay từ Luân-đôn về
để mang sang Mỹ đưa cho Ô. Hồ Anh (Ảnh chụp tại buổi
nói chuyện với Hội Cao Niên vùng Hoa-thịnh-đốn).

Tại phi-trường Los Angeles, gặp gỡ với một số bạn tù ở trại Phong-quang.

Đứng chung với các anh em biệt kích từ miền Nam thả ra Bắc thời Đệ nhất Cộng-hòa rồi bị tù tại miền Bắc trước 1975.

Cùng với mấy sĩ-quan thuộc Quân-đội Quốc-gia Việt Nam bị tập trung cải tạo ở miền Bắc sau 1954. Trái sang phải: Cựu-Trung-úy Phan Hữu Văn (15 năm tù), cựu-Trung-úy Vương Long (8 năm), cựu-Đại-úy Kiều Duy Vĩnh (15 năm tù).

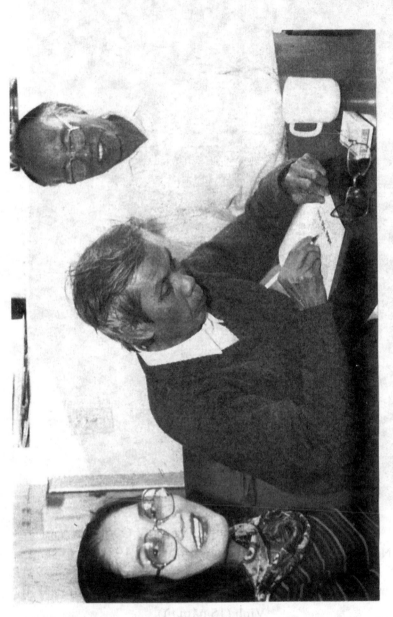

Nam Cali, trái sang phải: Ký-giả Kiều Mỹ Duyên, nhà thơ, và ông Nguyễn Kỷ, một bạn tù. Nhà thơ Nguyễn Chí Thiện đang ký tên tặng tập thơ cho ký-giả KMD.

Quê cũ

Quê cũ ngày ngày đi vợt tép
Đồng thân quen từ thủa trẻ ranh
Nắng và gió, tán đa xòe đẹp
Điếu cày kêu, bát nước trà xanh
Rau muống, cà giòn, tép vắt chanh
Cơm thơm, tuy bát chẳng đơm đầy
Hung tàn không để con yên vậy
Bên Mẹ, bên Thầy dưới mái gianh!

(1982)

Cái dạ dày

Cái dạ dày
Đảng đầy đọa
Đảng nhục mạ
Thủ phạm gây
Bao xấu xa
Bao xót xa
Bao quái lạ
Bao tai họa
Để cứu nó
Khỏi đói rạc
Khỏi tội ác
Thời Đảng Bác

299

Thời Mác Lê
Đều phải hê
Vào sọt rác!
Không thể khác!
        (1982)

Tuyệt thực

Nói chi rừng rú âm u
Ngay giữa Hỏa-Lò, Hà-Nội
Bất cứ người tù nào tuyệt thực
Cộng Sản cấm uống lập tức!
Chiếu chăn thu thẳng
Bắt nằm không trên sàn xi măng
Sát ngay hố xí
Ra lệnh cho tự giác canh gác kỹ
Cấm mọi người trò chuyện, can khuyên
Ai vi phạm cùm liền
Nhiều thanh niên bỏ mạng!
Đây không phải tuyệt thực đấu tranh gì với Đảng
Mà vì chuyện riêng gia cảnh
Chán đời muốn chết đi cho rảnh!
Nhưng Cộng sản coi đó là đấu tranh
Cần phải cho chết nhanh!
Người tuyệt thực muốn ăn
Cũng còn khó khăn

Phải làm đơn nhận khuyết điểm, xin ăn,
Xin lỗi Đảng
Rồi sau đó kỷ luật cùm hàng tháng!

(1982)

Canh tương gừng

Canh tường gừng thơm ngọt, lạc mẹ rang
Đậu mẹ rán, bố con ngồi uống rượu
Con mời bố, bố giục con cùng cạn chén
Mẹ cười vui: "Con bố ép rượu nhau!"
Cảnh ấy giờ đây nghĩ lại lòng đau
Thầy Mẹ đã từ lâu khuất bóng
Bao năm tháng mỏi mòn trông ngóng
Con tù lao thăm thẳm, muốn tiêu vong...

(1982)

Cuộc sống nơi đây

Cuộc sống nơi đây không chỉ là đày ải
Mà là hủy diệt bi ai
Gạo thiếu, rau không, sắn, muối kéo dài
Hơn bẩy năm tù, chết non nửa trại
Số còn lại sống trong ngắc ngoải
Nhờ vợ con bố mẹ bên ngoài

Tiếp tế nuôi ăn suốt tháng năm dài
Mì gạo mang lên mỗi kỳ từng tải
Cảnh đâm chém trấn lột nhau tàn hại
Khi ngấm ngầm, khi quỷ quái công khai
Cuộc sống trôi trong tiếng đóng quan tài
Tiếng kêu thét van nài quần quại!

(1982)

Chỉ tin

Chỉ tin có vật chất
Coi chết là hết tất
Khinh cả Chúa lẫn Phật
Điên đảo mọi sự thật
Mọi đạo lý quẳng vất
Hưởng thụ tham bạo nhất
Dân đen coi như vật
Bắt lao động quần quật
Hai bữa vẫn mửa mật!
Kêu ca tống ngục thất
Mọi nhà tù cứng chật!
Biết bao là hờn uất
Bao đau thương chất ngất
Bao tan hoang tổn thất
Quân Cộng Sản quái vật
Phải tìm ra sức bật

302

Phải chiến đấu bất khuất
Phải vùng lên lật hất
Vùi chúng xuống lòng đất
Đầu mới có thể cất!
                    (1982)

Chân trong cùm

Chân trong cùm loét lở
Cứng đờ không xoay giở
Thơ vẫn bên nâng đỡ
An ủi ta vô bờ
Như lau gầy xạc xờ
Trong bùn đen nhớp nhơ
Mơ cánh buồm ước mơ
Giữa biển trời rộng mở
Ta nằm nhè nhẹ thở
Quên đau đớn khổ sở
Quên ngày và quên giờ
Đưa hồn về trời thơ
                    (1982)

Vì máu người

Vì máu người không phải là nước lã
Vì xương người không phải là sỏi đá

303

Cho lũ bay vung phí không xót xa
Rồi bưng bít bịt đi tất cả!
Mệnh ta có trời, bay sao hại nổi ta
Hỡi lũ vô thần đương bám đuôi Nga!
Bóp cổ dân lành, hút máu, lột da
Mặt lì mày lợm điêu ngoa
Chuyên thói vu vạ cho người lấp liếm, lu loa
Cho dù đen tối bao la
Đọa đày không chút buông tha
Thượng đế nhân từ sẽ mở lối ra
Ta sẽ vượt qua
Thơ sẽ bay xa
Kết tội lũ bay như một quan tòa
Trước lịch sử muôn đời con cháu ông cha!
Trời sẽ nổi phong ba
Đất sẽ sạch gian ma
Thời gian sẽ là người đào mả
Tiến hóa sẽ vùi chôn thảm họa
Cuộc sống sẽ là hoa
Nở khắp muôn phương, muôn đóa, muôn nhà
Công lý lên ngôi
Chính khí chan hòa!

(1982)

Cuộc chiến đấu

Cuộc chiến đấu trong mấy chục năm qua
   và trong hiện tại
Mang đầy tính chất bi ai
Mấy chục năm chỉ là thảm bại
Nhưng anh dũng vô song, cực kỳ vĩ đại
Lũ vô lại, vô thần thẳng tay đầy ải
Danh dự lương tâm đòi chúng ta chống lại
Dân tộc cơ hàn xiết rên quằn quại
Rất mong chờ được thấy ngày mai
Chế độ này quái vật một không hai
Gieo rắc bao là đau đớn họa tai
Quân Cộng Sản quả là nguy hại
Không thể để chính quyền trong tay chúng mãi
Không thể để lũ giết người ngự mãi trên ngai
Bằng giá nào cũng phải cứu tương lai
Đâu phải đơn thuần chuyện nếm mật nằm gai
"Mười mất một còn," tỷ số này sai!
Nhưng dù hy sinh thế nào cũng không quản ngại
Non nước này mới thấy được ngày mai
Non nước này trông đợi những tài trai!

(1983)

Những nàng Kiều

Cộng Sản kết tội Phong Kiến và xót thương
    nàng Kiều ngày xưa trong văn chương!
Còn những nàng Kiều ngày nay trong Hỏa Lò, ai
    thương?
Ghẻ lở đầy, gầy giơ xương
Vét ăn từ hạt cơm dưới rãnh
Cũng cùm kẹp, đòn đánh
Cũng lén hút thuốc lào
    như những ông mãnh lưu manh
Gót sen lướt qua là sặc mùi tanh!

(1983)

Tuổi hoa

Tuổi hoa, tuổi cười, tuổi nói
Đói rét trường kỳ cũng héo rũ và câm
Bao chàng trai, cô gái sống âm thầm
Như những cụ già hết hơi sắp chết!
Quản giáo gọi khinh họ là rận rệp
Vì đói ăn, nằm ép rệp quanh năm
Gia cảnh nghèo nàn không quà cáp tới thăm
Họ sống chỉ trông vào tiêu chuẩn trại
Một tiêu chuẩn chết mòn quần quại
Đảng đem dùng để sát hại tù nhân

Họ không hề biết tiếc tuổi xuân
Vì có biết chi mùa xuân và hạnh phúc!
Mở mắt sinh ra dưới lá cờ khổ nhục
Bộ đội công trường quật quăng liên tục
Khốn cực đưa vào tù ngục, thế là xong
Sừng sững tử thần giơ lưỡi hái cong cong...

(1983)

Chiều 30 Tết

Chiều ba mươi Tết buồn như chết
Sáng hôm mùng một lạnh như tang
Ta muốn quên đi, quên tất cả
Không khí ngàn xưa cứ hiện về
Trong xó xà lim liền hố xí
Ta nằm cô độc đói và run
Muốn viết một bài văn khai bút
Bút giấy đâu? Toàn thứ cấm nghiêm!
Ta khát, ta thèm ly rượu cay
Cho hồn say tỉnh bớt ưu phiền
Nhưng trước mặt ta, ca nước lã
Mời ta dùng tạm đỡ khô lòng!
Âm thầm tê tái qua mồng hai
Mấy đêm mất ngủ rũ thân gầy
Ta nhìn cùm khóa như hư ảo
Không phải say, mà ốm đó thôi!

Nhưng rồi Tết nhất cũng qua trôi
Sau Tết lòng ta buồn hơn nhiều
Sự sống nặng nề thêm chĩu nặng
Mỏi mòn hy vọng muốn tiêu tan!

(1983)

Lúc đầu

Lúc đầu tôi không ăn
Cơm thừa của những người no tiếp tế
Tù ngục đói khổ là thế
Của ngọc thực tôi đâu dám chê
Nhưng sĩ diện con người ai cũng có
Mãi sau
Khi nhìn cái đùi của tôi nó to
Bằng cái tay người khác
Tôi nghĩ đây là điều không nên thoái thác
Tôi còn phải sống
Phải vượt khó khăn
Tôi gục mặt nhận ăn
Ăn luôn cả cay đắng nhục nhằn
Rồi cũng quen dần, bạn ạ!

(1983)

308

Kiệt sức

Kiệt sức thơ đành tạm biệt thôi
Mấy đêm vất vả hết hơi rồi
Thơ ơi, đói lả, thân gầy võ
Thơ gắng chờ khi được bữa no!
Một chút đường, bạn quăng dây cho
Ăn vào thêm một chút ca-lo
Đêm nay có thể là đêm trắng
Ta sẽ cùng thơ lại hẹn hò!

(1983)

Thân lao đao

Thân lao đao trong áo quần quá rộng
Cọng rau, hơi thuốc quý làm sao!
Không gian ơi, xa khuất tự thuở nào
Thời gian ngừng đọng...
Hun hút chờ mong trong tuyệt vọng
Tóc râu phờ bạc, mắt quầng thâm
Ta sống như một lão già câm
Trong một căn hầm thủ tiêu sự sống
Xung quanh ta chất chồng đàn đống
Rận chấy, thối hôi, lở loét ngập tràn
Lũ cướp ngày tiêu diệt rất dã man
Con đẻ chúng, lũ cướp đêm cùng quẫn

309

Ôi số phận, ngươi thực là tàn nhẫn
Nếu suốt đời ta không thấy tự do
Tranh đấu xông pha, nung nấu, hẹn hò
Tất cả vì tự do, ngươi biết đó
Ta vẫn nghe mơ hồ trong gió
Cuộc sống tự do xa xôi lắm vọng về
Trái tim già thoi thóp, tái tê
Từ đôi mắt mờ ứa hai giọt lệ.

(1983)

Đảng, người quản lý

Đảng, người quản lý trại giam
Nước Nam là một nhà giam khổng lồ
Chúa ngục là lão già Hồ
Duẩn, Chinh, Đồng: lũ cai tù bất nhân
Tội đồ là những người dân
Xác thân đói khổ bội phần xót xa!
Luân thường, nhân phẩm tiêu ma
Tài năng, trí tuệ dần dà gỉ han
Đảng còn đó, còn lầm than
Còn đau đớn nước, còn tan nát nhà
Đó là kết luận rút ra
Từ trong thực tế xương da não nùng!
Xa hoa hưởng thụ tột cùng
Lũ cai tù vẫn ung dung tự hào

Lá cờ Năm Cánh Vàng Sao
Mặc cho nhân loại nhổ vào tởm kinh
Giữa lòng thế giới văn minh
Việt Nam Cộng Sản điển hình dã man
Đảng nguồn gốc mọi khổ oan
Đảng tan, oan khổ cũng tan theo cùng.

(1983)

Tù là nhà

Tù là nhà
Vợ là thơ
Đói, rét, ốm đau là con cái
Rận, chấy, kẹp cùm, thối khai, dớt dãi
Làm bạn bè chen chúc quanh tôi
Là chính tôi!
Tôi già rồi, vẫn không thay đổi
Cứ thế mà trôi
Trôi mãi
Cuộc đời tôi!

(1983)

Tù ngục

Tù ngục đen xì
Sừng sững trơ lì

Tử biệt sinh ly
Âm thầm rên rỉ
Bất lực rầu rĩ
Chìm đắm tắc tị
Độc tài quái dị
Mọi thứ cấm ky
Dối gian vô sỉ
Bạo tàn vô lý
Phát xít nào ví!
Thở than chút tí
Cũng tù chính trị
Giam hãm ti tỉ
Đọa đày mụ mị
Bộ máy thống trị
Đông tới quái dị
Của cải phung phí
Mua sắm vũ khí
Củng cố địa vị
Hiếp dân thô bỉ
Đớn đau rền rĩ
Trộm cướp, điếm đĩ
Nở rộ cực kỳ
Là điều hợp lý
Còn chuyện đạo lý
Thiện mỹ, lương tri
Nói tới làm chi!
Từ lâu tan đi

Cùng bao cao quý
Không sót một tí!
Núi sông cuồng bí
Trời mây han gỉ
Rồng Tiên hóa khỉ
Cần phải làm gì?
Câu hỏi đen xì
Đè lên thế kỷ!
        (1983)

Mắt kèm nhèm

Mắt kèm nhèm, óc bé tị
Mặt béo phị, húp cả mi
Lý luận lòng vòng cũ kỹ, ngu si
Toàn nhai lại những gì người đã nhổ đi
Chúng đã sống quá ba phần tư thế kỷ
Hỏi làm sao còn nguyên lý trí
Tinh thần không giảm suy?
Đi giải có khi quên cài khuy!
Song chúng vẫn ngồi lì thống trị
Mặc dân tộc đắm chìm, tắc tị
Định lái con tàu đất nước xuống âm ti!
Bọn Trùm Đỏ rất lỳ
Chúng chỉ rời địa vị
Khi bọn tay chân đồng chí

313

Thình lình quật đổ quăng đi!
Hoặc Tử Thần xách cổ lôi đi!
(1983)

Để mãi mãi

Để mãi mãi được làm chúa tể
Để đánh bật đào tung gốc rễ
Giá trị tinh thần đạo lý bền sâu
Để bắt dân đen, quỳ gối, cúi đầu
Ngậm đắng, nuốt sầu
Chịu trói!
Biện pháp hàng đầu: Cái đói!
Biện pháp nhiệm mầu: Cái đói!
Khi người ta đói
Xin đừng có nói văn hoa
Cùng đạo lý cao xa!
Vì những lời hay ý đẹp
Cái dạ dày lép kẹp không nghe!
Để bắt nó nghe
Để bắt nó làm
Phải có trại giam, cái cùm, khẩu súng
Cùng muôn thủ đoạn gian hung
Dồn ép nó lâm vào thế kiệt cùng
Không thể cựa!
Bắt nó phục tùng, hóa thành trâu ngựa

Phải tuân theo
Mọi yêu cầu của chế độ hùm beo!
Lúc đó, ăn uống mới ban cho một tí!
Tem phiếu mới phân chia từng tí!
Lê Nin nói vô cùng có lý
Khi căn dặn bọn tay chân đồng chí:
"Không kỷ luật nào bằng kỷ luật đói, chớ nên quên"
Còn chúng ta cũng chớ nên quên
Phải ghi nhớ điều này:
Khống chế dạ dày là chiến lược dài lâu
Chiến lược hàng đầu của Đảng!

(1983)

Tìm hiểu kỹ

Tìm hiểu kỹ về các anh hùng, đế vương đã trở thành
    bất tử
(Xin chỉ nói về những bậc có nghĩa, có nhân)
Tôi thấy nếu có một phần là lòng thương dân
Thời tới chín phần là tham vọng cá nhân
Là máu anh hùng, muốn lừng danh,
    trong đời, trong sách sử!
Ngoài Phật, Chúa còn ai, tính thử
Là toàn tâm bác ái, nhân từ ?

(1983)

315

Nếu số phận

Nếu số phận bắt ta phải sống thế này
Tới ngày xuống lỗ
Thời sấm sét ơi, hãy nổ
Ngay lên đầu ta một tiếng tan thây!
Nhưng nếu số phận còn cho ta được thấy
Ngày tự do lồng lộng cao bay
Thời bao đớn đau, độc địa, đọa đầy
Ta cũng đành cam chịu khổ
Dù bình sinh ta ưa những thứ gì tan tung như bom nổ
Giải quyết vấn đề không quá một giây!
Và coi thường cuộc sống lất lây
Mỏi mòn, tủi hổ.

(1983)

Tôi đã tiếp thu

Tôi đã tiếp thu
Những mối tình
Đi qua hồn tôi
Không như khúc hát êm ru
Hay làn gió mát
Mà như những mũi tên rực hồng độc ác
Xuyên thủng hồn tôi
Muôn lỗ thủng cháy đen

316

Hủy hết chất men
Hun hút gió lùa
Hoang vắng...
Giờ hồn tôi như vầng trăng
Sáng lạnh...
Thơ thẩn giữa trời xanh cô quạnh
Những lỗ tròn đen cháy năm xưa
Là những bờ núi lửa
Dấu vết một thời không còn nữa
Tan hoang...
Những đêm vàng
Sương gió mênh mang
Vạn vật mơ màng
Lơ đãng...
Trăng nhìn xuống trần gian
Soi những mái đầu miên man
Đương chụm lại...
Đâu những mùa trăng cuồng dại?
Những mùa trăng tê tái, lang thang?
Mây trắng ngàn năm
Quên lãng...
       (1983)

Phía bên kia núi

Phía bên kia núi có A Nàng
Áo khăn thêu chỉ sắc huy hoàng

Mắt như dòng biếc ngời trong sáng
Phản chiếu rừng xanh với núi vàng
Nàng là bông hoa dại bản làng
Ngây thơ, tươi mát và dịu dàng
Giọng hát ngân dài trong nỗi nhớ
Mơ hồ, xa vắng, bao âm vang!
Có ai về phía bên kia núi
Nơi mặt trời đang giải thảm vàng
Nhắn giúp rằng bên đây phía núi
Chiều chiều sương gió mênh mang...

(1983)

Hành hạ

Hành hạ dạ dày, nhục mạ óc tim
Khổ từ cái tăm, khổ từ cái kim
Da thịt bèo nhèo bủng beo thâm tím
Râu tóc bù xù trông như con nhím
Không phải tháp ngà, mà là xà lim
Không phải xà lim, mà là kẹp kìm
Không phải nằm im, mà là chết lịm
Thơ vẫn mơ ngày tung cánh thành chim
Bay khắp muôn phương thoát mọi săn tìm
Loan báo nhân gian: Dân Việt đắm chìm!

(1983)

Tôi nhắm mắt

Tôi nhắm mắt nằm thiu thiu ngủ
Chợt những tiếng vỗ tay ầm ầm, rầm rộ
Từ khu lưu manh, có cả tiếng reo hò
Tôi bực mình đoán đồng chí nào to
Về thăm trại, Đồng, Chinh hay Duẩn?
Tôi hút thuốc rồi ra sân nhìn quanh quẩn
Không thấy ai! Ngoài đồng chí lợn lai kinh tế
Mấy bác chăn nuôi vừa trói khiêng về
Định thịt mừng ngày tổng kết trại B
Tôi đã hình dung ra mấy miếng thảm thê
Các tướng lưu manh quả là quá tệ
Có thế cũng làm mất cả ngủ nghê!

(1983)

Tổ Quốc

Tổ Quốc sưng phù, rũ đau, lệ sũng
Như khối u, chờ giây phút vỡ bung
Dân tộc mong chờ giờ phút cáo chung
Chủ nghĩa gian tà, dối dân mị chúng
Chế độ đê hèn dựng trên họng súng
Năm tháng căm hờn, gan óc nấu nung
Khổ nhục đã lên tới nấc tột cùng
Nam Bắc hai miền ai cũng

319

Trong lòng một nỗi đau chung
Hổ báo gầm lên, rông rở điên khùng
Rắn rết bò ra phì phò chúc tụng
Ngợi ca ân sủng
Ma rừng chiêu đãi tôi trung!
Xương máu lê dân vui thú tiệc tùng
Gan óc moi tìm nát thủng
Năm tháng dần dà nẫu ủng
Linh hồn bao kiếp sâu ung
Mộng ước nơi nơi đương bị săn lùng
Máu tươi thấm vũng
Tiếng kêu cứu bị chẹt hầu lúng búng
Non nước trong vòng thao túng
Hung tàn trời đất không dung
Của cải, mồ hôi, xương máu phí phung
Súng ống, xiềng gông, không sức quẫy vùng
Sinh xác dân mòn rẻ rúng
Bao mắt vời trông, quầng thâm sâu trũng
Tìm chi thăm thẳm không trung?
Thời tiết thu đông, sông núi mịt mùng
Đêm tiếng côn trùng, nao núng
Dòng Ngân sương gió mung lung...
Ôi, bầy quỷ chốn thâm cung
Dưới lụa, trên nhung
Béo như phù thũng
Bay sống thung dung
Không chút thẹn thùng

Không chút ngại ngùng
Khối hận im lìm kinh khủng
Đương chờ giây phút nổ tung
Thiêu phá màn đêm ma quái bùng nhùng
Lang sói chập chùng ô nhũng!
Phải đánh quân thù, đánh cho thật trúng
Cương quyết không nề máu tanh phải nhúng
Thà chết không làm nô lệ bung xung!
Vì tự do, vì công lý gươm vung
Trí lực, tài năng, tính mạng hãy đem dùng
Không để mục mòn trong đau thương ngập úng!
Không, những tâm hồn trung dũng
Không thể bao giờ quy gối trước gian hung
Nhất định vùng lên chiến đấu tới cùng
Sẽ thắng ngàn muôn nguy khốn điệp trùng
Mùa Xuân sẽ tới thay mùa úa rụng
Thâm cung có ngày sẽ hóa âm cung!
Lịch sử ngàn năm vang vọng trầm hùng
Sông núi, mây trời, thung lũng
Chờ nghe giây phút chuyển rung
Báo hiệu giờ thiêng chớp giật đùng đùng
Thiêu phá tan tung muôn gông ách não nùng
Tổ Quốc tự do, no ấm trùng phùng!
Ôi, giấc mơ qua năm tháng bập bùng
Khi tỏ, khi mờ, thơ vụng
Đóm lửa lao đao mà bao hữu dụng
Trong cảnh đêm trường, trong bước lao lung

Đốm lửa ngàn năm văn hiến tôn sùng
Hun mát tim ta - Người điên áo thụng!

(1984)

Ngày tết

Ngày tết ngàn năm thiêng liêng đã đến
Xà lim lạnh tím xương da
Ẩm tối, thối khai, khám xét phiền hà
Muối trắng khô lòng hai bữa
Chân phù, nước lã thay cơm...
Hôm sớm ảo mờ, choáng váng
Nấm mồ vùi táng nhớp nhơ
Mờ mắt, meo mồm, mọt mốc mộng mơ
Ngoài trời lâm thâm mưa...
Linh hồn năm tháng xa xưa
Khơi dậy bao mùa xuân rực rỡ
Làm ta thương nhớ
Làm tim ta nghẹn ngào muốn vỡ
Lại trở về đây
Trong cảnh đọa đày thảm hại
Ôi làm sao sống lại
Những mùa xuân ngất ngây
Những mùa xuân không bao giờ còn thấy
Để ta tận hưởng cảnh xum vầy
Ấm cúng

Tràn đầy yêu thương!
Ngàn đời yêu thương!
Sàn xi măng băng giá lạ thường
Hơi lạnh toát ra làm ta đau buốt
Suốt xương lưng
Nồi bánh chưng Mẹ luộc vẫn bập bùng
Qua bóng đêm buồn xứ sở
Thắp sáng chân trời xưa cũ, xót xa
Bát canh măng, canh bóng, đĩa giò hoa
Không khí thiêng liêng, thành kính
Đã ngấm sâu vào trong máu xương ta
Như những thâm tình ruột thịt
Không thể nào quên nổi, thiết tha!
Kia, Mẹ Cha ta
Anh, chị, bạn bè
Hương khói ly trà chén rượu
Những cảnh, những tình khi ta hiểu
Thời không còn, tan tác từ lâu!
Riêng khối sầu đọng lại
Tàn đời không tan
Tê tái tim gan người tóc bạc...
Tiếng pháo mừng xuân ngơ ngác
Xã hội đảo điên xơ xác
Rơm rác nở hoa
Con người nhục mạ
Bao mùa xuân thăm thẳm trôi qua...
Rồi ra

Gió núi mưa ngàn hú gọi
Mồ hoang giang đón tương lai
Khép mọi chân trời mơ ước
Tắt mọi lửa lòng
Mọi cay đắng, ưu tư
Đâu cái thủa ta cười trong nắng
Hát trong mưa
Bừng bừng sinh thú?
Giờ xương da ủ rũ muốn tiêu tan
Tiếng pháo bên ngoài ảo não, khô khan
Ta nằm như chó ốm, lụi tàn
Bụi mưa xuân ẩm ướt lưỡi dao hàn
Lửa đói không hề sưởi ấm
Ta như cô hồn đi giữa đêm đông
Âm thầm, câm điếc
Mơ về tổ ấm xa xưa
Cho trái tim máu ứa, lệ chan hòa
Xóa nhòa thực tại
Giây phút chập chờn sống lại Mẹ Cha ta
Hiền hòa mà trang nghiêm nhất!
Ta đứng bên cành đào, cây quất
Rượu ngà say...
Hương khói vờn bay
Đỉnh đồng, mâm ngũ quả
Ngàn xưa ngát tỏa, xanh tươi...
Pháo nổ vang trời, ấm áp!
Song sàn đá xi măng lạnh toát

Thân gầy run rẩy toàn thân
Tê nhức đôi chân
Đau đầu, buốt thận
Đâu phút cam lai?
Đâu giờ khổ tận?
Ta khát, ta thèm ca nước đun sôi
Pháo nổ liên hồi
Nhức óc!
Ta trùm chăn kín mặt
Run run...
Giao thừa như đã đến
Sốt lên cơn...
(1984)

Chủ nghĩa Mác

Chủ nghĩa Mác chỉ là không tưởng
Trái với bản chất con người, gieo rắc tai ương
Lũ tông đồ, hay đồ tể vô lương
Đã gây bao là máu lệ bi thương
Đã phạm bao tội ác tầy trời!
Hơn nữa nó ra đời
Khi Luân Đôn, Paris còn đi xe ngựa
Nay là thời tên lửa, máy bay!
Nếu cứ ngu si ôm mãi chủ nghĩa này
Nếu cứ thẳng tay bóp mãi dạ dầy

Đất nước nở mặt nở mày làm sao được nữa!
Dân tộc ta phải quăng ngay nó vào bếp lửa
Nồi cơm mới có thể mong đầy
Tự do, no ấm mới sum vầy!

(1984)

Đổ bao công sức

Đổ bao công sức kiếm tiền
Mồ hôi không tiếc mà tiền không ra
Bát canh, manh áo, đồng quà
Mẹ già, con dại xót xa tháng ngày
Ngàn xưa mới có hôm nay
Đời trong tay Đảng đắng cay quá chừng!
- Không phải tay, vuốt thú rừng
Tốn hơi vô ích, xin đừng thở than
Còn bao tội ác dã man
Đảng bưng bít kín thế gian khôn lường
Thân tù ta vẫn khẩn trương
Ghi thành thơ gửi bốn phương mây trời.

(1984)

Mấy cái đầu

Mấy cái đầu bé tẹo
Quản lý nước: nước nghèo

326

Cai trị dân: dân khổ
Chỉ được cái lỳ ra, không xấu hổ
Miễn là các đồng chí bố
Xoa đầu, cho bám vào đuôi!
Nhưng đằng nào cũng là bám đuôi
Sao không chọn cái đuôi mầu mỡ
Cho dân được nhờ?
Bám đuôi Nga là dân chết dở
Bản thân nó cũng đương quay cuồng, xoay xở
Ngô, mì lo chạy, cong đuôi!

(1984)

Xã hội

Xã hội cuồng quay trong cơn lốc xoay tiền
Trộm cướp, tham ô, đĩ điếm trăm miền
Khổ đói, hỏng hư toàn diện!
Tại sao vậy? Xin đừng ngụy biện
Tại sao vậy? Hãy trả lời lương thiện!
Tại chúng ta không sống vào thời đồ đá,
    đồ đồng hay đồ điện
Mà sống vào thời đồ đểu, đểu vô song!
Đảng vét vơ mọi thứ, thực đau lòng
Ăn nuốt thỏa thuê
Xuất đi, mua về chiến xa, đại bác
Bộ máy tuyên truyền xuyên tạc, đảo điên

327

Cú cáo gian manh phải tâng bốc Thánh hiền
Quái vật phải thờ như Phật!
Người chìm đắm chưa tìm ra sức bật...
                    (1984)

Đời tôi

Đời tôi như chiếc thuyền mơ
Nằm thương bến nhớ, bên bờ chờ mong
Dòng sông năm tháng xuôi dòng
Thuyền tôi năm tháng rêu phong muốn chìm
Thuyền mơ thuyền hóa thành chim
Bay ra biển lớn đi tìm đảo tiên
Thuyền mơ sóng nước dịu hiền
Đưa thuyền qua khắp mọi miền thương yêu
Thuyền mơ, mơ thấy một chiều
Bỗng dưng hóa thực những điều thuyền mơ!
Sậy lau chen chúc, vật vờ
Cũng lao xao đứng ven bờ, mỉa mai
Thuyền mơ, mơ tháng năm dài
Mơ đi, mơ lại, non đoài chiều buông...
Chùa xa êm ả hồi chuông
Âm ba siêu thoát tình thương Phật Trời!
                    (1984)

Một sự bất tín

Một sự bất tín, vạn sự chẳng tin
Vạn sự bất tín, hỏi ai tin?
Ấy vậy mà lắm kẻ vẫn tin
Tin tới mức u mê, cuồng tín!
Do tin tức bốn phương bịt kín
Do sự thực vào tù câm nín
Do "Tiếng đầu lòng đã gọi Stalin"*
Do lũ bồi văn điên đảo mẹ mìn
Do cái đầu tối đen như hắc ín
Chứa chấp toàn Đảng, Bác, Mác, Lênin!

(1984)

*Thơ Tố Hữu

Tết đến

Tết đến thần kinh mỏi
Tuổi xuân, nhựa sống không còn
Đất nước ngâm dìm, chìm đắm héo hon
Mòn mỏi xương da, bao la tiếc hối!
Ôi, những ngày xưa xa xôi
Nắng gió mây trời, đời như mở hội
Hồn như reo sôi
Ấm áp tình người mà không hề sưởi ấm
Thành muôn buốt lịm tìm đâm

Trái tim già cỗi!
Giọt lệ như giọt sương nóng hổi
Từ từ lăn trên bộ mặt điêu tàn
Tiếng pháo giao thừa hỗn loạn nổ ran
Làm vỡ rạn
Ngàn muôn vết rạn
Máu tươi loang
Nhòa xóa chân trời dĩ vãng
Nổi lên hiện tại hung tàn
Với tất cả muôn vàn cay đắng
Lầm than, ai oán, ly tan!
Ma quỷ liên hoan mừng Tết
Đười ươi, rắn rết vui xuân
Người trầm luân dưới đáy ngục trần!

(1984)

Anh như cô hồn

Anh như cô hồn
Trong đêm buồn phiêu lãng
Em như chim xanh
Hát ca mừng nắng sáng
Em là mặt trời đang lên
Anh là vầng dương xế bóng
Cùng là tinh cầu rực lửa
Trên bầu trời dương gian

Sao anh buồn?
Sao em vui?
Bởi anh là quá khứ
Còn em là hiện tại, tương lai
Khoảng cách không dài chi lắm
Mà chẳng bao giờ có thể gặp nhau!

(1984)

Nhớ thuở còn

Nhớ thuở còn say giấc mơ hoa
Tôi thường quá vội xây ngôi nhà mộng ảo
Và tin yêu tự bảo:
- Ngôi nhà này sẽ thắng mọi phong ba
Sương giá không lùa qua
Bụi bậm không lọt vào trong nổi
Chỉ có hai trái tim nóng hổi
Sưởi cho nhau mà thôi!
Thế rồi năm tháng qua trôi
Cuộc đời biến đổi
Tôi đã thành người luống tuổi
Chứng kiến trải qua nhiều gian dối, phôi pha
Tôi vẫn thấy ngôi nhà đó đẹp
Dù từ lâu cửa khép
Im lìm, rêu mốc, thâm u...

(1984)

Như đêm dài

Như đêm dài đơn côi
Mơ bình minh nắng gội
Rất gần mà xa xôi
Em xuất hiện trong chiều tà hấp hối
Một cảm tình không sao dập nổi
Đột nhiên bùng cháy trong tôi
Dữ dội
Tôi già rồi
Tóc đã ngả màu vôi
Nhẽ nên thôi
Trong cảnh hoàng hôn và bóng tối
Sao có thể dễ dàng đắm đuối
Theo dòng Đào Nguyên êm trôi?
Một vội vàng không tha thứ nổi
Một điên rồ xấu hổ mãi không nguôi!
Ôi, trái tim đọa đày rất tội
Đừng rung lên nhức nhối
Đừng dạt dào nóng hổi
Hãy nằm im lạnh nguội
Đợi ngày mắt nhắm tay xuôi
Trong tiếng phập phồng náo nức reo sôi
Tiếng chuông cảnh tỉnh đã liên hồi
Giọt buồn đau đã ngưng đọng, rơi rồi!

(1984)

Không óc

Không óc, không tim chỉ có dạ dày
Quà chậm gửi, chửi gia đình rất bậy
Nó tiếp tế, suốt ngày càn quấy
Đói cơm tù, lười đến chảy thây!
Nịnh bợ công an như tớ nịnh thầy
Kiếm chác, mồi chài, mép môi đưa đẩy
Trai gái dâm ô, nói cười mất dậy
Ích kỷ hại nhân, xì xọt đặt bầy
Ta ngày đêm giả điếc, giả ngây
Tự hỏi những con người hay con thú chi đây?
Mà hư hỏng không thể nào chữa chạy!
Mà hèn thấp không thể nào vực dậy!

(1984)

Học Khổng-Minh

Học Khổng-Minh ngủ ngày
Học Lý-Bạch rượu say
Học Tử-Phòng ở ẩn
Mấy trí thức lẩn thẩn
Dăm cuốn sách quanh quẩn
Tự huyễn mình ngây ngô
Mấy con số zéro
Nhưng nếu Đảng chiếu cố

333

Cho được làm thân nô
Hưởng chút xíu đãi ngộ
Họ lập tức tiến bộ
Uốn lưỡi nịnh chế độ
Không còn biết xấu hổ!
Trước các đồng chí bố
Nói cười trông đến khổ!
Đó là môn luồn khố
Họ học trong sách cổ
Học tới ngày xuống lỗ!

(1984)

Có tiếng còi tàu

Có tiếng còi tàu vang vọng tận ga xa
Tiếng chửi la, tiếng chó, tiếng gà
Tiếng đàn bà
Hương lúa, tiếng chim ca
Tiếng trẻ nô đùa đâu đó quanh ta
Một đám người cười nói đi qua
Một khúc hát ngàn xưa ai hát ngân nga
Trong hoàng hôn sương sa...
Bao tháng năm dài thăm thẳm trôi qua
Ta nằm im như một thây ma
Trong xà lim như trong ngôi mả
Dương thế bao la, tiếc thương tất cả!

(1985)

Ta sống

Ta sống như một thầy tu
Cô độc, già nua, khổ hạnh
Xà lim ta nằm, mùa đông như tủ lạnh
Mùa hè như một lò nung
Năm rồi năm
Trời đất mịt mùng
Khí phách anh hùng rũ lả
Tài cao và chí cả
Dần dà hóa đá đè lên
Đạo đức âm thầm, tê tái xiết rên
Tình cảm chìm trong man rợ
Sức cạn, thơ tàn thôi nở
Còn chi?
Ngoài nằm yên tham thiền, luyện thở!

(1985)

Đến Đức, đến Nga

Đến Đức, đến Nga mà còn phải chịu
Nói gì Trung quốc, Việt Nam!
Họa Cộng Sản, nếu trời kia không cứu
Thời dân đen tay trắng đến đành cam
Để nó tự tàn như một lò than
Khi bao kiếp người nó đã thiêu tan

335

Và lũ tội phạm giết người hung hiểm
        nhất dương gian
Đã hưởng thụ suốt đời mà không ai trừng phạt
Trời nếu vậy thời quả là bi đát
Cho lớp dân trên ngọn lửa hung tàn!

(1985)

Miên, Lào

Miên, Lào, Việt Nam, ừ còn tạm hiểu
Nhưng Đức, Nga mà sao cũng chịu
Cho Cộng Sản cưỡi đầu, cướp mất tự do?
Nhẽ ra là phẫn nộ phải bùng to
Thiêu cháy nền độc tài chó đểu thành tro!
Vì tự do
Con cháu Goethe, Pouchkine không được phép ngại
        ngần!
Hung, Tiệp, Ba Lan, quật khởi bao lần!
Mọi hy sinh chấp nhận!
Thành bại anh hùng không luận
Chỉ một điều đáng buồn, đáng giận
Nhẫn nhục trước quân thù cam phận!

(1985)

336

Chắc chắn

Chắc chắn rồi đây con cháu Koutouzov, Pouchkine
Sẽ đập tan gông ách Mác Lê
Tuyên bố cáo chung nền độc tài tàn tệ
Hai chữ tự do thiêng liêng là thế
Làm sao có thể mãi chôn vùi!
Nhân loại sẽ tưng bừng phấn khởi reo vui
Khi người Nga về chung vui trong tình bốn bể!

(1985)

Ta mơ ngày

Ta mơ ngày chế độ
Bạo tàn bị sụp đổ
Ngày cũi phá lồng sổ
Tan hết mọi tủi hổ
Tan hết mọi đau khổ
Tan cảnh sống nhà mồ
Dân tưng bừng hoan hô
Cuộc đổi đời đồ sộ
Cuộc đổi đời toàn bộ!
Dân bừng bừng rầm rộ
Biểu lộ lòng phẫn nộ
Phá lăng, đốt xác Hồ
Bao tội ác phỉ nhổ

Đổ vôi, rồi lấp lỗ
Bao đảo lộn điên rồ
Đưa về nguyên đúng chỗ
Bao giá trị kim cổ
Phục hồi rồi củng cố
Bao tài năng dưới hố
Vút lên và thi thố!
Đầy thương tích tì ố
Thân hình như băm bổ
Tàn tạ và héo khô
Cuộc sống được băng bó
Sạch máu lệ loang lổ
Lại vươn lên, xanh trổ
Bao tuổi thơ nhơ nhọ
Được gột rửa dạy dỗ
Bao khốn cùng mạt lộ
Lại rạng rỡ tiền đồ
Bao ngục tù cấm cố
Lại bừng sáng tự do
Bao sợ hãi co ro
Bao xương xẩu gầy gò
Lại no ấm hẹn hò!
Đất lành đầy chim cò
Bình minh đương lấp ló
Hạnh phúc cười trong gió
Không còn bóng quỷ đỏ
Chân trời xanh rộng ngỏ!

Bao nấm mồ xanh cỏ
Bao đầu trắng khăn sô
Luôn nhắc nhở, dặn dò
Tự do khi đã có
Phải bảo vệ giữ nó
Hơn báu vật trong kho
Của quý đó trời cho
Không gì có thể so
Thề hy sinh không bỏ!
Bỏ, người hóa trâu bò
Đợi ngày vào lò mổ!
Đặt vòng hoa lên mộ
Lời tâm huyết thổ lộ:
"Đã chịu nhiều đau khổ
Đã trải nhiều tủi hổ
Mọi người đều hiểu rõ
Những điều xương máu đó
Thề khắc sâu trong sọ!"
Ngày hội thắng quỷ đỏ
Ngày tự do ban bố
Vui trào dâng đường phố
Rượu hồng chen pháo nổ
Vang trời xanh cố đô
Rồng thiêng về hội ngộ
Rắn đỏ chết nằm co
Hết bành mang phì phò
Hết ngóc đầu cắn cổ

Lòng đất bao dung nọ
Dành cho nó một ô
Dân tộc chung chuyến đò
Bến hạnh phúc tìm đỗ
Bao hận thù xóa bỏ
Biển tình người sóng vỗ
Muôn buồm mơ nhấp nhô!
Trên bàn thờ tiên tổ
Hương hoa bừng sáng tô
Những ngày tết, ngày giỗ
Tưởng nhớ người quá cố
Lòng bùi ngùi giải tỏ
Bao tình thân trong họ
Bao năm lạnh tàn tro
Do cơm áo dày vò
Do o ép đủ trò
Nay cuộc đời ấm no
Thảnh thơi hết âu lo
Quây quần quanh mâm cỗ
Đủ Chú, Bác, Dì, Cô
Tình thân lại gắn bó!
Không còn loài ma xó
Không còn giống cú vọ
Mắt tráo trâng nhòm ngó
Xem cỗ nhỏ, cỗ to
Công an thôi thập thò
Ngày và đêm rình mò

Chó săn thôi chỉ trỏ
Đáng trôi sông bỏ rọ
Lũ tôi tớ mặt mo
Lũ ruồi nhặng vo vo!
Nhiều cay đắng rủi ro
Người già vui lệ nhỏ
Nô cười vang sân ngõ
Như bầy chim líu lo
Con nhỏ mừng cỗ to!
Bao năm trời khốn khó
Khổ nhục quá trâu chó
Hạnh phúc đó trời cho
Không thước nào để đo!
Phải đồng tâm giữ nó
Phải chung sức điểm tô!
Đêm lao tù héo khô
Sàn xi măng vò võ
Ta mơ ngày lớn đó
Ta tin ngày lớn đó
Ngày Cộng Sản tận số
Ngày toàn thắng tự do!
Kim ô và ngọc thỏ
Trang thần thoại thơm tho...

                              (1985)

341

Không có việc gì làm

Không có việc gì làm, ta để bộ râu
Những lúc ngồi buồn vuốt râu ngẫm nghĩ
Trông có vẻ đàng hoàng, ung dung lắm
Thực ra tình thế rất nguy nan!
Đã hết râu đen, toàn râu bạc, râu vàng
Bạc, bạc phếch, vàng, ố vàng như ốm
Như mọi thứ trong người, râu cũng khô cằn phờ phạc
Tay vuốt râu mà lòng căm giận thương thân!

(1985)

Cách mạng gì lũ nó

Cách mạng gì lũ nó
Mấy thằng mắt húp bụng to!
Chúng thực tế là những tên chủ kho
Vô cùng đểu giả, ky bo
Những con quỷ đỏ
Vật chất trên đời thứ gì cũng có
Thừa mứa dùng, thân cận mới ban cho!
Chỉ xã hội là khốn khó, gay go
Quay cuồng méo mó, âu lo
Vực đói nghèo luẩn quẩn, quanh co
Không bóng ngày mai, cuộc sống tối mò
Biết đến bao giờ cất cổ?

Con người thua con vật nếu đem so!
Ôi, người mà không được ăn no
Rét mướt co ro
Đâu bằng con chó!
Người mà mất hết tự do
Cấm đoán dọa đe, o ép, đủ trò
Đâu bằng con bò!
Giữa buổi sao Kim, sao Hỏa hẹn hò
Khoa học văn minh, hành tinh nở rộ!

(1985)

Nàng thơ

Nàng thơ của ta khát thèm rau muống
Mộng bát cơm đầy, quỷ đói hay ma?
Thiếu chất nhiều khi chân đứng dậy là
Đầu choáng, mắt hoa, tối xầm, gục xuống
Nên rượu thánh ta chưa hề được uống
Câu thơ thần ta vẫn tạo ra
Những vần thơ từ đau khổ bao la
Trào ra, máu óc tim còn sủi nóng!

(1985)

Đảng hèn hạ

Đảng hèn hạ vét vơ tất cả
Hạt đỗ, hạt vừng, không một chút thương tha!
Thoải mái dùng, rồi chủ yếu xuất sang Nga
Thử hỏi con người không hóa quái ma
Luồn lách sao qua vuốt nanh đểu giả?
Phải cam chịu sống cuộc đời đầy đọa
Là những ai không thủ đoạn, thực thà
Những người này, đại đa số, thật xót xa
Làm mửa mật mà ăn thời nửa dạ!
Nhưng quái ma cũng có ngày mang họa
Đó là ngày mất nghiệp vào nhà pha
Chủ nghĩa Mác Lê nói tóm lại là
Đói khổ, ngục tù, đớn đau tất cả
Trừ số nhỏ mấy thằng to cho má
Là xa hoa, thoả mãn, hút ăn nhòa!

(1985)

Cầu vồng bảy sắc

Đói khổ da mầu xanh
Khiếp đảm mắt mầu vàng
Tự do cùm gỉ xám
Thanh cao buồn tê tím
Bạo lực vui rực hồng

344

Chế độ nấm mồ đen
Bao cuộc đời mất trắng!
                    (1985)

Nghĩ về chị

Nghĩ về chị, vừa thương vừa phục chị
Chị nghèo, đời cũng xót xa
Nhưng buồn làm chi, chị nhỉ
Tất cả đều trôi qua
Cái chính là phải biết tạo ra
Lẽ sống niềm vui
Bằng cách chăm lo những gì ta có
Điều này em thấy rõ
Chị đã làm chu đáo lắm, nuốt chua cay
Con cháu xum vầy mới có hôm nay
Biết sống theo lẽ phải điều hay
Nghèo khó, nhưng giàu tình, giàu hiếu để
Ôi, điều đó đâu phải là chuyện dễ
Giữa buổi không còn đạo lý mảy may!
Chị hiền ơi, chị thực đáng khen thay!
                    (1985)

Lâu lắm rồi

Lâu lắm rồi không được thấy trăng
Xa vắng tưởng chừng quên lãng
Nay chợt thấy, trời, trăng đẹp lắm!
Lồng lộng giữa trời xanh vàng thắm!
Ta sững sờ kêu lên
Gõ tường gọi bạn xà lim bên cùng ngắm
Trăng rất gần mà xa xôi lắm
Mơ hồ mang ký ức xa xăm
Những vầng trăng ngây ngất bao năm
Ta không được hưởng
Nhưng ai chẳng có một vầng trăng
    trong tâm tưởng
Để nhớ, để thương!
Đời ta vắng bóng chị Hằng
Ta thương nhớ thời "Ông Giẳng Ông Giăng"
Bạn xà lim bên thở dài im lặng
Chắc cũng đương mơ về
một vầng trăng chìm đắm.

(1985)

Ta vẫn tin

Ta vẫn tin vầng trăng có con trâu, chú Cuội
Hay nói nhăng, nói cuội chẳng ai nghe

346

Có cây đa, có cả chị Hằng
Sống lạnh lẽo một mình trong cung Quảng
Ta thường ngắm và ta thương lắm!
Nên những đêm vàng ngọc thỏ của ta ơi!
Ta vẫn mơ được ôm người
Như ngàn xưa say sưa Lý bạch
Bình vàng đó, có bao giờ ta bỏ mặc
Ta thường mơ nâng chén ngọc hỏi trời xanh:
Chú Cuội kia, trâu ăn lúa sao mà
Ta nghe tiếng chú gọi cha ời ơi?
Chàng Hậu Nghệ có còn giương cung bắn?
Đường Minh Hoàng du Nguyệt Điện đã về chưa?
Và cành đa trên đó Tản Đà
Có được nhấc lên ngồi cười nhân thế?
Những đèn kéo quân, đèn xếp, đèn lồng
Những thiền thừ xanh đỏ
Những mâm cỗ bày giữa sân
    thủa ta là em nhỏ
Còn nguyên như bao bóng dáng thương!
Trăng vẫn sáng, không già, năm tháng
Chị Hằng kia lạnh thế vẫn mặn mà
Bánh nướng, hạt sen, trứng mặn vẫn đậm đà
Trong ký ức, dù đầu ta tóc đã
Trắng như màu bánh dẻo xa xưa!

(1985)

Sáu năm trời

Sáu năm trời ta ở Hỏa Lò quanh quẩn
Ghẻ lở gầy giơ, nhơ bẩn
Ta đột nhiên chuyển trại,
Tiếp tế gia đình cắt không được nhận
Cắt nguồn hà hơi tiếp sức của người thân
Có gì đâu Đảng muốn giục thi nhân:
Đi về nghĩa địa hãy mau chân!

(1985)

Trái tim hồng

Ta có trái tim hồng
Không bao giờ ngừng đập
Căm giận, yêu thương tràn ngập xót xa
Ta đương móc nó ra
Làm quà cho các bạn
Mấy chục năm rồi
Ta ngồi đây
Sa lầy trong khổ nạn
Như con tàu vượt trùng dương mắc cạn
Mơ về sóng nước xa khơi
Khát biển, khát trời
Phơi thân xác trong mưa mòn, nắng gỉ
Thân thế tàn theo thế kỷ

Sương buồn nhuộm sắc hoàng hôn
Ký ức âm u, vất vưởng những âm hồn
Xót xa tiếc nuối
Ta vẫn chìm trôi trong dòng sông đen tối
Lều bều rác rưởi tanh hôi
Hư vô ơi cập bến tới nơi rồi
Cõi bụi chờ mong chi nữa!
Một trái tim hồng với bao chan chứa
Ta đặt lên bờ dương thế trước khi xa.

(1986)

Người cao

Người cao, hạ thấp vẫn cao
Kẻ thấp, đề cao vẫn thấp
Tuyên truyền đảo điên là không đáng chấp
Toàn dốt ngu thán phục, nhục làm sao!
Lịch sử đâu phải chuyện tào lao
Để lũ chúng bay tha hồ lếu láo.

(1986)

Thần Hổ

Ôi hổ đó đáng thờ như thần hổ
Chớp nhoáng vài giây, tạt chết bốn bò!

Thịt lại có mùi công an đành bỏ
Hổ chẳng miếng nào, tù được bữa no!
Từ buổi đó, tù gọi tôn là Bác Hổ
Vẽ chân dung người rõ đẹp, rõ oai
Đem đóng treo lên ở phía cửa ngoài
Thay Bác Hồ, ai cũng chán tận mang tai!

(1986)

Chân dung quỷ đỏ

Mông đè lên cổ dân nô gầy gò
Khóa miệng, bịt tai, bưng mắt đủ trò!
Tay vung liềm búa, giết người, cướp của
Trắng trợn, tham tàn, ngàn đời nguyền rủa
Chân như chân voi xéo giầy mả tổ
Đạo lý quật đổ, hung dữ, điên rồ
Mồm như mồm chồ, nói toàn thơm tho
Mắt như cú vọ trong đêm tối mò
Tráo trâng nhòm ngó, bỏ tù tha hồ
Óc đầy Mác Lê, đâm nát đất quê
Máu lệ tràn trề, thảm thê, nhức nhói
Lòng lang dạ sói tài năng chăng trói
Rất sợ tiếng nói, ánh sáng tự do
Mặt che lá nho, đầu như đầu rùa
Dân đen dồn lùa xuống vực đói khổ
Sâm yến tẩm bổ vua chúa còn thua

Mấy tên trùm sỏ máu mỡ nhầy mỏ
Chân tướng quỷ đỏ là như thế đó
Hãy nhìn thực rõ, tiêu diệt xóa bỏ
Phá sập hầm chông đau đớn mênh mông
Cứu lấy bản thân, gia đình, nòi giống
Giành lại trời xanh, cuộc sống, non sông!

(1986)

Tù lao thăm thẳm

Tù lao thăm thẳm chữ nghĩa quên tiệt
Mọi tin tức đều không được biết
Một tờ báo cũng không được đọc
Một đòn hiểm đánh vào bộ óc!

Gia đình lãng quên hay âm thầm thương khóc?
Khỏe, ốm, vui, buồn, cưới xin, tang tóc
Một phong thư không được nhận, vắng im
Một đòn hiểm đánh vào trái tim!

Tháng năm biền biệt nằm miết xà lim
Hạt muối, cọng rau hết phương kiếm tìm
Một bát cơm đầy mơ mới thấy
Một đòn hiểm đánh vào dạ dầy!

Y sĩ đao phủ, tiếng lừng lẫy

351

Nước thiếu, nước bẩn ghẻ lở đầy
Một chăn mỏng mùa đông độc ác
Một đòn hiểm đánh vào thể xác!

Bao năm tê tái, một mái đầu bạc
Không nói, không cười, không người tâm tình
Một nấm mồ câm, âm thầm một mình
Một đòn hiểm đánh vào thần kinh!

Trong các ngón đòn Cộng Sản yêu tinh
Thời đòn dạ dầy là kinh tởm nhất
Thể xác, óc, tim nó chơi hỏng tất
Nó rất có thể vùi tất trong đất.

(1986)

Ta nhớ

Ta nhớ những năm, những ngày, những tháng
Mặt trời, mặt trăng như thần thoại huy hoàng
Tình cảm trên đời lai láng làm sao
Chút ít đắng cay, còn toàn thơm thảo!
Ta nhớ thuở ăn cắp tiền nhà, ăn thịt bò khô
    đánh nhau khó bảo
Đi xem thường vượt tường, hay trốn học, mê chơi
Ta nuốt bao cay đắng trong đời
Riêng thuở đó đẹp như là mộng ảo!

352

Ta nhớ Tết, ti toe khoe quần áo
Pháo đốt vang, tiền chưa gấp nếp, mới toang!
Khách tới mừng xuân, ai cũng mở hàng
Lời chúc Tết cũng là lời dạy bảo
Ta nhớ những buổi tối mùa đông
      đi xi nê về, ăn phở áp chảo
Phở nóng, rượu cay, tỏi ớt càng cay!
Bè bạn ngà say bàn luận cuốn phim hay
Khinh ghét gian ma,
Xót xa tàn hoa mà đời bất hạnh!
Ta nhớ những buổi sáng chủ nhật chuyển mùa trời hơi
      se lạnh
Ta ngồi bên ly cà phê pha rượu mạnh
Nhìn dòng người, dòng xe khoe tươi lộng lẫy
Thấy người quen nào ta cũng xiết chặt tay!
Ta nhớ những ngày không uống rượu mà say
Đời đã như cốc rượu dâng bầy
Tình bạn, tình thầy, tình văn chương kim cổ
Nào học, nào chơi, nào thi, nào đỗ!
Ta nhớ những hàng quà rong, linh hồn đường phố
Trăm thứ rao vang, người Việt lại người Tầu
Cuộc sống bình dân no ấm muôn mầu
Sáng, tối, trưa, chiều, ăn gì cũng có!
Ta nhớ những đền chùa linh thiêng
Những tòa miếu cổ
Những bà già chắp tay cầu khấn thành tâm
Những pho tượng ngồi trong hương khói trầm ngâm

Lũ trẻ vây quanh
Đứa nghịch hư, cũng thành ngoan im lặng
Ta nhớ những đêm êm đềm thấm vào hồn ta, bao la
 trong trắng
Những trang truyện, trang thơ mơ mộng tràn đầy
Thiết tha tình kim cổ, Đông Tây
Ta thường xúc động phải bỏ sách, đi một vòng quanh
 phố vắng...
Ta nhớ những buổi mai mượt mà, đẹp nắng
Quanh Hồ Gươm ta mặc toàn đồ trắng dạo chơi
Đeo kính màu xanh, ta ngắm cuộc đời
Hồ hởi, nói cười, đẹp tươi trong gió...
Ta nhớ những tối nhá nhem, tiếng chó
Như có linh hồn, ấm áp xóm quê
Trong những mái gianh là tình cảm tràn trề
Mưa lụt cũng xách đèn đón ta đi ăn cỗ!
Ta nhớ những ngày cúng giỗ
Cha, Mẹ, Cô, Dì, Chú, Bác, Chị Em ta
Mời gấp cho nhau thân mến xum hòa
Hương khói ngạt ngào yêu thương biết mấy!
Ta nhớ những ngày lội bơi vùng vẫy
Đánh bốc, chơi thuyền, cường tráng nở nang
Mơ gặp khó nguy bắt nó quy hàng
Trong cuộc sống dễ dàng, êm ấm ấy!
Ta nhớ những chiều thứ bẩy
Mùa hè ăn bánh tôm bên Hồ Tây
Cô bạn ngồi bên như nàng tiên vậy

Vạn vật tưng bừng ngất ngây!
Ta còn nhớ nhiều, nhưng tất cả giờ đây
Đã thành truyện cổ
Tất cả từ lâu búa liềm băm bổ
Nát tan, oan khổ, chôn vùi
Cuộc sống dưới lá cờ đỏ máu đen thui
Đời buồn nhớ mãi đời vui...

(1986)

Đôi chân

Đôi chân phù và tê
Nằm nhiều, xương cốt ê
Nắng chiều vàng như nghệ
Loang lổ khắp sơn khê
Đêm tối đen bốn bề
Bao người đi không về
Cuộc đời buồn như thể
Tiếng côn trùng lê thê!

(1986)

Mặt trời

Mặt trời về phương Tây
Xà lim chiều thứ bảy

Ôi phương Tây giờ này
Thực mà như mộng ấy!
Kiếp này không được thấy
Kiếp sau đành chờ vậy!
(1986)

Dã tâm Đảng

Dã tâm Đảng
Quá rõ ràng
Để vững vàng
Ngồi làm chủ
Để dễ dàng
Hút máu mủ
Dân phải mụ
Dân phải ngu
Dân phải mù
Phải bỏ tù
Những thằng sáng
Dám phỉ báng
Đảng sói lang
Dám nói toang
Những sự thực
Dù khốn cực
Vẫn tích cực
Chống lại Đảng!
(1986)

Lịch sử

Lịch sử ở vào chặng
Ô nhục đáng sỉ mắng!
Đã bao mùa mưa nắng!
Đã bao đêm thức trắng
Trong bi tang hoang vắng
Nỗi lòng ta cay đắng
Bạo lực đương đắc thắng
Tự do treo cổ thẳng
Dân, đói nghèo khô khẳng
Nước, nấm mồ câm lặng
Đêm đêm sầu trĩu nặng
Chó đói kêu ăng ẳng
Tiếng cuốc kêu văng vẳng
Hồn non sông đeo đẳng
Não nề trong đêm trăng!
                    (1986)

Giả thử

Giả thử mai mốt ta có được tha
Ốm yếu, tả tơi, đời đã về già
Không vợ, không con, không cửa không nhà
Hai bữa sẽ là mửa mật, vật vã
Ai không mong thoát tù ngục nhục nhã

Cái chết trên đời chẳng ai muốn cả!
Nhưng vào cảnh ngộ tương tự như ta
Nhiều người ra tù, tự sát xót xa
Chế độ quả là địa võng thiên la
Kẻ lọt vào tròng, khó hòng mong ra!

(1986)

Sống nhục

Sống nhục không bằng cái chết ngay
Cái hèn mạt còn đáng buồn hơn cái chết
Tự do là thiêng liêng trên hết
Khí phách anh hùng, đẹp, đáng phục thay!
Đó là những chất men say
Chắp cánh chúng ta bay về chân lý
Bay về thiện mỹ
Vượt qua vạn lý nguy nan
Khinh mọi bạo tàn yêu gian
Khinh mọi mưu toan, thủ đoạn!
Tăm tối cơ hàn vẫn lung linh, xán lạn
Như vì sao côi cút trong đêm đen
Ôi chất men
Chất men ngàn đời truyền lại
Chất men ngàn đợi ủ mãi
Càng nhục hình
Càng thôi thúc tâm linh!

Bạo lực rùng mình, bất lực
Tự do rừng rực thiêu tan!
Ôi, tuổi trẻ khổ oan
Tuổi trẻ lầm than
Cuộc sống sẽ quả là ngao ngán!
Nếu tâm hồn chai sạn
Không ngấm chút men say
Không thể cao bay
Tới những chân trời ngất ngây tuyệt mỹ
Tới những đỉnh cao kỳ vĩ
Sa lầy trong vị kỷ, nhỏ nhen!

(1986)

Tù tội

Tù tội lâu ngày héo kiệt
Suất cơm thực là khủng khiếp
Rau không có, sống làm sao, thảm thiết!
Ốm nằm rên, không thuốc, chờ chi?
Lại sắp mùa đông ảo não xám xì
Đói cộng rét, lấy gì chống đỡ!
Cộng Sản đày ta sống trong chết dở
Muốn ta tàn tắt cùng thơ
Song ta tin có Trời kia cứu trợ
Tất cả dần dà ta sẽ vượt qua

Lúc đen ngòm là lúc sẽ mở ra
Nắng gió chan hòa, trời biển bao la...

(1986)

Đọc sách

Đọc sách cũng bằng dư
Nếu không có tư chất
Bao điều hay quẳng vất
Điều dở học trước tiên
Chuyện nếm phân Câu Tiễn
Người học theo rất đông
Chuyện Kinh Kha vượt sông
Không thấy ai học hết!
Học sống và học chết
Anh hùng lưu danh thơm
Giá áo với túi cơm
Học làm sao cho được!

(1986)

Tình thương

Trong các tình cảm con người
Tình thương là vô tư, tinh khiết nhất
Nếu không bị trộn pha làm mất chất

Nó mang an ủi của thiên thần!
Hãnh diện nên nhiều bạn nói không cần
Đành rằng ai muốn sống để phải thương
Nhưng nếu gặp tai ương
Rơi vào cảnh ngộ đáng thương
Và có người thương!
Hãy xúc động, biết ơn thứ tình bình thường
    mà cao quý ấy
Thứ tình lâu rồi tôi hiếm thấy
Có nguy cơ tận diệt ở thời nay!

(1986)

Ta muốn

Ta muốn hồn ta như cảnh trời thu xa xanh, êm ả
Nhưng đất nước như cánh rừng tối đen, hoang dã
Lang sói tung hoành, tanh tưởi bao la
Hồn ta ngâm trong máu lệ muốn tan ra
Mỗi khi ta mơ về những chân trời nhân ái thiết tha
Ngây ngất tưng bừng như rượu, như hoa
Cảnh trại tù đen lạnh, bãi tha ma
Lại sừng sững hiện ra như xóa nhòa tất cả
Ta đứng trầm tư, hóa đá
Linh hồn sông núi nhập vào ta
Đỡ ta không gục ngã
Nhắc ta không được ngã!

(1987)

Nhìn xuất cơm

Nhìn xuất cơm - cực hình tra tấn
Vừa khổ đau, vừa căm giận bừng bừng
Chúng đương xẻo của ta từng miếng thịt
Hút của ta từng giọt máu bi thương
Chúng cho ta ăn thua một con mèo
Và khoái trá khi ta xương da lủng củng
Đi đứng lờ đờ, xanh bủng, mắt mờ run
Chúng bảo ta vẫn còn nghị lực
Vẫn ngấm ngầm sáng tác
Tiếp tục ý đồ xấu xa bôi xấu Đảng
Lần thứ hai trước mắt địa cầu
Chúng hứa bắt ta phải quỳ gối, cúi đầu
Ngậm đắng nuốt sầu tới ngày lấp lỗ
Mang theo thơ phú xuống mồ
Nhờ Diêm Vương xuất bản
Cho loài giun đất đọc ngâm!
Ta không trả lời
Lấy mùi xoa lau qua vầng trán
Vầng dương còn cháy đỏ
Dẫu hoàng hôn!

(1987)

Cộng Sản tàn bạo

Cộng sản tàn bạo lắm!
Đồng bào ta cực lắm!
Đất nước ta vực thẳm
Bao trí tài mất tăm
Bao cuộc đời nát băm
Bao đớn đau chìm đắm
Hận thù bốc cao lắm
Cao mãi cùng tháng năm!
Vì trăm ngàn quật quăng
Theo chân lý vĩnh hằng
Vì phương trời xa xăm
Ngọt ngào mà cay đắng
Vì mênh mông im vắng
Lời thề còn văng vẳng
Vì tình thơ sâu nặng
Cả ngàn đêm thức trắng
Ta từng giây cố gắng
Quyết sống và quyết thắng!
                    (1987)

Có những con thuyền

Có những con thuyền đầy ước mơ vỡ đắm
Có những phương trời rỏ máu mắt đăm đăm

363

Có dáng thân yêu trong đất im nằm
Có hối tiếc trong tim này ai oán lắm
Đâu cả ngàn đêm mắt không hề nhắm?
Đâu vạn bình minh lao ngục tối tăm?
Đâu triệu nấm mồ chôn triệu khối hờn căm?
Câu giải đáp đen ngòm như vực thẳm!
Bằng phong ơi, gió buồn vạn dặm
Vầng trăng quê hoen máu xa xăm
Tất cả tàn theo dấu tháng năm
Cờ rũ giữa tâm hồn tôi đã cắm!

(1987)

Ôi mây gió

Ôi mây gió xa khơi ngàn vạn dặm
Ôi mảnh vườn êm ả ánh trăng quê
Thơ ấu nuôi bao yêu dấu, hẹn hò
Từ thủa ban đầu gặp nhau trong sách vở!
Nhưng năm tháng qua trôi
Gỉ mòn, nát đổ
Cánh chim bằng trong sách cổ rũ đau rơi
Mảnh vườn quê tê tái canh dài...
U uất đôi bờ thương nhớ
Dòng sông tâm huyết miên man
Trôi mãi...
Trôi hoài...

Không thấy bến
Chỉ thấy trời mây cô quạnh buồn soi
Bóng lạnh...
Con thuyền câu trong thơ cổ chìm đâu?
Đất đỏ một màu hoang loạn
Tan hòa hương sắc quê hương
Tốt đẹp không còn phương nương náu
Bao năm rồi vô sỉ đã lên ngôi
Phá nát vườn quê
Chiếm cứ mây trời
Đất nước rụng rời, cay đắng
Hồn thiêng mưa nắng sụt sùi
Trang sách cổ muôn đời tôn quý
Năm dài gián nhấm, mọt nhai
Nát hỏng!
Nhưng sâu lắm bao lời cao ý rộng
Đã khắc in vào trong đáy trái tim đau
Ba chữ mênh mông: Vạn cổ sầu!
Núi sông rồi chuyển động
Trời đất sẽ thay màu
Ôi mối sầu vạn cổ
Người chính là động lực tối linh thiêng
Đảo vần tất cả!

(1987)

Tài năng

Tài năng và đạo đức
Đọa đày và uất ức
Ngu tối và bạo lực
Rông rỡ đà hết mức!
Óc tim ta hừng hực
Bao niềm mơ rạo rực
Muốn nói lên sự thực
Thân tường giam bốn bức!
Thơ đầy, đầu đau nhức
Khó giữ, lòng buồn bực
Đời tù ngày càng cực
Giá rét như nồng nực
Nước lã uống ừng ực
Cọng rau cũng háo hức
Làm sao giữ được sức?
Gia đình không tin tức
Tháng năm như thách thức
Bao giờ thoát đáy vực?
Câu hỏi đè lên ngực
Tất cả đen như mực
Thần chết luôn chõm chực!

(1987)

Trốn trại

Trốn trại bắn hai mạng
Dù đã giơ tay hàng
Xác phơi bên lề đường
Cho kẻ khác làm gương!
Chỉ chuột rừng là sướng
Đảng chiêu đãi cho hưởng
Một đêm no chán chường!
Sáng sau khó mà tưởng
Mắt và tai đều bay
Hai bàn chân, bàn tay
Chỉ còn xương gậm dở
Ruồi nhặng lại vớ bở
Đen ngòm trông khiếp kinh
Lũ công an rùng mình
Thuốc lá châm, nhổ khạc
Ra lệnh cho tự giác
Đem chôn hai cái xác!

(1987)

Trong xà lim

Trong xà lim
Cơ hàn
Cô quạnh

367

Như kẻ tu hành
Già nua, khổ hạnh
Ta ngồi một mình
Âm thầm
In bóng lạnh
Trong giòng thời gian
- Dòng cường toan bất tận -
Nắng, mưa, nóng, lạnh
Đổi thay thời tiết bao lần...
Râu tóc ta bạc dần
Mắt ta mờ dần
Răng ta rụng dần
Bóng ta nhỏ dần
Mờ dần
Chìm dần...
(1987)

Dám từ bỏ

Dám từ bỏ gia đình, hạnh phúc ấm êm
Bao người thiết tha mơ ước
Vượt biển, vượt rừng về tấn công bóng đêm
Mênh mông trùm lên đất nước
Việc đó, đúng ra sáu nhăm triệu người
Bị đọa đày tàn ngược
Phải làm, để giải phóng thân nô!

Thế cô
Họ bị hốc đen khổng lồ nuốt chửng!
Sau bao gian nan chịu đựng
Bao kiên gan chiến đấu trong rừng
Thực đau lòng vô hạn nỗi thương vong!
Nhưng danh hiệu anh hùng vô song
Trong đêm dầy ngời sáng
Chỉ có họ mới thực là xứng đáng!
Trước họ
- Những tráng sĩ một đi không về -
Nhân phẩm, lương tâm, trí tuệ
đạo đức, tài năng đều kính nể
nghiêng mình!
Ôi đất nước này muốn sớm có bình minh
Phải có muôn người như họ
Dám hy sinh!
        (1987)

Chân đất bùn

Chân đất bùn, nón mê
Thuốc lào mù mịt khói
Cảnh đồi trọc trơ trọi
Ướt át và bết bê
Mặt trời chìm đâu để
Mưa gió buồn lê thê?

Thu tàn, đông lạnh đói
Chẳng mấy chốc tràn về
Áo chăn tù hạ gói
Khâu vá lòng nặng nề
                    (1987)

Gió vi vu

Gió vi vu, buồn âm u
Đời tàn thu, tóc sương phủ
Ngày ra tù thời mịt mù
Ăn chẳng đủ, còn mất ngủ
Chân tê phù, họ xù xụ
Mắt như mù, lưng càng gù
Thân gầy rũ như gà rù
Cần trùng tu, cần đại tu!
Kiếp lao tù đành thúc thủ
Lời khuyên nhủ không tiếp thu
Thơ với phú, muốn chết rũ
Thực là ngu, đành chịu ngu!
                    (1987)

Một đêm thức

Một đêm thức trắng làm thơ
Sáng dậy lờ đờ, lảo đảo

370

Bê bát cơm tù thiểu não
Nhớ ra phải sống để chờ
Thi nhân chó đói vật vờ
Đảng vẫn rình mò lo sợ !

(1987)

Xưa có

Xưa có gã ăn mày
Cầu xin em mẩu cháy
Em đùa rỡn không cho
Nay gã ăn mày nào có no
Em cầm cho mẩu cháy
Cháy đã xông mùi, thiu rữa, em ơi!

(1987)

Trời bao giờ

Trời bao giờ mới cho dân nước ta
Được sống tự do, no đủ, xum hòa
Mời những bậc đạo cao, đức cả
Ra nắm quyền thay lũ gian ma
Xây dựng sơn hà yêu quý thiết tha
Không cảnh đọa đày, đói khổ xương da
Không cảnh ngục tù, oan ức xót xa

371

Khôi phục tình người, phong tục, thi ca
Ôi điều đó đâu phải là chuyện lạ
Đâu phải điều ước mộng cao xa
Mà có tự ngàn xưa, non nước tổ tiên nhà
Cộng Sản tan đi là ánh sáng chan hòa!

(1987)

Vì ghê tay

Vì ghê tay
Tôi chưa bao giờ tự tay, cắt tiết
Con gà, con vịt, con ngan
Tôi còn tránh cả cảnh nhìn cắt tiết
Khi những con vật hiền lành máu phun giẫy chết
Nhưng những loài rắn rết
Tôi sẵn sàng thẳng tay đập chết
Không hề lưỡng lự mảy may
Vì tôi biết
Chúng sống chỉ gây tai họa cho đời!
Chúng sống chỉ gây oan khổ cho người!

(1987)

Sống nhục

Sống nhục vô cùng mà sao sợ chết?
Đời chẳng ra sao, mà lưu luyến, tại sao?

372

Có phải tại bản năng con người tham sống?
Hay bởi còn nuôi hy vọng một ngày mai?
Hay bởi trái tim - Miếng thịt thiu tồi -!
Hay bởi cái đầu u tối
Ngu lâu
Chứa toàn bã đậu!

(1987)

Cơ thể

Cơ thể tù lâu giở quẻ
Dặt dẹo, ốm đau đủ vẻ
Tháng năm ngày một thê lương
Khổ đau mãi cũng chán chường!
Ta nằm như một bộ xương
Trên sàn xi măng lặng lẽ
Thuốc, ăn, in ra hay vẽ?
Kêu cầu ai cứu, ai thương?
Nghĩ lắm chỉ càng bỏ mẹ!
Tốt nhất tất cả coi nhẹ
Ốm no một là bò dậy
Hai là không dậy, mặc thây!

(1987)

Thầy mẹ

Thầy Mẹ thời đã mất
Đày đọa khổ hơn vật
Cố sống cầu Trời Phật
Cứu thơ qua ngục thất
Thơ mời dâng trái đất
Trái tim cay đắng nhất
Mang đau thương hờn uất
Mang niềm mơ bất khuất
Mang lẽ phải, sự thật
Mang tội ác khai quật!

(1987)

Nâng cốc

Nâng cốc, diễn văn, mặt dày, mày rạn
Đóng vai cò mồi ngợi ca Cộng Sản
Mấy trí thức già trông mà chán ngán
Làm thân con rối tàn đời không nản!
Nhưng có sổ ăn cửa hàng Tôn Đản
Ốm đau được nằm Việt Xô chữa thuốc
Có nhà, có xe, có tí chức tước
Con cái ưu tiên học hành ngoại quốc
Mọi thứ sinh hoạt hoàn toàn lệ thuộc
Thôi làm thằng hề ngoan ngoãn cũng được!

Tị tẹo ngo ngoe là phăng teo tuốt
Nhục nhã thế nào mà không phải nuốt!
Cũng may cái là họ không biết nhục
Đã quen nói cười xum xoe thuần phục!

(1987)

Tù ăn chay

Tù ăn chay nghĩa là không có muối
Cơm không mà dăm suất có vẫn xuôi!
Giá được điều lao động toán chăn nuôi
Lấy lại sức nhờ sắn, khoai, bẹ chuối
Nhà thơ sẽ đỡ còm nhom yếu đuối
Chuồng lợn kia sẽ hóa tháp ngà thôi!

(1987)

Bát ngát

Bát ngát mùa tang trắng xóa
Nước mắt mồ hôi lã chã
Cứ theo năm tháng dần dà
Lần lượt chảy vào trong mả
Tiếng đóng quan tài hối hả
Ngày đêm vang lên giục giã
Át tiếng thở dài đói lả

Át tiếng cùm đánh thét la
Át tiếng van nài thương tha
Thảm thê của trẻ của già
Quân thù toàn loài cặn bã
Hành hạ biết chi nhục nhã
Thấy ta đi đứng vất vả
Mắt cười nhìn ta đểu giả
Chúng đợi giờ ta gục ngã
Dưới bao triền miên đầy đọa
Song ta lì ra như đá
Như người sống bằng phép lạ
Tất cả dần dà vượt qua
Từ trong cơ thể xương da
Nhẽ là phải hóa ra ma
Ai ngờ có thể nở hoa
Bát ngát mùa thơ ngàn đóa!

(1987)

Tù ăn đủ thứ

Tù ăn đủ thứ, trừ phân
Nói vậy là chưa thành khẩn
Chảo rau muống có giẻ chùi nấu lẫn
Ai người ghê tởm không ăn?
Lạc giống đem trồng trộn lẫn tro phân
Lén lút nuốt nhai, sá gì nhơ bẩn

376

Tôi không muốn nói điều tàn nhẫn
Nhưng thực tế là như vậy, kiếp tù nhân!

(1987)

Tôi và anh

Tôi và anh đóng cửa
Mặc núi rừng gió sương
Mặc giá buốt thấu xương
Càng rét, càng tận hưởng
Cái ấm cúng lạ thường
Được ngồi bên đống lửa
Rượu thịt, chuyện văn chương!
Kẹo bánh với trà hương
Thuốc lá thơm nhả khói
Bõ bao ngày lạnh đói
Tôi và anh trong tù!
Những vần thơ ấp ủ
Những năm dài xiết rên
Cứ sang sảng vang lên
Lửa được chất to thêm
Ta cùng say qua đêm
Sáng mai rồi sẽ ngủ!

(1987)

Lư sinh

Lư sinh từ mộng về
Buồn nồi kê chưa chín
Tôi đói run ngồi nhịn
Nhìn nồi kê cháy khê
Một cái buồn phong kiến
Một cái buồn Mác Lê!
                    (1988)

Đất nước

Đất nước thâm bầm ngâm trong khốn cực
Bạo lực giam cầm, giải thoát không phương
Không thể nào khác được!
Ta đã lao vào cuộc chiến đấu bi thương
Ta muốn quên đi mọi thứ chân trời
Tìm an ủi trong hai bữa cơm nghèo hiu hắt
Song bộ máy khổng lồ bằng sắt
Cuốn hút ta vào
Định đập nát óc tim ta
Ta phải đương đầu
Đớn đau
Khốn khổ
Mấy chục năm dòng óc tim cháy đỏ
Bao lần tiếp cận với tiêu vong

378

Ta vẫn một lòng chiến đấu
Nấu nung đau đớn với căm hờn
Thành vũ khí tiến công vào tội ác
Giờ óc tim đã vạc
Xác thân đã mòn
Tất cả đen ngòm, hôi hám
Ta vẫn nằm đây
Giành giật với quân thù
Từng phút
Từng giây
Từng nhịp thở!
      (1988)

Một đêm

Một đêm thức trắng
Được một bài thơ
May mắn vô bờ
Thỏa thuê hết mức!
Dù đầu đau nhức
Dù sức không còn
Thân thể gầy mòn
Nằm thoi thóp thở...
Giá được bát phở
Được hớp nước trà
Hàng ngày cho ta

Thời hồn xác ta
Đã không quá mệt
Lão già thần chết
Hết dọa dẫm nhau!
Nhưng cả cọng rau
Cũng không thể có
Ta đành nằm đó
Uất hận nghẹn ngào
Tàn tạ xanh xao
Biết bao cay đắng!
Đầu ta tóc trắng
Khó thắng lao tù
Nghĩ tới thơ phú
Lòng càng xót xa
Không bóng ngày ra
Đời tù thăm thẳm
Tháng năm chìm đắm
Cả ta và thơ
Thắng được phải nhờ
Trời kia cứu trợ!

(1988)

Dù đầu bạc

Dù đầu bạc
Dù đói rạc

380

Dù lực tàn
Vẫn bền gan
Vẫn sáng tác
Việc sống thác
Là việc khác
Không thể cản
Không làm nản
Không cần bàn!
(1988)

Đảng bất nhân

Đảng bất nhân
Dân đành phận
Đức táng tận
Tài trầm luân
Tình ai cần?
Tiền khốn quẫn
Đẹp bôi bẩn
Tốt hóa dần
Ăn lẩn quẩn
Óc teo dần
Khổ ngàn cân
Nhục ngàn tấn
Sống đè ấn
Chết thiệt thân

Ôm khối hận
Chỉ thêm bận
Đánh một trận
Cho thỏa giận!
    (1988)

Văn là

Văn là tim là óc
Là linh hồn văn gia
Trong chế độ chúng ta
Có nhiều cái quái ma
Tim óc thực đâu cả
Chỉ thấy tim óc giả
Đem trưng bày thối tha
Nhìn kỹ thì hóa ra
Đó là cái dạ dày
Lũ bồi văn mất dạy!
        (1988)

Vô phúc

Vô phúc sinh ra phải thời Cộng Sản
Thế là thôi chìm đắm, khổ oan
Đã như thế, ta thề cùng Cộng Sản

382

Chiến đấu tới cùng mang hết tâm can
Đằng nào thời đời cũng nát tan
Tan nát nữa, sá gì thân khốn nạn!
Ta chỉ ước một điều, ôi các bạn
No ấm, xum hòa, họa đỏ tiêu tan!

(1988)

Không sống trong lòng

Không sống trong lòng Cộng Sản
Bạn nên thông cảm một điều
Chế độ Mác Lê tôi sở dĩ nói nhiều
Tới mức phát nhàm, phát chán
Vì thực tế không nhàm, không chán
Mà kinh hoàng, ai oán lắm, bạn ơi!
Tôi sẽ nói khắp nơi
Sẽ nói suốt đời
Nói tới muôn đời
Nói mãi!

(1988)

Kẻ muốn đi xa

Kẻ muốn đi xa phải gìn giữ sức
Làm việc vừa chừng, ngủ ăn đúng mức

Tránh mọi buồn phiền, lo âu, bực tức
Song đời tù đói dài khổ cực
Bao đọa đày, đớn đau, uất ức
Lao động thơ lại đòi phải thức
Mâu thuẫn đó, điều hòa sao, khó thực!
Song ta tin có Trời kia trợ lực
Nàng thơ hỡi, ta vẫn trung thành túc trực
Dù bốn ngả đều đen như mực!

(1988)

Thoát khỏi nơi

Thoát khỏi nơi ngục tù Cộng Sản
Nơi đọa đày thê thảm nhất trần gian
Hỏi ai không mong đợi?
Không ít nhiều phấn khởi, vui tươi?
Riêng ta thầm câm nghĩ ngợi
Đôi khi bật tiếng thở dài
Ta không thể nào thoải mái
Hớp rượu, hớp trà, nói cười, hứng khởi
Khi Mẹ Cha ta trong đau đớn đã lìa đời
Khi thơ ta chưa thoát được ra ngoài
Đe dọa rất nhiều, mà tất cả còn nguyên!
Ta làm sao tránh khỏi ưu phiền
Không nghĩ ngợi!
Khi áo cơm cứ quanh quẩn rối bời

384

Ta làm sao có sinh thú trên đời
Khi mục đích cả đời ta ước nguyện
Không phút nào quên nung nấu triền miên
Trong óc tim ta ngày đêm thúc giục!
Nay, nếu ta thoát vòng tù ngục
Một phần công việc đã làm xong
Ta có thể tạm an lòng
Chén rượu, chén trà, thảnh thơi
Bên những người thân thiết
Nhưng số phận của ta quả là khắc nghiệt
Có lẽ Trời bắt ta phải chịu nhiều rên xiết
Để cho ta có thể hoàn thành công việc
Dùng thơ ca ngăn họa đỏ lan tràn
Nên giữa xà lim đen tối lụi tàn
Thơ lại bùng lên, âm thầm tỏa sáng
Khiến ta tự hỏi, bàng hoàng:
- Lửa thiêng đó từ đâu mà tới?
Từ trên thượng giới
Trời cho!
(1988)

Cuộc đời

Cuộc đời xán lạn
Cuộc đời khốn nạn
Tình yêu, tình bạn

385

Hạnh phúc, khổ oan
Cười hát, than van
Ngọt bùi, tân toan
Tỉnh táo, mê man
Hào hùng, chán nản
Thủy chung, lừa phản
Giầu có, nghèo nàn
Vinh hiển, lầm than
Tướng lĩnh, vua quan
Tất cả đều tàn
Tất cả đều tan
Theo giòng thời gian
Vang mãi vô hạn
Tiếng lòng chứa chan!
Sáng mãi vô hạn
Ngọn lửa tâm can!

                    (1988)

Những tiếng cười

Những tiếng cười trẻ trung
Những hào hùng son sắt
Những ánh mắt sáng trong
Những nỗi lòng sôi động
Những chân trời lớn rộng
Những ảo mộng thần tiên

386

Những nàng tiên tưởng tượng!
Cả một thời sung sướng, nay đâu?
Tất cả chìm sâu dưới đáy ngục trần
Lụi dần, rồi tắt...
Chỉ còn quặn thắt
Chỉ còn héo hắt
Chỉ còn nước mắt
Cùng máu, óc, tim bị muôn ngàn dao cắt
Âm thầm rỏ xuống thành thơ
Tê tái đợi phút giờ cất cánh
Bay khắp địa cầu chặn đánh yêu ma
Góp sức ngăn ngừa thảm họa
Đương ngày đêm đe dọa tràn ra
Khắp ngả
Nhuộm đỏ hành tinh chúng ta!
Ôi, dù thể xác ta
Bay tha hồ đầy đọa
Bay tha hồ trả thù hèn hạ
Chỉ còn xương da!
Ôi, dù gia đình ta
Bay bạo tàn chia xa
Đau đớn bao la!
Ta sẵn sàng cắn răng chịu cả
Miễn là nước mắt của ta
Máu óc tim ta
Ra hoa kết quả
Thành thơ chiếu tỏa tâm linh

387

Đời sẽ rùng mình khi đọc
Ôi, điều đó sẽ làm ta không khóc
Âm thầm trong đất mai sau
Khi ta từ biệt thế gian sầu!

(1988)

Vì đời người

Vì đời người thì ngắn
Họa Cộng Sản thì dài
Để có một ngày mai
Thường dân cùng trí tài
Phải hợp sức nhau lại
Phải chiến đấu bền dai
Không sợ tù, sợ bắn
Bất chấp mọi khó khăn
Xác thân cần cũng bỏ!
Phải xác định thật rõ
Chống lại bầy quỷ đỏ
Là tổn thất rất to
Cũng không được đắn đo
Vì của quý Tự Do
Không phải thứ Trời cho
Những dân tộc co ro
Cam kiếp sống trâu bò
Chỉ mong chờ hưởng sẵn!

(1988)

Ta đã đi

Kiệt sức tàn hơi, hồn xác tả tơi
Ta đã đi suốt dọc đường đời
Mỗi bước một trời tiếc hối
Buồn thương gió thổi hoang vu...
Hoàng hôn âm u
Dương thế ngả màu âm phủ
Tê tái thâm tình máu mủ
Hận thù gai lạnh sương thu
Ta vẫn chìm sâu dưới đáy ngục tù
Năm tháng mịt mù
Thóp thoi
Cố thủ
Đợi trời đêm êm ả, hiện lên
Vầng trăng cô quạnh, dịu hiền...

(1988)

Mây trắng

Mây trắng trên trời cao
Theo gió về nơi nao
Khơi nhớ thương ngày nào
Sắc hương đầy dâng trào
Tưng bừng mà ngọt ngào!
Lòng ơi đừng dạt dào

Lòng ơi đừng nghẹn ngào
Mơ về phương trời nào
Đời tươi mầu hoa đào
Lòng xanh mầu ước ao!
Mòn mỏi và vêu vao
Tù lao và ho lao
Dưới lá Cờ Vàng Sao
Nuôi làm chi mộng ảo!
Mắt mờ chân lảo đảo
Lê về nơi hố đào
Vùi chôn bao giông bão
Vùi chôn bao khổ não
Bao đói cơm, rét áo
Bao mộng tình xanh xao
Bao hận thù ngất cao!
Cuộc sống có là bao
Thực tế xót như bào
Ta thèm hơi thuốc lào
Ta thèm ăn bát cháo
Ta háo miếng bí đao
Loanh quanh toàn mộng hão
Ta đã thành ông lão
Thịt gân ta chùng nhão
Hơi thở ta thều thào
Lá rừng rơi xạc xào
Thác nước tuôn ào ào
Như thì thào, thét gào

Như ngày đêm nhắc bảo:
Dưới lá cờ vàng sao
Nuôi làm chi mộng ảo
Nuôi làm chi khát khao
Như ngàn muôn mũi dao
Ngày và đêm tàn bạo
Khoét vào tim với não!
Ta đã thành ông lão
Cuộc sống có là bao
Mây trắng trên trời cao
Theo gió về nơi nao...

                              (1988)

Nhà thơ ơi!

Nhà thơ ơi, phải biết
Giữ linh hồn luôn luôn tinh khiết
Như đóa sen hồng thơm ngát giữa tanh nhơ
Như vì sao trong đêm tối hoang sơ
Thăm thẳm mịt mùng, lung linh sương tuyết...
Nhà thơ còn phải biết
Sống trong cõi đời như không bao giờ chết
Dẫu cơ hàn thảm thiết, nguy nan
Dẫu xác thân bệnh hoạn, teo tàn
Khí tiết vững bền hơn thạch thiết
Giữa thời gian hủy diệt trơ trơ

Có thế mới mong thả nổi hồn thơ
Bay bổng tung hoành ngay trong cũi sắt
Còn thoát xổng hay là lụi tắt
Là việc của Trời, không phải việc nhà thơ!

(1988)

Ốm đau

Ốm đau cùm kẹp
Xác thân ọp ẹp
Dạ dày lại lép
Mà như có phép
Cứ sống vật vờ
Thần chết cũng sợ
Quân thù man rợ
Cũng không thể ngờ
Ngỡ ta chết bẹp
Ngờ đâu trên thép
Nở một vườn thơ!

(1988)

Bầu trời

Bầu trời như lóa lửa
Lửa táp xuống trần gian

392

Đất đai nứt rạn
Cây lá khô tàn, rũ rượi, tả tơi
Chim chóc, con người ngạt thở, im hơi
Tất cả cầu xin
Rồi nguyền rủa đất trời
Đúng lúc không ngờ, không đợi
Thầm câm lau giọt mồ hôi
Đột nhiên có gì dữ dội
Có gì sôi nổi
Có gì xáo loạn ở phương xa!
Gió nổi!
Tâm hồn mở hết ra
Đón chào tươi mát bao la!
Gió ầm ầm muôn kỵ sĩ xông pha
Ào ào ập tới, băng qua!
Gió thổi tan ngàn u uất
Gió lật trang đời phần phật
Ngột ngạt nặng đè giây phút tiêu ma
Vạn vật tưng bừng nhảy múa reo ca!
Sinh khí mênh mông, sông núi chan hòa
Truyền cho sức lạ!
Khắp thân ta
Những luồng khoan khoái chạy trên da
Thấm vào tâm não
Sức mới dâng trào
Ta lảo đảo
Gió gầm lên thét bảo:

Hãy sống không lùi!
Hãy sống hết tâm linh!
Nước tự trời cao đổ xuống thình lình
Đất đá hồi sinh
Tất cả hồi sinh
Chớp điện!
Lau sậy quay cuồng náo nức như điên
Muôn loài phơi phới bay lên!
Chuyển biến vô biên, chuyển biến đất trời
Đổi mới tuyệt vời, óc tim chan chứa!
Sấm sét hãy gầm vang nữa
Sự sống chờ chi nữa
Hãy ra khơi!
Rộng đón chân trời
Mạnh bước, ước mơ ơi!

       (1988)

Quan Vũ

Tay cầm long đao, cưỡi ngựa xích thố
Mặt đỏ, râu dài, uy nghi đồ sộ
Đào Viên kết nghĩa, anh hùng tương ngộ
Chung thủy trọn đời, tận tụy gắn bó
Chém đầu Hoa Hùng, đọ sức Lã Bố
Đốt đuốc thâu đêm luân thường sáng tỏ
Nhan Lương, Văn Sú coi như dê thỏ

Tào Tháo uổng công mua chuộc dụ dỗ
Lòng son dạ sắt không gì lay đổ
Treo ấn giả vàng phú quý coi nhỏ
Qua năm cửa quan, sáu tướng mạng bỏ
Ân trả nghĩa đền Hoa Dung tiểu lộ
Tha chết Hoàng Trung, anh hùng đức độ
Một đao phó hội hang hùm Đông Ngô
Nạo xương chữa thuốc thiên hạ trầm trồ
Bắt sống Bàng Đức, nước dâng sóng vỗ
Xông pha trăm trận đứng đầu Ngũ Hổ
Thất thế dẫu bị đem ra chặt cổ
Trái tim trung nghĩa như mặt trời đỏ
Khí phách ngàn thu sông núi sáng tô!

(1988)

Sao gần đây

Sao gần đây ta thường mơ cảnh ấm êm,
Ngại ngùng khổ ải
Nhẫn nhục hơn nhiều, mọi chuyện bỏ ngoài tai
Trước cảnh dã man, hèn hạ chỉ thở dài
Dấu hiệu yếu suy, già nua thảm hại!
Nhưng quy luật tự nhiên ta làm sao chống lại
Thân tù trong trại khổ sai!
Mọi việc xin nhường cho đám trẻ trai
Sẽ thức tỉnh trong khổ oan quằn quại

Phần ta, ta còn phải
Chống lại Tử Thần tình, huống rất bi ai!
(1988)

Thi sơn

Dù thể xác lao tù héo khô muốn đổ
Dù đau lòng hạnh phúc sớm vùi chôn
Ta vẫn sống, và không xấu hổ
Vì ta cứu vớt được linh hồn
Ba chục năm qua ngậm đắng, nuốt buồn
U uất, lạc loài trên đất tổ
Như chiếc bóng nhạt mờ oan khổ
Lang thang, xô xéo giữa cuộc đời
Ta, con tầu lỗi hẹn với xa khơi
Thân nhớp nhúa nơi sình lầy hủy diệt
Hồn bay về miền tinh khiết thi sơn
Xé nát trời đen vạn tia chớp căm hờn!
(1988)

Vết mây hồng

Bao lâu rồi, có thấy gì đâu
Anh thôi đợi, nhưng cà phê nguội đắng...
Anh ngồi lặng, nhìn ra phố vắng
Làm bận lòng em, anh biết lỗi từ lâu
Buổi gặp em, như một phép nhiệm mầu
Lòng anh, cảnh trời đông bảng lảng
Em hiện ra, thành mượt mà hè sáng
Tưng bừng huyết phượng nở ngàn bông
Nhưng thời gian... không hơi ấm tình nồng
Hoa phượng đỏ thâm bầm tiết đọng
Trời đông về ảm đạm mênh mông
Lãng đãng bay xa, xa mãi...
Vết mây hồng...
     (1996)

Bóng hồng dương thế

Có người thiếu nữ mắt bồ câu
Lưu lạc, ly hương từ thủa xuân thì
Đất Mỹ
Trời Âu
Xa lắm!
Nơi rừng sâu
Người cha rầu rầu

Thường mang ảnh con mình ra ngắm
Đêm tù
Âm khí âm u
Mấy chàng trai
Mắt trũng
Chân phù
Thờ thẩn cầm nàng trong tay
- Cầm cả mùa xuân hạnh phúc -
Bóng hồng dương thế xa bay...

(1996)

Phụ-bản 4:
Ra với Thế-giới

Một trang trong bản thảo viết tay (1979) của tập *Hoa Địa Ngục*, bài "Đời tôi rồi sẽ" (trang 78 trong sách này).

Thủ-bút của Nguyễn Chí Thiện, bản thảo năm 1979.
Bài "Bom đạn tầng cao" và "Thế lực đỏ" (trang 218 và
226 trong sách này).

Cuốn sách dịch đầu tiên thơ Nguyễn Chí Thiện sang tiếng
Anh, do Nguyễn Thị Hằng (129 bài, Carleton Press, NY:
khoảng năm 1984).

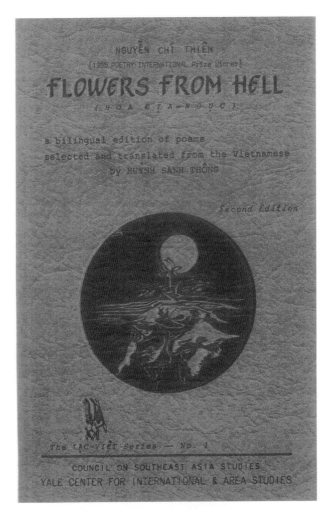

Gần như đồng-thời với bản dịch Nguyễn Thị Hằng, bản
dịch của G.S. Huỳnh Sanh Thông (Viện Đại-học Yale) có
đúng tên tác-giả và tên sách là Nguyễn Chí Thiện và
Hoa Địa Ngục.

Nguyễn Chí Thiện

ECHO AUS DEM ABGRUND
TIẾNG VỌNG TỪ ĐÁY VỰC

Gedichte aus zwanzig Jahren politischer Gefangenschaft

Mit einem Vorwort von Peter Gabriel

Übersetzt aus dem Vietnamesischen von Dr. Bùi Hạnh Nghi (Hrsg.)

2., überarbeitete und erweiterte Auflage 1992

● edition fischer

Bản dịch sang tiếng Đức của Tiến-sĩ Bùi Hạnh Nghi còn
mang tên *Tiếng Vọng Từ Đáy Vực* (Ấn-bản lần 2 có bổ
sung và tăng cường, Nhà xb Fischer, 1992)

NGUYỄN CHÍ THIỆN

Tuyển dịch Việt-Anh

HOA ĐỊA NGỤC

The Flowers of Hell

A Bilingual Selection

TỔ HỢP XUẤT BẢN MIỀN ĐÔNG HOA KỲ

1996

Bản dịch đầy đủ nhất sang tiếng Anh của Nguyễn Ngọc
Bích, dịch khoảng 5/6 cuốn *Hoa Địa Ngục* (1996).

Tập 2 của *Hoa Địa Ngục*, có tên là *Hạt Máu Thơ*,
do A.N. Company in ra (tháng 2/1996).

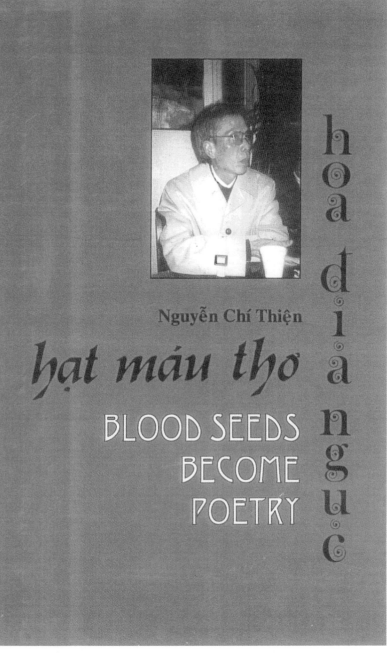

Nguyễn Chí Thiện

hạt máu thơ

BLOOD SEEDS
BECOME
POETRY

hoa địa ngục

Bản tuyển-dịch tập *Hạt Máu Thơ* do Nguyễn Ngọc Bích
(Tổ Hợp Xuất Bản Miền Đông Hoa Kỳ, 1996).

A Selection of

FLOWERS FROM HELL

By Nguyen Chi Thien

Hoa Nien Publishing

Bản tuyển-dịch *Hoa Địa Ngục* của Nguyễn Ngọc Phách
sang tiếng Anh (Melbourne, Úc: Hoa Niên xb, 1996).

Jailed dissident survived on poetry

Vietnamese dissident poet Nguyen Chi Thien . . . "I believed that right would always win out in the end in a fight against evil" — Picture: COLIN MURTY

By BEN HUTCHINGS

To survive detention or fight adversity
I can't afford to be stupid or cowardly
In order such an implacable foe to overcome
I must no doubt live a thousand autumns
— Nguyen Chi Thien, from the The Flowers of Hell.

VIETNAM'S most famous dissident poet, Nguyen Chi Thien, sneaked into the British Embassy in Hanoi in 1979 with 396 pages of his poetry collection hidden inside his pants.

After passing the anti-government poems to a number of diplomats he left quietly before being arrested by a swarm of government troops.

Nguyen spent the next 12 years in prison, bringing his life tally of years behind bars to 27.

Each month in prison, Nguyen was given rations of 100 grams of buffalo meat, including skin and bones and 300 grams of wheat flour or rice, which he said was often mouldy. He was forced to work long, heavy hours each day in a labour camp and kept at night in a small, dark cell.

The harsh detention, however, did not deter the poet from his writing.

Denied pen and paper, Nguyen carefully composed his poems in his mind, and committed his work to memory until he was freed in 1991.

"Poetry was what kept me alive and thinking. It kept me sane," Nguyen said.

"What also kept me going was that I believed that right would always win out in the end in a fight against evil."

During his imprisonment the British diplomats had released his work, which was published in two volumes. The Flowers of Hell and Reverberations from the Abyss, securing him international fame and the attention of human rights groups.

Under their pressure, the Vietnamese government released him from prison in 1991 and allowed him to leave the country for health reasons last year.

Speaking at a reception held in his honour in Melbourne yesterday Nguyen, 57, who is visiting Australia for the first time, said political prisoners in Vietnam still suffered the same conditions he had.

He described the general suffering of Vietnamese people as an "outside prison". He said while high ranking government officials were paid millions of dollars a year, doctors were only paid only $30 a week and farmers $4 a week.

Nguyen, who now lives in the United States, called on democratic countries around the world to put pressure on the Vietnamese Government to end the "cruelty and barbarity".

He said despite the challenges, he believed communism around the world was like a "moth-eaten mansion" and would soon end in Vietnam.

Báo *The Australian*, số ra ngày 18/11/1996:
"Tù-nhân ly khai sống sót nhờ thơ."

Picture: SIMON O'DWYER

Dissident recounts horrors of Vietnam

By MELISSA FYFE

Nguyen Chi Thien's face has strength, but his body is weak and drained from spending almost half his life in Vietnamese concentration camps.

Mr Nguyen, 57, Vietnam's most famous dissident poet, met Victorian MPs yesterday to tell them of human rights abuses in his native land.

Jailed several times for a total of 27 years, Mr Nguyen was denied pen and paper but kept up his anti-government poetry in prison by etching his work in his memory. He has written more than 800 poems and can recite 700 of them.

Desperate for the world to know what was going on in his country, he went to the British embassy in Hanoi in 1979 with 396 pages of his poetry hidden in his underpants. "This is my lifetime's work," he told the diplomats. They took his work, which was later published, and Mr Nguyen walked out of the embassy and into the hands of the police again.

Under international pressure, the Vietnamese Government released him in 1991. Mr Nguyen was let out of the country last year due to "health reasons" and he now lives in the United States.

He told MPs yesterday of Vietnam's poverty, of a political climate where speech is gagged and the media is closely monitored, of a desperate human rights situation and of prison conditions that are no better than 40 years ago. He asked them to help in any way possible.

"It is fair to say that the vast majority of the 75 million Vietnamese still live in extreme poverty and all the money that the Government earns goes into reinforcing the army and the police force.

Mr Nguyen has dedicated his life to exposing what he sees as the ills of Vietnamese communism, and is a great believer in passion.

"Dare to live, and dare to think," he once wrote. "There must be things worth daring for, even at the cost of death."

The Vietnamese exile Nguyen Chi Thien, who told Victorian MPs in Spring Street yesterday of what he hopes will be a successful struggle for freedom and democracy in Vietnam.

Báo *The Age* (Melbourne), số ra ngày 20/11/1996:
"Nhà ly khai kể lại những kinh hoàng của Việt Nam."

WHO'S WHO IN

TWENTIETH-CENTURY
WORLD POETRY

Edited by MARK WILLHARDT *with* ALAN MICHAEL PARKER

Từ-điển tác-gia "Ai là ai trong Thi ca Thế-giới
Thế-kỷ 20" của Mark Willhardt (London và New York:
Routledge, 2000). Bài về NCT ở trang 231-232.

NGUYỄN CHÍ THIỆN

FLEURS DE L'ENFER

Poèmes de prison composés de mémoire
pendant 27 ans de goulag

Traduit par
NGUYỄN NGỌC QUỲ
Dominique DELAUNAY

INSTITUT DE L'ASIE DU SUD-EST

Bản dịch sang tiếng Pháp do Nguyễn Ngọc Quỳ và
Dominique Delaunay (Institut de l'Asie du Sud-est, 2000)

'A Voice to Undo the Folded Lie'

(W. H. Auden)

*F*or some, St Lô is simply the administrative centre of the Manche department, but for others it is a refuge. Poet-turned-dissident Nguyen Chi Thien spent a total of seventeen years in Vietnamese concentration camps before he was liberated and taken under the wing of the International Parliament of Writers, chaired by Salman Rushdie, which has been funding a two-year stay in St Lô. When this comes to an end in June, he will join his brother in the United States, perhaps for good.

Nguyen Chi Thien was born in Hanoi in 1939. When the country was partitioned in 1954, following the Vietminh's defeat of the French forces at Dien Bien Phu, his family chose to remain in the north: it was poor and had supported the Communists' ideals of equality, justice and fraternity. Within the space of just a few years, however, disillusionment had set in, especially after the agrarian reforms, when more than a hundred thousand smallholders were massacred, even though many had backed the anti-French resistance movement. 'Ho Chi Minh had ordered 'people's courts' to be held in every village, and after the denunciation, the judge passed sentence and the victim was immediately shot and buried in the grave that had been dug beforehand'. This was followed by the emulation of China's Hundred Flowers Campaign, when it was the turn of the intellectuals and artists to be persecuted. 'Many were imprisoned in concentration camps without trial —in theory, for three years, though people ended up staying in these camps for ten, fifteen, twenty years, without being sentenced. That was the norm'.

In Nguyen Chi Thien's case, he had been teaching history to party cadres when he dared to assert that the Japanese army's capitulation was due not to the Russian army's victory in Manchuria but to the atomic bomb. This ran counter to the propaganda and his students denounced him. He was sentenced to two years in prison in 1960, but remained there for

three-and-a-half years. During his detention, he had written a number of poems, which he read to a few friends on his release. When word of this reached the ears of the authorities, he was sent back to the camps, this time for eleven-and-a-half years.

Both his parents had died by the time he was released, in 1977. Saigon had fallen two years previously, and 'they had to make room for new prisoners'. Many of his fellow prisoners actually died from cold, hunger and forced labour. Each person received just 300 grammes of rice per day, virtually no meat and never any sugar. 'Communist prisons seek to

The poet Nguyen Chi Thien with Catherine Forestier at the offices of *Normandie Magazine*

break not only our body but also our spirit. There's nothing to read, and we're strictly forbidden to use a foreign language. Some of my friends were put in chains for several months simply because they'd spoken a few words of French or English. That's why I now have difficulty speaking English and French'.

Nguyen Chi Thien's final term of imprisonment came in 1979, during Vietnam's conflict with China. Fearing his imminent arrest, he had begun to set his poems down on paper —up to then he had kept them in his head, because writing was so dangerous He then secretly entered the British Embassy with his manuscript of 400 poems. These were subsequently

published in the United States and helped to publicize his cause, but when he left the Embassy, security agents were waiting for him and he spent the next twelve years in concentration camps. He was never tried. Throughout his term, he laboured in the ricefields. 'A prisoner only costs a seventh of what he produces, so the penitentiary system in Vietnam is a remarkable means of production!'

After he emerged from the camps, he spent the first five years with his elder sister's family in Hanoi, under constant surveillance. He was able to leave for the United States in November 1995, after the resumption of

diplomatic relations. On arriving there, he was immediately struck by the prosperity and above all the freedom of life in the West —he remembers having the reflex of closing all the windows before sitting down to write, just in case anybody could see him.

He naturally hopes that the Communist party will one day relax its iron grip on his home land, 'though it's impossible because the leaders are clinging onto power. The Communist ideal is dead, but the dictatorship remains.' He believes that the move towards democracy and liberty is irreversible, for even longstanding Party members recognize that life in Vietnam is more wretched today than it was during the colonial period.

Although half a century of dictatorship had wiped out all the country's traditions, he believes that with time and democracy his people may still recover its ancient values.

Now that the country is having to open up and needs to maintain relations with other countries, people are no longer being thrown into prison simply for complaining about being poor, 'Even so, in Vietnam, you can't choose where you live, there's no freedom of movement, no freedom of association. All these rights were confiscated long ago by the Party.' Because 'the freedom of the press would inevitably bring about the fall of the regime', there is no such thing as a private newspaper, though clandestine newspapers are photocopied and circulated.

A man who has never been afraid to raise his voice against injustice and tyranny, Nguyen Chi Thien finds Lionel Jospin's failure to criticize the Communists' crimes incomprehensible. 'French intellectuals are afraid they'll be labelled rightwing extremists. I cannot understand this, because in the history of the xxth century, there were two great scourges of humanity, Nazism and Communism. And we must condemn them both. The Nazis' crimes were monstrous, but the Communist leaders like Stalin, Mao Tse-tung, Ho Chi Minh were also bloody butchers of their people. We didn't have gas chambers, but conditions in the camps were so horrific that many of us would have preferred to have been thrown into the gas chambers to put an end to it all. And many of my friends committed suicide.'

Nguyen Chi Thien wrote his last poems in 1988, but he is currently writing his memoirs and produced 250 pages of short stories while in the United States. When he returns there, he intends to write a novel. *Fleurs de l'Enfer*, a collection of his poems, translated into French by Nguyen Nguoc-Quy, can be ordered from Nguyen Chi Thien (54, Rue de Bouvreuils, 50000 Saint-Lô) or purchased from the Hémisphères bookshop in Caen.

Báo *Normandie Magazine* số 168, phần tiếng Anh:
"Một tiếng nói phá vỡ những dối trá chồng chất."

N'Guyen Chi Thien, réfugié à Saint-Lô, s'est confié mercredi aux Saint-Lois

« C'est la poésie qui m'a sauvé... »

«Mes poèmes sont faits d'horribles visages...» N'Guyen Chi Thien a passé 27 ans en prison. Mercredi soir, le Vietnamien réfugié à Saint-Lô a raconté aux Saint-Lois les atrocités vécues dans son pays. En présence de l'écrivain Gilles Perrault, attentif au récit du poète.

On lit sur son visage les stigmates du passé. L'homme retient sa respiration, ferme les yeux et commence lentement la lecture de ses poèmes. En vietnamien, sa langue natale. A l'écouter, un sentiment mêlé à la fois de dégoût et de compassion s'empare de chacun. Une question vient à l'esprit: mais comment diable a-t-il fait pour survivre?

1961. Issu d'une famille pauvre, N'Guyen Chi Thien a 22 ans quand il est jeté, pour la première fois, dans les geôles vietnamiennes. De quoi est-il coupable? Tout simplement d'avoir eu des pensées opposées au régime communiste. «J'ai été jeté en prison. J'y suis resté 3 ans et demi. En sortant, j'ai ouvert les yeux...»

Dehors, N'Guyen prend la plume. Ses poèmes font mal au régime en place. Plusieurs fois, il est de nouveau emprisonné. Sans jugement. Au final, il y restera 27 années. «Je me suis fait le serment, pendant ma détention, de dénoncer au monde entier ces crimes horribles.»

Mercredi soir, le poète a raconté aux Saint-Lois les horreurs de son histoire. Les camps vietnamiens? «La condition de vie est si horrible que beaucoup d'entre nous voulait être jetés dans des fours crématoires pour en finir au plus vite. Les prisonniers affamés man-

L'écrivain Gilles Perrault (à droite) a écouté avec intérêt le récit de N'Guyen Chi Thien (au centre) au cours d'un débat animé par Dominique Delaunay (à gauche).

gent tout ce qu'ils rencontrent: blattes, rats, mille-pattes, vers de terre...»

« Mandela c'est un an de plus! »

Comme un exutoire, les souvenirs ressurgissent du passé. A l'écouter, l'écrivain Gilles Perrault est effaré. «On regarde cet homme et on est terrifié. Vingt-sept années en prison... Mandela, c'est seulement un an de plus!» L'auteur des *Gens d'ici* et du *Pull-over rouge* poursuit: «La gloire du peuple vietnamien a rempli la seconde moitié du XXe siècle. Comment ne pas s'incliner devant l'héroïsme de ces gens qui ont lutté contre des adversaires puissants? D'un autre côté, on s'étonne de cette absence de liberté. A quoi bon tant d'héroïsme si cela aboutit à jeter une parole dissidente en prison?»

Le silence est d'or dans la salle de l'hôtel de ville. Chacun écoute avec respect l'histoire de N'Guyen Chi Thien. Ce poète qui a refusé de se soumettre. Et qui a continué de se battre avec sa tête. «C'est la poésie qui m'a sauvé. J'ai écrit 400 poèmes en prison. De mémoire puisqu'il n'y avait ni papier ni crayon. Chaque jour, je révisais. Même aujourd'hui, c'est resté gravé si profondément dans ma mémoire que je pourrais réciter n'importe lequel de mes poèmes.»

A la fin de la soirée, N'Guyen Chi Thien a été fait citoyen d'honneur de la ville.

Arnaud WAJDZIK.

Báo *Ouest-France*, số ngày 2 tháng 2, 2001:
"Chính là thơ đã cứu tôi..."

Ngồi với một số thi-hữu người Pháp ở Normandie, Pháp.

Gặp bắt tay Tổng-thống Pháp Jacques Chirac ở Caen.

Nguyễn Chí Thiện với Dan Duffy, người đã đưa ông lên
mạng Internet ở địa-chỉ <u>www.vietnamlit.org</u>

III.
Những Ghi
Chép Vụn Vặt

Những ghi chép vụn vặt

1

Tôi đau khổ mà không hề giận dỗi
Tôi biết mình và tôi hiểu đời tôi
Sẽ mãi uổng công, thất vọng liên hồi
Vì hạnh phúc lòng không quên lãng nổi!

2

Tôi đương sống, nhưng từ lâu đã chết
Chết trong tim, trong óc, chết tâm hồn
Cố đào lên bao thứ sớm vùi chôn
Song chúng đã xông mùi, tan rữa hết.

3

Tôi có những mảnh mộng tình đau nhức
Ngập vào tim, mưng tấy lấy không ra
Lý trí của tôi – Người bác sĩ già –
Vất dao kéo nhiều phen đành bất lực.

4

Tôi thao thức nhiều đêm không thể ngủ
Chỉ vì tôi còn xót ở trong tim
Chút ước mơ mà thực tế kẹp kìm
Lay giứt triền miên, tấy sưng thành mủ.

5

Tôi đã nói lâu rồi cùng hạnh phúc
Rằng bình minh chán nản đã vào tim
Trò trẻ thơ chơi đi trốn đi tìm
Cần vĩnh viễn, không giằng dai kết thúc.

6

Tôi cần có một nàng tiên ở cạnh
Cho mặt trời bớt đen và vầng trăng bớt lạnh
Nhưng hai vầng nhật, nguyệt mãi xoay quanh
Bên giòng suối thời gian không nàng tiên nào bị thu
    đôi cánh...

7

Tôi thường khóc thảm thê như đứa nhỏ
Mái nhà xưa trong giấc ngủ mơ về
Nhưng ban ngày khi thức tỉnh không mê
Mắt tôi ráo, thâm quầng, tia máu đỏ.

8

Nếu cuộc đời không có những ngày mưa
Thời nắng ấm sẽ hóa thành nắng cháy
Nhưng Thượng Đế, đời con mưa quá nửa
Dột nát lắm rồi, Người ban nắng cho ngay!

9

Ai đếm đêm dài thao thức
Trôi cùng năm tháng qua trôi
Thương những con thuyền mang ký ức
Đi về sông nước xa xôi...

10

Trong cõi đời băng hoại điên nguy
Tôi có lẽ suốt đời là kẻ khát
Tìm đâu giọt ngọt ngào tươi mát
Khi đắng cay từ trong mộng đắng cay đi?

11

Trên khoảng trời xanh nao nao
Đôi phút lung linh, một buổi chiều nào
Xa lắc như vì sao, xao xuyến...
Hoàng hôn ơi, thương nhớ vẫn y nguyên!

12

Những cay đắng quen mùi, không biết sợ
Những ngọt ngào xưa nếm đủ trong mơ
Giấc mơ tan, men sống - rượu tân kỳ -
Hơi đã hả, không còn hương với vị.

13

Nắng rơi trên đống bùn khô
Trên cây gỗ mục, ven hồ, góc sân

Xin hãy giữ mầu trong trắng

Nắng vung phí chốn không cần
Lòng người ẩm mốc chẳng phần một tia!

14
Tuyết ơi, hãy giữ màu trong trắng
Tim ơi, đừng nguội máu tươi hồng
Em hỡi, đừng như mưa với nắng
Ướt hôm nay, rồi khô đó hôm mai!

15
Biết chảy về đâu?
Hỡi những sông dài yêu dấu!
Vũng, lạch, đầm làm sao chứa được
Trời mây sóng nước sông sâu!

16
Đã lạc chìm đâu?
Hỡi những con tàu mơ ước!
Đất lạnh buồn làm sao có được
Nhà ga tỏa nắng thân tàu!

17
Những đống tro tàn chất ở anh
Ánh lên lửa đỏ thửa hồn xanh
Ôi, bao hư mộng thành lưu ảnh
Xa vời, tan, hiện, mong manh...

18

Lòng xưa có một vầng đông
Tháng năm dìm đắm, giữa giòng chìm đâu?
Đông buồn dần xám mái đầu
Lòng leo lét ngọn đèn sầu chờ mong...

19

Lòng tôi xám lại mất rồi
Còn đâu mầu sắc của hồi thương yêu
Đời ơi, sống chửa bao nhiêu
Mà sương lạnh đã như chiều hoang vu!

20

Sự sống mỏi mòn, nhưng vẫn sống
Sống ngấm ngầm kiên nhẫn trong tôi
Mặc tiếng chuông tuyệt vọng đổ hồi
Mặc Thần Chết vờn quanh báo động.

21

Nào chí nam nhi, nào nợ tang bồng
Chuyện đã cũ và đã thành sáo rỗng
Nhưng giữa hồn tôi bẩm sinh mơ mộng
Lụy ngàn xưa còn di hận mênh mông.

22

Trận mưa đêm vừa tạnh
Nước chảy ào ào như thác xung quanh

Thời tiết rừng đầu thu đã lạnh
Mộng ra tù trước đông tới mong manh....

23

Khi gió bấc thổi ào qua vách hở
Những thân gầy không chút thịt rúm hình tôm
Ôi, những trưa buồn lạnh đói hóa chiều hôm
Lòng nhợt xám, bộn bề bao vỡ lở!

24

Ôi những hoàng hôn tối sầm đói lạnh!
Ôi những bình minh mắt quầng lạnh đói!
Vỏ sắn, vỏ khoai đồng thanh kêu gọi
Lũ tù không chịu nổi cướp vơ nhanh!

25

Rồi một buổi chiều đông anh trở lại
Căn gác thâm tình bụi bám, vôi long
Tường lở loang như những vết thương lòng
Cả thành phố ngoài song dần xám lại...

26

Anh về căn gác con con ấy
May còn hai bóng sống bơ vơ
Cố giúp dùm tôi mang tới đấy
Vần thơ thương nhớ viết trong mơ.

27

Khổng-Tử nói: "Hà chính sợ hơn mãnh hổ"
Tôi tưởng đó chỉ là lời văn cường điệu mà thôi
Chế độ này đã mở mắt cho tôi
Tôi sợ Bác Hồ vạn lần hơn bác hổ!

28

Khi còn mơ "Chân trời Cộng Sản xa xăm"
Cố mở miệng là Mai A: "Tốt lắm!"
Nhưng chân trời "Cộng Sản xa xăm" cũng không lấy
    gì làm xa cho lắm!
Mai A đã nhìn và đã nhờ viên đạn giúp đôi mắt mình
    được nhắm.

29

Tình mộng nở thành hoa oan trái
Vườn hồn ủng nhiễm sắc hương
Lũ hồ điệp ngày xưa quen đường vờn bay đụng phải
Mùi hương, rụng xuống thảm thương...

30

Khi bóng rợp tràn lan, bốn bề tắt nắng
Gió thoảng đưa về, gai lạnh tâm tư
Trên núi vắng, một vòm mây xốp trắng
Với cảnh đời giam hãm: Lá tâm thư.

31

Ngày mai, nhếch miệng cười chua chát
Anh với tay cầm chai thứ hai
Anh muốn men lửa anh chốc lát
Men đời cay át hẳn men chai!

32

Nỗi khổ, niềm vui, cuộc đời thấp thoáng
Sao ta sầu hận mênh mang?
Cuộc sống ơi, ta dẫu đầu hàng
Song ta vẫn đàng hoàng xứng đáng.

33

Tôi đau khổ một phần vì tôi không nghiêm khắc với tôi
Tôi luôn luôn huyễn mình, rồi lại luôn luôn cấm mình
    tự huyễn
Trái tim tôi co nở từng giây vì từng giây xoay chuyển
Trên hai vùng Tuyết Lửa, Ảo Thực, hai cực vực trời
    tiếp cận trong tôi.

34

Nơi đây không có gì hơn sắn
Người hóa thành ra lũ lợn rừng
Gan óc teo dần, tim chết cứng
Hồn con ma đói dắt đi chăn.

35

Giả sử Đảng và Bác
Cho đi lại tự do
Thời "Thiên Đường" cụ Mác
Sẽ khỉ gáy cò ho!

36

Cứ mười người lại có
Chín kẻ hóa thành trâu
Và trong số làm trâu
Ước ba còn làm chó.

37

Lảo đảo vì buồn đói
Xanh xao cả giống nòi
Rồng Tiên thành rợ mọi
Đuôi Cáo thực sự tòi!

38

Lao tù lăn lóc nhiều năm sống
Bao mộng, bao tình cắp nón đi
Thương tiếc xoi mòn, tim ruỗng trống
Cùng đời đương đập khúc phân ly.

39

Trời hỡi bao giờ đời biến đổi
Khơi nguồn sinh lực ứ trong tôi

Bao giờ? Tim thắt đau chờ đợi
Mỏi mòn năm tháng vắng im trôi.

40
Trời hỡi bao giờ bão tố dâng
Cuộn tung bạo lực dưới muôn tầng
Bao giờ nhật nguyệt bùng thiêu cháy
Vực tối dầy đen, dựng lại ngày!

41
Ôi Tự Do, bao đêm ngày mơ ước
Ta biết yêu Người hơn cả yêu ta
Chính là nhờ quân Cộng Sản gian ma
Đã đày ải ta và Người...hết nước!

42
Còn đâu bóng quãng đời xa cũ
Rừng núi chìm trong nước mịt mù
Thềm vắng, ho từng cơn, đứng rũ
Mong gì? Mưa hắt, gió vi vu...

43
Trong tù tình cảm dễ đong ao
Thân thích còn thua điếu thuốc lào
Ân nghĩa mỏng hơn tờ báo cáo
Tư cách thìa cơm đánh lộn nhào.

44

Lăn hết trại này đến trại kia
Áo quần hôi hám với râu ria
Đói ăn sườn sống xương phơi cả
Rệp, muỗi, vi trùng vẫn quý ta.

45

Tim với óc đau vì mơ với ước
Năm rồi năm thân giữa nứa ken dầy
Ôi ngoài kia dòng sông chảy đêm ngày
Mang sức sống qua bao miền đất nước!

46

Nào thấy gì đâu, rét tím môi
Bùn đen mưa lạnh, Tết qua rồi
Niềm vui quá nửa đời chưa biết
Theo giòng sông chảy, tháng năm trôi...

47

Đau ốm, lao tù, xem khó thắng
Năm rồi năm, mưa nắng thay lần
Những mùa xuân, không phải mùa xuân
Kế nhau mãi, tăng dần cay đắng.

48

Bốn bức rào nứa
Cửa vào mùa xuân

Một cách bất nhân
Mùa xuân máu ứa!

49
Nước mắt là mưa xuân
Máu người là nắng xuân
Dớt dãi là nhựa xuân
Mồ hôi là mồ xuân!

50
Tay chúng vung phí
Chết chóc tù lao
Miệng chúng đề cao
Người là vốn quý!

51
Ngoài đói khổ rùng mình
Thời đại Hồ-Chí-Minh
Xuất hiện dưới hai hình
Mả tù và mả lính!

52
Qua cuộc hành trình loanh quanh trong lịch sử
Người dân đất Bắc đột nhiên thấy mình lớn lên thành
    những gã khổng lồ
Ngồi trước khẩu phần của chế độ tí hon
Một chế độ tí hon mọi thứ tiện tròn thành những quả
    bồ hòn rất ngọt!

Thời đại Hồ Chí Minh

53

Mộng, tiếc, buồn? Không! Mà suốt đêm
Nằm nghe mưa lạnh hắt bên thềm
Tàn canh thiếp mệt toàn mơ thấy
Những cảnh đời hiu xám, lắt lay...

54

Ôi khao khát như lò than chẳng tắt
Khi rực hồng, khi âm ỉ trong tôi
Trái tim đau y hệt một con mồi
Bị thui sống nhưng ngày đêm lạnh ngắt!

55

Ôi những chân trời không thể tới
Xa vời như những chuyện thần tiên
Ám ảnh lòng ta như một lời nguyền
Tuyệt vọng, tù lao vẫn không gỡ, cởi!

56

Khi mơ ước mãi không thành hiện thực
Sẽ trở thành viên đá tảng lì trơ
Đè óc tim ta nặng chĩu không ngờ
Ta hất xuống, nhưng thường không đủ lực.

57

Rồi đây trên bước đời quang tạnh
Tôi lại cùng anh nhấp chén trà

Ôn lại kiếp tù lao đói lạnh
Ly trà chung nhịn xuất cơm pha.

58
Ta ngồi châm đóm hơ bơ nước
Cảm thương đời so rụi, nhỏ nhoi
Bao tâm tình lớn, bao mơ ước
Vạc dần như tàn đóm thóp thoi...

59
Vì cửa chính vào tim là mắt
Nên tiếng hát Trương Chi giữa chừng phải tắt
Và giọt lệ Mỵ Nương tuy rằng chân thật
Chỉ khiến ly trà càng thêm đắng ngắt.

60
Cái chuyện "Tái Ông ngày xưa mất ngựa"
Không hề an ủi lòng ta
Vì ta muốn Tái Ông không mất ngựa
Con không què mà vẫn được gần cha.

61
Trôi về đâu những năm buồn tháng nản
Sắt thép chập chùng in bóng cô đơn
Đường ta đi thăm thẳm non ngàn
Tim óc tan hoang, hoàng hôn rừng rợn.

62

Chìm giữa rừng sâu nơi hoang vu
Mù sương che phủ kiếp lao tù
Từng đêm đón gọi hồn tu hú
Rỏ tiếng hồn oan trong âm u.

63

Lòng thung thầm vắng mờ hơi núi
Bao tháng năm dài xám ngắt trôi
Xuân tới trong bùn mưa lạnh tối
Khoai hà nhai nuốt đợi hè vui.

64

Có con đom đóm màu xanh ngắt
Bay tới xà lim tối với ta
Đâu những đêm tìm đom đóm bắt
Bên bờ ao, khóm chuối quê xa...

65

Có những mùa xuân chửa về đã hết
Tôi một mình tìm ngõ tối lang thang
Tiếng pháo từ nơi phố xá nhợt vàng
Nghe lạnh lẽo như vọng từ cõi chết.

66

Áo quần như tổ đỉa
Tóc bù xù, râu ria

Thực tế cười mai mỉa
Trong mơ, lệ đầm đìa.

67

Hạnh phúc trên đời không thể có
Lòng ơi, đừng chút tơ vương!
Đêm ngày mơ ước như làn gió
Mùa đông lùa, tim buốt, xám màu tro.

68

Tuổi tôi xuân ấy, xuân mười sáu
Đời nắng và hoa, mơ cưới thơ
Tuổi tôi xuân tới hai mươi sáu
Nhạt nắng, tàn hoa, thơ khóc mơ.

69

Đâu hỡi tuổi mười lăm, mười sáu
Tuổi đã thành quá vãng xa xưa
Biết là bao thương nhớ cho vừa
Khi nghĩ tới tháng năm thừa ứa máu!

70

Tuổi hai mươi dệt bằng hoa lá
Tuổi ba mươi thành đá trơ lì
Bốn mươi, rồi hoá ra chi?
Chàng say hỡi, hóa ra gì thì hóa!

71

Ngồi xe hôm ấy tay đeo khóa
Đau đớn như ngồi xe đám ma
Xe lắc rung trườn qua phố xá
Qua cầu, ôi tất cả chia xa!

72

Hà-Nội ơi, từng mỗi bước đi
Trong màu sinh hoạt xám than chì
Trong lòng dân chốn thành đô cũ
Cảnh cũ muôn ngàn đau tiếc ghi!

73

Cách biệt nhau rồi, hải cảng ơi!
Thương em lao khổ tận phương trời
Bàng hoàng sống lại mùa xa cũ
Ta với em vui giữa hội đời.

74

Với cuộc đời không mảy may hẹn ước
Cảnh tù lao, khổ đói đã dần quen
Riêng Mẹ Cha già hận ấy lòng con
Tới tàn kiếp niềm đau còn giữ trọn!

75

Có chuyến tàu khuya chạy về ga vắng
Có những chân trời tỏa nắng xa xăm

Có lưỡi dao găm sâu cắm tâm tình
Đêm mưa lạnh, trở mình, ho rũ rượi.

76

Một chấm mờ xanh ngọn đèn vặn nhỏ
Một làn gió thoảng bâng quơ...
Một buông rơi nhẹ ngoài sân cỏ
Một mùi hương thầm thoảng đơn sơ...

77

Thiên đường cụ Mác hoặc tù lao!
Địa ngục còn xin kính cẩn chào
Nếu cứ tin đài, tin sách báo
Có ngày mếu máo với vêu vao!

78

Nhìn tù nhân ăn, nhìn tù nhân làm lụng
Nhìn số lượng tù, cả án lẫn tập trung
Anh sẽ hiểu một điều quan trọng:
Tù lao, ngành kinh tế vô song!

79

Anh đừng than thở tù lâu
Anh đừng thắc mắc vì đâu anh tù
Một khi anh hiểu trại tù
Là khu sản xuất bội thu hàng đầu!

80

Ở cuộc sống, người tồi hơn cái chết
'a nằm run trong cơn sốt bình minh
Bóng tù lao xóa bỏ bóng thâm tình
Đêm đao phủ cực hình đem dụng hết!

81

Sao mau tới một mùa xuân đón đợi
Lòng nẩy búp xanh, đời ra hoa khắp nơi...
Bao cặp mắt sáng lên, hồ hởi
Nheo cười tươi, chan chứa mặt trời...

82

Bắt chước mọi người tôi giữ vẻ hân hoan
Chẳng dám thở than dù đời đói khổ
Nhưng khi tiếng bên lề đường xe đỗ
Tôi vẫn giật mình tưởng xe sở Công An!

83

Cuộc đời tôi chẳng có gì đáng kể
Con người tôi, tù, bệnh, hom hem
Tôi chỉ có trái tim đầm ướt lệ
Với lòng thành tôi đem tặng cho em.

84

Đời trên đất Bác Hồ
Buồn hơn trong nấm mộ

Trong đêm cùng chế độ
Mọi tia sáng chỉ lóe ra cùng tiếng nổ.

85
Ôi tất cả, cả tình yêu cuộc sống
Theo thời gian lần lượt đã ra đi
Để lại trong tôi một lỗ hổng đen xì
Thù hận im lìm chất đống.

86
Niềm tin dù lớn tựa non cao
Đời cũng hùa xô nó lộn nhào
Bạn hỡi, khi niềm tin vỡ đổ
Hạnh phúc trần gian đứng được nào!

87
Cuộc đời chẳng khác một nhà thương
Dùng thuốc toàn cay đắng lạ thường
Mà chữa không lành hai chứng bệnh
Đợi chờ, khao khát mãi đeo vương!

88
Đói ăn đành buộc phải
Sống bằng yoga (i-ô-ga)
Bốn phía chung quanh nhà
Toàn mùi phân, nước giải!

439

89

Tôi nghe tiếng côn trùng rền rĩ
Như tiếng đêm buồn rên rỉ nơi nơi:
Rằng bình minh chưa thể tới anh ơi
Đừng thao thức chờ trông, ngẫm nghĩ!

90

Đừng đem truyện "Rừng Mơ" thủa trước
Nhử đoàn quân đã thấm vị chua cay
Lũ Tào Tháo hôm nay đâu bằng Tào Tháo trước
"Ngón Rừng Mơ" đem diễn mãi không thay!

91

Hỏi ông, ông đã đi tù
Hỏi nhà, nhà đã tịch thu mất rồi
Vợ con cua cáy lần hồi
Đêm đêm về ngủ ở nơi xó đình.

92

Phận hèn con cá lá rau
Bới đất lật cỏ cùng nhau kiếm mồi
Hiu hiu gió đã run rồi
Đảng nghi gì họ mà lôi đi tù!

93

Anh hãy kiếm một chuyện vui nào khác
Cho đầu óc tôi được thoải mái nghỉ ngơi

Bội nghĩa, vong ân, chung thủy, tình đời
Toàn chuyện cũ, toàn điều khoác lác!

94

Nhân loại hỡi có rơi vào thảm cảnh
Bị đọa đày tan tác mới hờn căm
Có sống trong lòng Cộng Sản nhiều năm
Mới muốn vằm băm chúng ra vạn mảnh!

95

Đêm bão giật, lửa lòe, muôn tiếng sét
Nổ đùng đùng như đánh phá sơn lâm
Nước tự trời cao đổ xuống ầm ầm
Cả rừng núi lồng lên, gầm, quát thét!

96

Những lãnh tụ mặt hổ phù lưng cánh phản
Thức ăn thừa mứa phải đem chôn
Để tránh trong dân khỏi có tiếng đồn
Về cuộc sống giản đơn của người Cộng Sản!

97

Và cứ thế, năm tàn Xuân tới
Hè qua Thu, ủ rũ Đông về
Tuổi xanh trôi đời vẫn tơi bời
Trong đói khổ, lao tù, thất thế.

98
Toàn những giấc mơ đầm đìa nước mắt
Tỉnh giấc lòng còn quận thắt đau thương
Đất nước mênh mông một khối chán chường
Đổ nát tan hoang, đầy đường chết chóc!

99
Có tiếng người ho trong đêm khuya vắng
Tiếng điếu cầy lửa đóm chập chờn soi
Tiếng kẻng khô khan đổi gác ngoài chòi
Đêm tù bệnh thường là đêm thức trắng.

100
Trời trở rét
Tấm thân tù khô đét mòn hao
Đắp điếm làm sao chống lại gió may cào
Từng đợt ngày đêm thốc vào phổi loét!

101
Chiều nay gió lạnh mang thương nhớ
Thung vắng ngàn lau xám xạc xào
Quên sao ngày bắt đùm chăn áo
Hai bóng thương đau lệ ướt mờ!

102
Năm tháng ca bài ca lỡ dở
Cung đời chưa nắn đứt giây mơ

Trên phím tơ lòng tay ứ mủ
Tâm tình buông mấy tiếng bơ vơ...

103
Trâu từng tốp lùa về tung bụi
Vài tia nắng cuối tàn vương
Đoàn tù nhân phanh áo chán chường
Lê thân đói, khuất dần sau núi...

104
Đảng đã nắm là dân hết cựa
Trí thức, ngu hèn, trâu ngựa như nhau
Câu hỏi lớn lao làm tóc bạc sớm trên đầu
Là hai bữa, mỏi mòn hai bữa.

105
Hạnh phúc đành thôi không còn được nữa
Tuổi tác đã nhiều, hình xác vẹo xiêu
Tình cảm con người khổ đói đã thủ tiêu
Làm chi, làm chi, để kiếm cho ra một ngày hai bữa!

106
Em là ai? Mà ngay phút giây đầu
Anh đã thấy buồn đau không thể thoát
Ôi mắt em hồi sinh bao khao khát
Anh đã lầm, tưởng giết được từ lâu!

107

Chúng ta khổ hơn rất nhiều loài vật
Vì chúng ta nhỏ gan bé mật
Không dám vùng lên một còn một mất
Hèn hơn cả những loại giun đất!

108

Đời tôi không có đêm tân hôn
Không bàn tay dịu dàng đơm bát cơm thơm, vuốt ve
    mái tóc
Không trẻ thơ để nghe nó líu lo, nó cười, nó khóc
Không chút xum vầy sưởi ấm bóng hoàng hôn.

109

Bất nghĩa, bất nhân, bất tín, bất tài
Vô sỉ, vô luân, vô loài, vô lại
Quân Cộng Sản phải khử trừ chúng mãi
Cứu lấy cuộc đời, hiện tại, tương lai.

110

Đành rằng còn có việc chưa xong
Nhưng cũng bởi ta hèn và ta tham sống
Nên mấy chục năm trời ta mới có thể uốn thân nuốt
    nhục
Trước muôn cảnh hung tàn đau đớn khắp non sông.

111

Trái tim tôi bị thủng đâm nhiều quá
Đời lại không hàn vá bao giờ
Biết bao tình bao mộng đã ùa ra
Phiêu tán hết, không còn nơi trú ở!

112

Hoa địa ngục tưới bằng xương máu thịt
Trộn mồ hôi chó ngựa, lệ, ly tan
Hoa trưởng sinh trong tù, bệnh, cơ hàn
Hương ẩm mốc, mầu nhở nham, xám xịt.

113

Toàn bộ thơ tôi nặng nề cay cực
Không một sắc màu mang khí lực xanh tươi
Vần điệu nghe như quỷ khóc ma cười
Do sáng tạo tận cùng sâu đáy vực.

114

Trong muôn ngàn tiếng muốn tìm ra
Tiếng nào thiết tha
Tiếng nào trung thực
Hãy lắng nghe tiếng vọng từ đáy vực.

115

Đôi mắt sắc không muốn nhìn dấu sắc
Trái tim đau luôn khao khát dấu huyền

Óc sinh liều gạch dấu hỏi thường xuyên
Đời do đó ngổn ngang toàn ngã nặng!

116

Thơ của tôi toàn xám, toàn đen
Khiến đầu óc cứng đờ nhỏ nhen khiếp sợ
Sao chẳng thấy nếu xanh hồng rực rỡ
Cũng đôi phần nhờ ở xám đen?

117

Đời tôi dưới hai lực quyền xám xịt
Đảng lại Trời, tầng thấp lại tầng cao
Trốn vào đâu, không một xó xỉnh nào
Hai lực đó không đè lên ác nghiệt!

118

Rừng líu lo chim, trời hồng, gió thổi
Ngọc vương đầy cỏ nội, lung linh
Cảnh bình minh xao xuyến cả tâm tình
Trong giây phút lòng hình như mở hội!

119

Nó chết đi hơn năm trăm người
Thương tiếc nào ai đoái một lời
Riêng có thằng điên người khẳm thối
Thằng quê cám hấp khóc mà thôi.

446

120
Lăn lóc lao tù nơi rác bẩn
Tâm hồn nương náu giữa vần thơ
Nhưng khi thơ hóa thành ra thẩn
Tôi tắm hồn trong những nước cờ.

121
Đảng đã cho tôi sáng mắt sáng lòng
Trước như trẻ thơ tôi nào biết được,
Cộng sản là quân bất nhân tàn ngược
Thắt cổ dân đen đủ các loại tròng!

122
Khi bạo lực lụt trời mây đất nước
Thời vầng trăng thằng cuội sẽ om sòm
Và mặt trời kia - Con mắt chột đỏ lòm
Thui cháy mọi mộng mầm mơ ước!

123
Sống đã đành sống nhục
Chết cũng là chết nhục, khác chi
Nếu đời tôi không nên nổi chuyện gì
Nó chỉ đáng giã từ bằng một câu chửi tục!

124
Ôi chủ nghĩa Mác Lê buồn bã
Tới trời Nam ngươi bậy bạ hơn nhiều!

447

Nước Đổng Trác Điêu Thuyền

Bên Trời Âu dù nhục nhã bao nhiêu
Cũng chưa đáng phần ngàn nơi đất Á!

125

Đường lên hạnh phúc qua sa mạc
Hun hút tù lao, máu lệ nhầy
Mấy chục năm trời dân đói rạc
Lũ quỷ đưa đường xiết mãi dây!

126

Bác Mao cân nặng tạ hai
Thịt ùn lên mặt, mặt hai ba cằm
Người dân Trung Quốc thì thầm:
"Nó là Đổng Trác nhưng dâm hơn nhiều!"

127

Nước Đổng Trác Điêu Thuyền nắm quyền lịch sử
Nước nhịn đói đua đòi diện bom nguyên tử
Nước cởi trần ngồi húp cháo hoa
Tiếc cái thời đi bán phá sa!

128

Buồn đau khi nghĩ tới tương lai
Bị chà xéo bụi bùn ai oán vỡ
Dưới đôi dép Bình Trị Thiên hiện tại
Đen, dầy, thô, cứng, trơ trơ.

129

Bình minh đây chỉ là hy vọng
Xa xôi, tàn lạnh, anh ơi!
Tổ Quốc tôi bị mất mặt trời
Đêm mông muội dầy đen tụ đọng!

130

Ôi đêm trắng cũng là đêm khắc khoải
Đêm thở dài, đêm bất lực, đêm ơi!
Mấy chục năm đêm lịch sử đóng đai đời
Như tiếng cá đóng quan tài dội lại.

131

Bóng ai kia, cô độc, xanh gầy
Cây đứng lặng - đêm buồn - in bóng đậm
Bóng ai đó, âm thầm môi ngậm
Mẩu thuốc đỏ hồng, mưa phất bụi, lây phây...

132

Lòng trót yêu đời, yêu sắc hương
Đời gai, hương ngạt, sắc hoen nhòa
Chiều đi, bãi lạnh vang đàn quạ
Lòng đứt tan nằm phơi gió sương.

133

Chiều nay gió rét
Lòng bâng khuâng thương tiếc mơ hồ

Vài cành cây xơ trụi gầy khô
Nền trời vắng khẳng khiu in mấy nét.

134

Làm bắt phải làm, cùm đánh đớn đau
Ăn suốt cả năm ăn toàn rau muối
Bộ đội công an cởi trần tắm suối
Chúng tôi ngồi bên lửa vẫn còn run!

135

Ba sẵn sàng, Ba đảm đang, Ba khoan, Ba nhất
Ba điếm, Ba-Đình, Ba chống, Ba xây
Những từ đó đều cùng một giống
Và cùng chung một từ gốc: Ba que.

136

Nếu tôi có một cái đầu đơn giản
Không nặng nề bao sách vở Đông Tây
Thời trái tim tôi bớt mọi đọa đày
Do mâu thuẫn giằng co nhau hỗn loạn.

137

Hơn chục mùa xuân sống ở tù
Lưng còng thêm mãi, mắt như mù
Vợ con cùng khốn lo cơm chạy
Phó mặc thân già với cỏ cây.

138

Tình cảm thành thơ rất tự nhiên
Khi hồn mang những mộng thần tiên
Chưa hút xong vài hơi thuốc lá
Vần thơ như ý đã ngâm nga.

139

Cành hoa ngát rụi tàn, rồi rũ chết
Bướm cùng ong tuần tự lánh xa dần
Thương cho em lá rụng giữa mùa xuân
Đời mưa gió đến đây là chấm hết.

140

Giận thân rồi lại giận đời
Giận thời chuyên chính, giận người hèn ngu
Giận trời, giận đất âm u
Giận sông, giận núi quân thù dọc ngang.

141

Trong tù thuốc bệnh đổi bằng cơm
Sắn, ngô, khoai nhịn, uống trà thơm
Tôi biết xương sườn tôi đếm nổi
Nhưng về đêm thi tứ mới sinh sôi.

142

Tình cảm cần chăm sóc tới nơi
Nó là của quý ở trên đời

452

Nâng như nâng trứng còn khi vỡ
Xin chớ vô tình để lỡ rơi.

143

Miền Bắc có vô vàn tù chính trị
Mục đích tối cao là được sống an thân
Gần vợ con, dù khổ đói nhục nhằn
Không dám hé răng phàn nàn một tị!

144

Hãy trông trên dáng hình lao khổ
Ngàn tuyến mồ hôi chảy xiết giòng
Không, đó lệ buồn muôn khát vọng
Chia lìa rơi xuống khóc thân nô!

145

Tôi muốn kiếm trong núi rừng heo hút
Che dấu hàng trăm các trại tù
Bao sắc, bao hình cho nét bút
Tô thành tranh treo mãi muôn thu!

146

Bỏ hoang năm tháng mờ rêu biếc
Uất hận còn sinh nấm độc dầy
Tim óc sa lầy trong hối tiếc
Ăn toàn rêu nấm, khát trời mây!

147

Rừng cây chiều sớm mờ sương khói
Nắng cuối thu vàng ủ rũ soi
Những tấm thân chỉ còn xương, lở lói
Như bầy gia súc sống loi nhoi.

148

Ta ngồi đan cót mơ mà thức
Đau nhức thân mình, lạnh tím da
Bao bóng thâm tình, bao ký ức
Xô về chen nghẽn lối tim ta.

149

Đảng muốn đời ta chỉ vừa lá cót
Trí lực chui luồn theo những đường nan
Tất cả cuộn tròn đem bỏ lò than
Với mục đích không phải trừ mốc mọt!

150

Đảng gói ước mơ vào trong manh áo
Đảng nhét chí trai vào trong hũ gạo
Bảo quản thế Đảng vẫn còn sợ hão
Đem xếp cả vào trong các nhà lao!

151

Biết mấy đêm buồn mưa rơi ướt áo
Anh bước đi trong ánh đèn mờ ảo

Mơ tới em, xa lắc một vì sao
Cơn gió khuya, cây lá xạc xào...

152
Trước mắt tôi, mặt trời hấp hối
Sau lưng tôi, bóng tối mịt mùng
Bên phải tôi, tù ngục chập chùng
Còn bên trái, súng nhằm tim chắn lối!

153
Tuổi ba mươi mà xương bọc da
Bàn chân mấy lượt bước ra tòa
Tù lao hết cả thời niên thiếu
Cũng chỉ vì vui chuyện với trà!

154
Tìm đâu bóng niềm vui bé nhỏ
Mối buồn đau theo năm tháng thêm dài
Đến niềm tin ngớ ngẩn ở ngày mai
Cũng như chán con người tôi, dứt bỏ!

155
Chân đất, thân gầy, rét tím da
Những chiều u ám đứng trên phà
Tôi nhìn sông nước trong sương giá
Lòng tiếc thương đời đến xót xa!

156

Vì sống một ngày ở trên đất Bắc
Bằng nơi khác sống ngàn thu
Nên một bà già nhà quê trên đất Bắc dù ngu
Cũng hiểu Cộng Sản đúng hơn nhiều chính trị gia
     hoàn cầu xuất sắc!

157

Thiếu nhi khăn đỏ cổ gầy
Hát mừng thọ Bác, như bầy chim non
Khác chăng chim chẳng đói mòn
Sởn sơ bay giữa nước non mây trời.

158

Ngày mùa chim chóc còn vui
Đất đai cũng ngát thơm mùi rạ rơm
Riêng người chịu cảnh đói cơm
Nhìn kho hợp tác thóc thơm chất đầy.

159

Ăn uống với phàm phu
Chuyện trò cùng tục tử
Cuộc sống trong lao tù
Đã làm tôi mệt lử!

160

Lưu Nguyễn rời thiên thai

Nên thấy trần ai ngao ngán
Tôi nằm trong địa ngục Mác Lê ai oán
Trần ai từ đó hóa thiên thai...

161

Trà thơ bạn máu thịt ta ơi!
Trà pha thơ chát, cỏ cây rừng...
Lòng ta khi ấy chìm trong trứng
Phá vỏ ra ngoài, tắm nắng tươi.

162

Đêm không mộng, không tình, đêm cú vọ
Đứng xù lông cho khuất ánh trăng vàng
Óc vò tim, bóp chặt bắt lai hàng
Tim ứa máu ra mời dâng chúa Đỏ.

163

Mười mấy năm sống giữa lao tù
Sống giữa buồng tim chế độ
Tôi đã hiểu tới tận cùng bể khổ
Mà trước kia Phật Tổ hiểu lơ mơ.

164

Đảng quyết tâm dùng muôn bùa phép
Để biến tôi thành giống bốn chân
Nhưng phí công, dù không là thép
Con người con chó khó phân vân!

165

Tuổi xuân là một bài thơ
Mà năm tháng chẳng bao giờ đọc lại
Tôi muốn viết bài thơ dài tiếp mãi
Trong tâm hồn mực tím đã bôi loang!

166

Thân anh không một người thương
Sao anh chẳng biết tự thương thân mình
Đời anh thoát mọi cực hình
Nếu tim anh thả mộng tình xa bay.

167

Thi sĩ cổ kim đều không thể đọ
Họ chỉ phải dùng tim óc công phu
Còn lũ tôi trong đói, bệnh, lao tù
Muốn tạo vần thơ phải dùng tuổi thọ.

168

Vợ con có thể bỏ
Cha mẹ có thể từ
Cộng Sản thời sinh tử
Mới thoát và Tự Do.

169

Học thuyết Mác này đây sọt rác
Xét lại làm gì, tốt nhất vất nó đi

Sử sách sau này đỡ mất công ghi
Thêm quá nhiều trang xám xì tội ác!

170

Đời thực hết không còn chi để tiếc
Những giây thương yêu nhất đã lìa tan
Sống không gì vương mắc giữa trần gian
Sống ngơ ngác như vừa câm lẫn điếc.

171

Khi nghĩ tới cuộc đời mai hậu
Thân thích không còn, thui thủi trái tim tôi
Ngủ chìm sâu trong giấc mộng thảm sầu
Sực tỉnh giấc, rụng rời, đau dữ dội!

172

Mộng sắp tàn, đói kiệt, ốm nhom
Đời không phương thuốc, huyệt đen ngòm
Hồn ta mộng hỡi, giờ suy kiệt
Không còn hơi theo gót mộng chăm nom!

173

Tôi bước giữa miền quê tái tê
Thầm câm không thấy bóng xuân về
Xạc xào đồng vắng run trong gió
Lặn lội bờ xa một cánh cò...

174

No say mới bấy nhiêu ngày
Mà sao Bác đã đổi thay béo tròn
Mầu da Bác đỏ như son
Ấy màu máu đám dân mòn khổ đau!

175

Mưa rừng rả rích suốt đêm thâu
Cây lá thầm vang tiếng gợi sầu
Hun hút lối xưa ngàn dặm ướt
Hình em, tia nắng nhỏ chìm đâu?

176

Em lầm nghĩ tình xưa em muốn nối
Xích xiềng em cúi xuống sẽ liền thôi
Khi ngàn muôn móc sắt đứt tung rồi
Lòng điện tắt, không hàn xong một mối!

177

Nhà thơ là một gã ngây thơ
Một gã ngây thơ vô cùng từng trải
Vì không có sự hiểu đời vững chãi
Ngây thơ sẽ hóa ngẩn ngơ!

178

Tôi đã biết những tâm hồn mơ ước
Hóa oan hồn không siêu thoát lang thang

Dưới bóng cờ ma máu lửa đỏ vàng
Rên xiết đau thương, giận hờn đất nước!

179
Thân anh xơ xác tựa mồng tơi
Con số không lăn giữa cuộc đời
Ôi nếu anh là Thượng Đế
Anh sẽ cho em cả đất trời!

180
Thiên đường cụ Mác dân mơ
Tỉnh ra tài sản bị vơ nhẵn rồi
Chỉ còn lại chút mồ hôi
Đổ ra vì sợ, vì nuôi Đảng hiền!

181
Tình ta u uẩn em đâu biết
Ta biết lòng em không có ta
Lấp loáng sắc màu, vĩnh biệt!
Về nơi ngõ tối... ta đi.

182
Đêm lạnh trăng buồn chênh chếch soi
Tàn hoang rêu phủ xác lâu đài
Tùm hum gai cỏ côn trùng gọi
Những tối tưng bừng tiệc yến khai.

461

183

Từ lâu lắm lòng tôi ngừng thầm ước
Một mối tình tươi mát tới hồi sinh
Vì đời tôi, tôi hiểu rõ ái tình
Phần cay đắng là phần duy nhất được.

184

Cuốn sách đời, tôi bỏ đã lâu
Những trang hy vọng sớm vo nhầu
Mặc cho làn gió bay vô định
Giở tới trang cùng: khoảnh đất nâu.

185

Nếu phải sống lại thời đồ đá
Cũng còn hơn gấp vạn gấp ngàn
Cái thiên đường đói khổ miên man
Toàn giết chóc, tù lao, dối trá!

186

Nếu trái tim hóa được thành trái phá
Thì bao chuyên chế hung tàn
Đã thành tro, thành bụi, thành than
Từ lúc vật, người xuống chung một giá.

187

Tôi có một mối thù phải trả
Đốt buồng gan hôm sớm không tha

Thù bản thân thù nước lại thù nhà
Chưa thể chết khi thù chưa thể trả!

188

Nước mắt không còn nữa
Tiếng cười, chuyện thời xưa
Ngày nắng với ngày mưa
Kế nhau đều lộn mửa!

189

Sông Nhị dạt dào, núi Nùng nắng chói
Cảnh xưa còn đó, hồn cũ nay đâu?
Rồng ngàn năm thành rắn đỏ ngóc cao đầu
Văn vật thành con vật đói!

190

Loại "đồng chí đổ bô"
Cũng tự hào cách mạng ngây ngô
Thấy loại "đồng chí ăn" là nghển cổ
Tay vỗ tưng bừng, miệng khốn khổ hoan hô!

191

Thơ Lãnh Tụ, Trung Ương làm, xin đại xá!
Khi đọc buộc lòng phải có khẩu trang
Tôi nói thế, không hề nói quá
Không tin thời cứ "chọc" thử vài trang!

463

192

Con người cần tình yêu
Một vẻ đẹp cuộc đời không thể thiếu
Nhưng đừng thừa
Thừa, nó sẽ xấu đi, không đẹp nữa!

193

Đất khổ với trời mơ
Cả hai đều vô bờ
Cả hai đều lệ mờ
Đều thao thức cùng thơ.

194

Đất khổ càng tối đen
Trời mơ càng xanh thẳm
Nhưng đó là màu xanh yêu thương lỗi hẹn
Xa dần, hun hút tháng năm...

195

Ở Hỏa Lò, giấy vệ sinh khó có
Nhiều người không dùng, như trâu, như chó.
Phải có quà, có ngoại giao, mới có thể mong xoay
Xoay nó còn gay hơn xoay vé máy bay!

196

Ba chục năm trời không thấy mặt nhau
Non nước chia đôi, rồi tù lao thăm thẳm

Em vẫn mơ ngày tay anh, em nắm
Nước mắt sẽ trào ra, sung sướng, thương đau!

197
Ruột thịt chia lìa đớn đau
Gặp nhau anh chị em mình sẽ khóc
Chìm đắm giữa lao tù đầy chết chóc
Em vẫn cầu trời cho bốn anh chị em mình,
    có ngày được ăn bữa cơm đoàn tụ bên nhau.

198
Trong những năm dài tù tội
Chị hiền thay mẹ nuôi em
Đời chị nghèo nuôi thân còn chẳng đủ
Mỗi miếng chị cho là mỗi miếng thương tâm!

199
Ta lại gặp nhau, tình xưa lai láng
Trăng xưa lại vàng, lại sáng, em ơi!
Dù màn sương xưa, ngây ngất tuyệt vời
Có tan loãng đi nhiều trong năm tháng...

200
Ba lần tìm tới thảo lư
Kình ngư đã tìm được nước
Tuy mệnh trời không xoay đảo được
Cá nước tình xưa còn dạt dào muôn thuở trong thi
    thư...

201

Việc Lưu Bị đánh Đông Ngô trả thù cho Quan Vũ
Là thất sách vô chừng, lại thảm bại mới chua cay!
Song với ta hành động đó đẹp thay
Nét kết thúc tuyệt vời của bức tranh Đào Viên ngàn
   đời bất hủ!

202

Vì cuộc đời nhan nhản Lý Thông
Mà Thạch Sanh thời không thấy bóng!
Nên Ác Điểu, Mãng Sà mới tha hồ bành mang,
   giương móng
Rời khỏi động hang, hùng cứ cả non sông!

203

Ngay trước mặt Từ, Kiều nỉ non tình tự với Thúc Lang
Từ ngồi đực, cái anh chàng Từ này rất lạ!
Vợ xử án lung tung, giết linh tinh, cứ lì như phỗng đá
Mưu bá đồ vương mà đần thế, chết không oan!

204

Cuộc đời tôi trôi trong hoang vắng
Không bóng niềm vui, cay đắng bao la
Nay tóc xanh đã hóa thành tóc trắng
Ngục đỏ đen ngòm om nấu chưa tha!

466

205

Không vợ con, nhà thơ tóc trắng
Có tù lao, đao phủ mõm đen
Tất cả bắt ta phải chết, phải hèn
Ta sống, không hèn, thơ tất thắng!

206

Không tình yêu, độc thân tóc trắng
Cuộc đời tôi mưa nắng một mình
Đời tù lao, đời rất cần tình
Vừa dịu đói, vừa dịu niềm cay đắng!

207

Xuân tới, sao xuân hoang lạnh thế!
Đói dài, tê tái cả hồn xuân
Những kẻ không gia đình, không tiếp tế
Nỗi tủi buồn nặng chĩu tới ngàn cân!

208

Mùa Đông, Tết đến, xà lim lạnh
Đùa nô trai gái mấy người no
Còn dăm người đói nằm khô khẳng
Như những thây ma, tháng lại ngày...

209

Tim vắng vẻ thường bộn bề u uất
Mỗi độ Xuân về trên mảnh đất đau thương

467

Nhớ cảnh, nhớ người, nhớ khói, nhớ hương
Nhớ không khí yêu thương ngàn đời đã mất!

210

Đói khổ mênh mông, im lặng mênh mông
Dưới lá cờ hồng bất động
Đồng chí Tổng Bí Thư, mấy chục năm rồi đứng đọc
Bản báo cáo dài, thoải mái, ung dung.

211

Ta như chó đói vật vờ
Ngửi thấy mùi cơm hau háu
Song ta vẫn chắt ra từng hạt máu
Năm rồi năm chăm sóc nuôi thơ.

212

Hoa Địa Ngục tập hai mà xuất bản
Trận thứ hai ta lại thắng hung tàn
Một niềm vui an ủi một đời tan
Niềm vui này ta quyết sống đợi trời ban!

213

Ta đã thắng hung tàn một trận
Trận thứ hai thắng bại khôn lường
Hơi đã tàn, râu tóc đã pha sương
Ta lặng lẽ giao đời cho số phận.

214

Thêm mấy chục năm sống nữa tích sự gì?
Khi uổng phí cả đời thơ tận tụy
Nay bước lao tù, nếu ta ngã quỵ
Thơ đã tung trời, băng lưới thép bay đi!

215

Nhiên liệu: Ngàn rên xiết
Bệ phóng: Ngàn ước mơ
Người lái con tàu thơ
Thần Tự Do bất diệt!

216

Đảng đã thành thơ, thành vè, khôi hài, phỉ báng
Thành truyện tiếu lâm cười riễu trong dân
Khi trò chuyện nếu anh ca ngợi Đảng
Đời sẽ nhìn anh như một gã bị tâm thần!

217

Nhân quyền là chuyện hão
Nhân phẩm thời coi khinh
Nhân tâm không cần tính
Luôn mồm nói nhân đạo!

218

Sau cơn đau, đầu còn váng, mắt hoa
Miệng còn đắng, cơm muối nhìn, muốn mửa

Thơ đã hiện lên, đòi phải chữa
Tấm thân ta, nào ai chữa cho ta!

219
Đâu rồi tiếng trống hội xuân?
Tiếng cười người dân đất bãi?
Thương nhớ đôi bờ tê tái
Dòng sông thao thức chảy quanh...

220
Ai trả lại ta mầu xanh tuổi trẻ?
Ai trả lại ta lửa sống bừng bừng?
Hôm sớm chim rừng mai mỉa
Vờn bay trên nghĩa địa tù...

221
Nhớ mẹ cha, nhớ anh chị
Nhớ người tử biệt, nhớ người sinh ly
Nhớ cuộc đời trong mộng sớm tan đi
Nhớ lửa sống bừng bừng đã từng một thời giúp ta
    vượt qua kiếp khỉ!

222
Ăn toàn sắn
Hơn trường bắn!
Rau lại thiếu
Quá lò thiêu!

223
Hitler giết tù còn thua Cộng Sản!
Cộng Sản giết tù không cần súng đạn
Không cần lửa điện, lò thiêu
Chỉ cần cho ăn ít, bắt làm nhiều!

224
Nửa gối chiếc, nửa xa xôi
Cùng chung ánh vàng ủ dột
Vầng trăng khi xẻ làm đôi
Lại chính là khi rất một!

225
Sáu năm rồi, ta đói vêu vao
Bê bát cơm tù, nhìn đôi chân phù thũng
Ta khao khát một bữa cơm gia đình ấm cúng
Và thở dài, ngửa mặt nhìn trời cao...

226
Nem rán, chả băm, xào lăn, nhựa mận
Khác nào tra tấn lũ tù nhân!
Phải nhớ là trong tù món ăn đừng bình luận
Nếu không thời mồm sẽ ăn gót chân!

227
Thịt nướng bếp Công an thơm đến khổ!
Anh hít từng hơi dài nói: Nếu mùi phân độc hại

Thì mùi thịt tất nhiên phải bổ!
Các đầu gấu cười khen: Nói rất khoa học, lọt vào tai!

228

Căm giận, đau buồn, bất lực, xót xa
Ta không có niềm vui nào hết cả!
Thù nước, thù nhà, thù bản thân chưa thể trả
Chiếc đinh ba đâm suốt cuộc đời ta không thể rút ra!

229

Hè sáng, Thu vàng, Xuân xanh, Đông xám
Mỗi mùa, mỗi kiểu khác nhau
Nhưng tất cả đều độc địa như nhau
Đều giáng xuống tù những đòn đớn đau khiếp đảm!

230

Tháng ba mùa xuân, nơi nơi
Cây lá, cỏ hoa mượt mà áo mới
Nhựa sống tràn trề, xanh tươi, phơi phới
Như nhạo báng con người cằn cỗi, tả tơi!

231

Ta muốn hái hoa thơm gài lên mái tóc em
Định sống lại những ngày xưa êm ả
Nhưng mái tóc sương pha, bàn tay nhăn nheo cả
Khiến ta ngừng, cây gió, lá khô rơi...

232

Bởi em là ánh lửa
Anh người lữ khách lạc rừng mưa
Nên giống thiêu thân, anh chẳng ngại ngần
Cháy cánh, bay vào nơi hấp dẫn!

233

Ta như con cá nằm trên thớt
Muốn trở về sóng nước xa khơi
Thời điều kiện đầu tiên là phải có Trời
Điều kiện thứ hai là Trời phải thương cứu vớt!

234

Đảng đã cho dân cuộc đời hạnh phúc
Chỉ đói ăn rét mặc mà thôi
Đảng cũng không vi phạm nhân quyền
Vì đâu có nhân quyền để mà vi phạm!

235

Hàng tháng ăn tiêu tính bằng tiền vạn
Lương tháng trung bình không quá tám trăm
Lũ Duẩn, Chinh, Đồng mặt mày chai sạn
Lì như mặt thớt, đáng đem băm!

236

Tiêu chuẩn thức ăn hai bốn đồng một tháng
Rau muống tám đồng một bó, chớ mong xơi!

Nhân đạo, lương tâm, trị bệnh cứu người
Những từ, từ lâu đã trở thành chướng tai để cáng!

237
Một cây tía tô trồng trong cái bô
Thiếu đất, thiếu mầu, lá không sức trổ
Cùng một kiếp như thân tù đói khổ
Tía tô mà cứ úa khô!

238
Tù lao tang tóc dìm ta xuống
Vùi chôn ta trong đau đớn xiết rên
Nhưng như hạt giống gieo ngoài ruộng
Trong đất đâm mầm, rồi chọc đất nhô lên!

239
Em như ảo mộng
Anh là thi nhân
Gặp nhau giữa chốn phàm trần
Đỡ nhau bay bổng!

240
Ta muốn quên cuộc đời đầy đọa
Cho hồn thơ bay bổng cao xa
Nhưng bao đêm rồi xác thân rũ lả
Vần thơ như ý vẫn chưa ra!

241

Triệu cuộc đời khổ oan
Nát tan trăm ngàn mảnh
Chắp lại mới hóa thành
Mấy vần thơ ai oán!

242

Tài trước nhất, ấm vào thân
Rộng hơn nữa, tới người thân
Kẻ khác nhờ có là mấy
Kiêu ngạo là sai lầm đấy!

243

Hạnh phúc trên đời như cái bóng
Hiểu ra ta ngả mũ chào
Mọi thứ chẳng qua như điếu thuốc lào
Thèm, không có, có, hút vào ho với nóng!

244

Hãy trông nắm xương
Nó như tấm gương
Chiếu lên những chi chúng ta khát khao, vấn vương,
    tiếc thương!

245

Ta nghiệm ra khi cay đắng ngấm vào tận tế bào ta
Ta rũ ra, nằm như một thây ma

Bao nỗi xót xa lại thôi hành hạ
Giấc ngủ yên lại đến với thân già!

246
Kẻ thù của no đủ
Đao phủ của tự do
Của cải phải vào kho
Lẽ phải phải vào tù!

247
Cơm ít sạn nhiều
Muối thiếu rau không
Gió rét mùa đông
Đi như say rượu!

248
Cả cuộc đời êm ấm vô tư
Tan biến chìm trong cơ khổ đọa đầy
Dân miền Nam trước mà biết thế này
Thời làm gì có ba mươi tháng tư!

249
Trí thức mà như mù
Không nhìn rõ kẻ thù
Nên bao người nằm tù
Đói khổ nhục nếm đủ!

250

Cướp của, giết người, dối gian, đểu ác
Kể lại nói cười, không xấu hổ mảy may
Danh dự, lương tâm, lẽ phải, điều hay
Đã tan tác trên đất thờ phụng Mác!

251

Đảng sợ thơ ta như mặt trời chiếu sáng
Những làng thung đầy tội ác tối bưng
Nên bắt giam ta giao cho lũ thú rừng
Hành hạ trả thù vô cùng đểu cáng!

252

Ôi cánh thơ nhẹ nhàng là thế
Mà sao sợ hãi giam cầm?
Bởi cánh thơ chỉ là cánh chim, nhưng cánh chim báo bão
Lại không phải bão thông thường, mà bão trong tim!

253

Nhân ngày Quốc Khánh, Đảng giương vây
Phản lực từng đoàn rầm rập bay
Dân đói gạo ăn còn phải nhịn
Cho lũ bay gầm xé trời mây!

254

Vì dân lành như thỏ
Lại nhẫn nhục như bò

Cáo mới giở đủ trò
Hùm beo và rất chó!

255
Nó cho chó nó đẻ
Bánh cuốn thu của dân
Quay lại dọa tù nhân:
- Thằng nào ăn, bỏ mẹ!

256
Cắt dạ dày, đầy xà lim
Ngỡ là thơ phải chết chìm
Sống bằng óc, sống bằng tim
Thơ vẫn tỏa sáng xà lim!

257
Ta ước được ôm bom nổ giữa hội trường
Đảng gian ác đương tưng bừng đại hội
Cho đời tả tơi, thành hơi, thành khói
Cho khối hận thù muôn vạn mảnh tan tung!

258
Chúng bảo thơ ta toàn bôi đen, xấc láo
Chấp gì? Chúng nói theo thói quen
Chế độ này khác chi trôn chảo
Làm sao có chỗ để bôi đen!

478

259

"Ăn cây nào rào cây ấy"
Kẻ hưởng quả ngon đã đành là vậy
Nhưng có những kẻ suốt đời bị xiềng vào cây, ăn
    toàn lá
Xanh như tầu lá, cũng rào cây!

260

Có những việc người già không làm được nữa
Những việc trong tim cần có lửa!
Có những con đường người già không dám nghĩ
Những con đường phải vừa phá vừa đi!

261

Chúng uốn lưỡi cú diều
Toàn giọng đểu, giọng điêu
Chửi hết Pháp tới Mỹ
Nghe nhức cả màng nhĩ!

262

Trời xanh thẳm, đất dầy đen
Chờ trông chi, lớp dân hèn?
Phải vùng lên, phải tự cứu
Đừng để thời gian vùi xuống bùn đen!

263

Tự Do, hai tiếng ngọt ngào

Cay đắng, nghẹn ngào
Tươi mát, dạt dào
Thôi thúc, thét gào, giông bão!

264
Căm giận, yêu thương, khinh thường, tôn kính
Những trạng thái tâm tình
Sóng đôi nhau như bóng với hình
Không thể tách rời, đời đời kết dính!

265
Biết hành động, phải biết ngồi yên
Biết ngồi yên, phải biết vùng lên
Biết vùng lên, phải biết lãng quên
Cả mạng sống, cả tình gia quyến!

266
Biết rộng mở phải biết cài then
Biết ngất ngây phải biết gây men
Biết lửa ấm, phải biết nhóm nhen
Biết tình yêu, phải biết không ghen!

267
Chết đã khó khăn, sống càng khó nữa!
Hai gọng kìm, tuy kẹp giữa thương đau
Bốn phía trước sau, súng ống với tường dầy
Tim óc không sa lầy trong sắt thép!

268

Chuyện Hàn Tín, Câu Tiễn những anh hùng lừng
   danh nhẫn nhục
Có lúc từng nếm phân, luồn khố uốn mình
Ta phải thấy đó là những hành động đáng tởm, đáng
   khinh
Nếu không có những hành động tiếp sau chứng minh
   cho đời thấu hiểu!

269

Cái ăn, cái uống là máu dân tộc
Thiếu, đói không nhập vào, còn tàn bạo xuất đi
Nòi giống yếu suy bị hút máu trường kỳ
Lũ to béo hồng hào vẫn rêu rao "Lấy dân làm gốc"!

270

Đường, sữa, gạo, mì thế giới cứu nguy bố thí
Đảng sử dụng thế nào kín mít, ai hay?
Chỉ biết là dân đen không ân huệ mảy may
Có bao giờ tới tay, có ai buồn để ý?

271

Xây nhà, trước tiên phải đổ nền bền vững
Dựng nước, trước tiên phải cho dân ấm no
Không làm đúng theo trình tự đó
Khác nào bảo tiến nhanh mà lại cắt gân chân!

272

Khổng Tử nói: Đói mất liêm sỉ
"Cái bụng đói không có tai" tục ngữ Anh Mỹ
Bạn nói: Đói người thành khỉ
Tôi chữa lại: Thành quỷ!

273

Đẹp thay những ngày tưởng niệm cha ông
Chén rượu mâm cơm họ mạc quây quần
Ngày thường mỗi người một phương mải lo kiếm sống
Giỗ Tết gặp nhau càng hồ hởi, ân cần!

274

Ngay cả những chiều buồn trong quá khứ
Nghĩ lại hồn tôi vẫn thấy nao nao
Một thời đã qua, không bao giờ còn có nữa
Chỉ thỉnh thoảng hiện về trong ký ức xa xăm.

275

Từ thủa Cáo già nhờ Tầu, Nga thắng Pháp
Sông núi Tiên Rồng thành cũi chó, chuồng trâu
Giòng giống Lạc Hồng mà xanh xám, khổ đau
Con cháu Vua Hùng đói ăn yếu nhũn!

276

Uống rượu nhân sâm bên lò sưởi điện
Sói lang ngồi điềm tĩnh thỏa thuê

Giữa lúc nhân dân khổ đói bốn bề
Chạy trốn quê hương, luồn rừng, vượt biển!

277
Lũ cướp của giết người cai trị nước Nam
Thử hỏi dân Nam làm sao không khổ được?
Cơ hội tới từng đoàn kéo nhau bỏ nước
Sóng gió chết chìm toàn gia quyến cũng cam!

278
Say rượu Tây, no cơm Tầu
Duẩn, Chinh, Đồng cười bảo nhau:
- Dân chửi nhiều, có sao đâu?
Mẹ chúng mình chết đã lâu!

279
Rừng vàng, biển bạc, núi kim cương!
Đảng mà quản lý vẫn giơ xương
Dân đói muốn no và muốn sướng
Phải liều thân chạy thoát quê hương!

280
Ta thực sự từ lâu coi mình như đã chết
Những hữu thân hữu khổ biết làm sao!
Đói, rét, ốm đau, rau muối, thuốc lào
Tất cả vẫn hành ta, rất mệt!

281

Hãy nín đi em, anh bước lại gần
Hôn mái tóc gục vào anh, hối hận
Anh đã cho qua và không hề giận
Chỉ tại anh tù, em túng thiếu, cô đơn...

282

Nếu Phong Kiến cũng độc tài ngang Cộng Sản
Thời còn đâu truyện Kiều, Chinh Phụ Ngâm, Cung Oán!
Những Nguyễn-Du, Tú-Xương, Yên-Đổ
Tất cả đã rũ tù oan khổ!

283

Trời đất im lìm, không chút gió giông
Thăm thẳm mịt mù, phủ kín non sông
Mái đầu tóc trắng như bông
Có mối sầu nào ghê gớm thế không!

284

Nhớ buổi đầu xuân mưa rét năm nào
Chúng tôi về uống rượu ở làng quê với anh bạn
     nghèo hiếu khách
Đầm ấm thế mà nay tan nát sạch
Kẻ trốn nước ngoài, kẻ chết, kẻ tù lao...

285

Chúng tôi, mấy người bạn, cùng tù tội với nhau,

hiểu nhau, thương nhau khổ nghèo vất vả
Gặp gỡ nhau thường chỉ có hụm trà
Đạm bạc đơn sơ mà thấm thía, đậm đà
Tình cảm trên đời quả là hơn tất cả!

286
Không bóc lột nhân dân, mà trấn lột
Một cách bạo tàn không chút thương tha!
Bao kiếp quần đau dưới bóng cờ ma
Không thể xông pha, không thể thoát ra, dần dà chết
    mục!

287
Khi đất nước Đảng còn làm chủ
Dẫu vật vờ, vất vưởng, vêu vao
Thời người dân, nhất là giới cần lao
Vẫn được Đảng đề cao là chủ!

288
Đại từ, đại bi, cứu khổ, cứu nạn
Xin Phật tổ hãy mở lượng từ bi cứu vớt muôn dân!
Họ đã chịu biết bao là khổ nạn
Dưới nanh vuốt vô sỉ, vô thần, vô lại, vô luân!

289
Ăn ở thối hôi tựa bầy chuột cống
Đủ thứ đọa đầy thể xác xương da

Hồn dìm ngâm trong đói khổ hóa yêu ma
Uống máu lẫn nhau, giật giành sự sống!

290
Ngoài đòn chủ yếu đánh vào bản năng sinh tồn, cơ
    bản nhất: Miếng ăn
Còn đủ thứ nhọc nhằn khiến chúng ta sống được, là
    vô cùng khó khăn, khốn khổ
Song cái chính là sống sao để sống không xấu hổ
Còn cái chết thời ai có thể cản ngăn?

291
Giữa Hỏa Lò, nấm mộ chìm sâu
Giữa đám tù xương sọ đầu lâu
Những đêm vàng, đêm trắng, đêm nâu...
Mỏi mòn, thao thức không đâu...

292
Việt cộng nói Việt cộng thắng
Trung cộng nói Trung cộng thắng
Cả hai đều nói đúng
Chỉ thằng chết, thằng bị thương là những thằng thua!

293
Chim bay về tổ
Mặt trời về non

Lối mòn muôn thuở
Nỗi buồn ngàn năm

294

Với Cộng Sản, ta suốt đời là thù
Với dân, dẫu giận, ta suốt đời là bạn
Nhưng mọi thứ trên đời đều có hạn
Đừng làm ta chán nản, hỡi hèn ngu!

295

Ngu dốt làm buồn nản
Đớn hèn làm tức tối
Hai thứ xoay quanh mù lòa, quỳ gối
Suốt đời làm tôi tớ yêu gian!

296

Thời gian trong tù nặng dài quằn quại
Nhưng sau nhiều năm nhìn lại
Không thấy thời gian đâu, dấu vết cũng không
Chỉ thấy một hốc đen thảm khốc chất chồng!

297

Thư viết cho gia đình ít nhiều phải giả dối
Phải ca Đảng khoan hồng, nhận mình tù là đúng tội
Những dòng chữ chán phè gây bực bội
Nhưng thiếu chúng thời thư viết cho sọt rác mà thôi!

298

Trại vắng, mùa đông, mặt trời buốt giá
Đìu hiu gió thổi màn sương
Sự sống buồn thiu, vất vưởng, chán chường
Không bóng tình thương, bốn bề vách đá...

299

Khi ngọn lửa thiêng trong tâm hồn tàn tắt
Mọi thứ chân trời cũng lụi tắt theo
Cuộc sống nổi nênh như một cánh bèo
Thường bị cuốn trôi theo giòng vật chất.

300

Đói, rét, ốm, đọa đầy
Cắt bỏ chỉ một giây
Nhưng thơ còn chờ đây
Không được hèn như vậy!

301

Kẻ trước giúp người sau
Ấm áp tình già trẻ
Bạn thơ là phải thế
Đời mấy lúc gặp nhau!

302

Chỉ vì nghèo đói nói lung tung
Bác bị đưa đi trại tập trung

Vợ con lấy chi mà tiếp tế
Bác đi, đi mãi mãi không về...

303
Mới sáu tháng mà anh gầy trông rất tội
Gia đình không tiếp tế, bỏ im
Đói rét triền miên không thể nào chịu nổi
Anh đập tan đầu vào cửa sắt xà lim!

304
Tình người như nhựa xuân
Sở dĩ thành khô cạn
Bởi mấy thằng Cộng Sản
Khống chế dạ dày dân!

305
Dân đói, dân căm, Đảng rất biết
Có hề chi, mồm vẫn phải ngợi ca
Vẫn phải chấp hành mọi chính sách Đảng đề ra
Còn rên xiết, cứ âm thầm mà rên xiết!

306
Dân Việt Nam quả là dễ nuôi
Gạo ngon đổi mì mọt cũng xuôi!
Cứ cho đói là phải nuốt tuốt
Chính sách Đảng là phải thông suốt!

307

Tôi không phải là người theo chủ nghĩa độc thân
Ngược lại, tôi khao khát một gia đình
Nhưng còn đâu là ái với tình
Suốt mấy chục năm ngục tù quanh quẩn!

308

Số án tử hình nhiều quá ở Việt Nam
Khiến bạn phải bất bình phê phán
Nhưng so với số tù chết tại các trại giam
Chỉ đáng phần ngàn, thưa với bạn!

309

Kẻ đến, kẻ đi, người về, ta vẫn ở
Tù như ta cay đắng lắm thay!
Không phải chết ngay, mà chết dở, chết lắt lay
Mới thực là gay, mới thực là đáng sợ!

310

Đảng và Bác
Tởm và ghê
Đói thảm thê
Toàn điêu ác!

311

Cao gần mét tám, nặng bốn mươi cân
Đủ tiêu chuẩn để bay vào vũ trụ

Râu tóc bạc phơ lắm người gọi cụ
Hai chục tuổi tù, bốn sáu tuổi xuân!

312
Tuổi trẻ ngày nay thực là thảm hại
Số hóa lưu manh, số hóa tay sai
Số còn lại chìm trong khổ ải!
Khó tìm thấy bóng một tài trai!

313
Tù tội bây giờ, nghĩ mà đau khổ
Chỉ vì mẩu sắn, cọng rau
Đã sẵn sàng hãm hại chém đâm nhau
Cái chuyện cùng cảnh, giúp nhau, thương nhau, đã
    thành truyện cổ!

314
Nào có mơ gì đời ấm êm
Xương xẩu gầy giơ chỉ mơ cái đệm
Dạ dày quá vơi chỉ mơ hơi đầy
Ôi mơ thế, cũng toàn mơ hão vậy!

315
Rét mướt mùa đông, đủ chăn, đủ áo
Hai bữa hàng ngày đủ rau, đủ gạo
Không bị đánh, bị cùm tàn bạo
Tù mà thế, Đảng đúng là nhân đạo!

491

316

Ngót chục năm rồi, xà lim thảm hại
Chẳng cứu được mình, chẳng giúp được ai!
Những tiếng thở dài vô ích, nhàm tai
Theo tháng năm dài, cứ dài thêm mãi!

317

Ta mơ thấy ra tù, ngồi nâng chén rượu
Anh chị ta và các cháu xung quanh
Kẻ ép ta ăn, người gắp, người cười
Tất cả vui mừng, ta như sống lại!

318

Giữa lao tù vô hạn
Trần trụi và bơ vơ
Ta sống được nhờ thơ
Chỉ có thơ là bạn!

319

Ta cố quên đi, quên hết!
Những cảnh ngày qua, những cảnh ngày nay
Còn ngày mai, số phận dở hay
Mặc con Tạo vần xoay sắp xếp!

320

Giá có con gà, chén rượu say
Hơi tàn được tiếp, bốc lên ngay

Ta sẽ không nằm thoi thóp thở
Thơ sẽ ngâm tràn, tan đắng cay!

321
Khi nào non nước hết tai ương
Ta sẽ đi tìm khắp bốn phương
Những thứ cuộc đời không thể mất
Mất, đời không sắc cũng không hương!

322
Chống gậy mà đi còn lẩy bẩy
Đường tù xa lắm, bồ đề đây
Ta nghĩ không gì hơn, vất gậy
Ngồi im, tay chắp, dựa vào cây.

323
Chó xích có một ngày
Thả ra mừng cẳng nhảy
Người cùm có một năm
Thả ra buồn chống gậy!

324
Bụng to, đầu hói
Ăn nói ề à
Bắt gà Tôn Đản
Là ai? Trùm Cộng sản!

325

Chân đi dép lốp
Mồm đốt đô la
Bác Hồ chúng ta
Kịch gia xuất sắc!

326

Giầy dép thu, bắt đi đất
Giấy vệ sinh, vất tất
Hỏa Lò gần Trung ương nhất
Con người gần con vật nhất!

327

Đảng như hòn đá tảng
Đè lên vận mạng quê hương
Muốn sống trong hòa hợp yêu thương
Việc trước nhất, phải tìm phương hất xuống!

328

Nếu không tiêu diệt nổi
    những thế lực bạo tàn man rợ nhất
Chúng mãi mãi đầy dân thời nòi giống nguy nan!
Không! Chúng sẽ tự cắn xé lẫn nhau, sẽ tự lụi tàn
Như một lò than, dù không ai dập tắt!

329

Đất lành cò đậu
Đất dữ cò đi

Chuyện ấy có chi
Mà tù với tội!

330
Đừng đem Hồ Chí Minh so với Ức Trai khuê tảo
Ai lại so quái vật với người hiền?
Một đằng thời tù lao chết chóc triền miên!
Một đằng thời "Mở lượng hiếu sinh
    Lấy trí nhân thay cường bạo!"

331
Muốn ăn phở
Muốn uống bia
Nhà tù kia
Đừng có sợ!

332
Đừng nhọc lòng nghĩ tới
Ngày ra tù bao giờ
Muốn sống để đợi chờ
Phải sống không chờ đợi!

333
Nếu dân Việt mà tự do đi lại
Thời Duẩn, Chinh, Đồng cũng đến tếch đi Nga
Không còn ai làm ra của cải
Nuôi lũ giết người man rợ sống xa hoa!

334

Vực đói khổ mỗi ngày một chìm sâu mãi xuống
Đảng vơ vét kiệt cùng vẫn chưa thỏa lòng tham!
Thế giới ơi xin đừng mua của Việt Nam
    những thứ gì thuộc về ăn uống
Đó là thiết thực cứu dân Nam!

335

Cuộc sống nhục nhằn không thể mang danh là cuộc
    sống
Mà là chết mỏi, chết mòn, chết mục, chết miên man
Ngửa mặt trông trời, trời thăm thẳm mênh mang
Cúi mặt nhìn đất, đất trơ lì bất động!

336

Việt Nam, người hóa thành trâu
Việt Nam, địa ngục sơn màu thần tiên
Việt Nam, đói khổ triền miên
Việt Nam, đạo lý bạo quyền nghiền tan!

337

Thân chót vùi chôn nơi đất đỏ
Tâm hồn mang đủ thứ xiềng gông
Vẫn ngẩng cao, nhìn ra lớn rộng
Qua vòm mây xám nặng màu tro!

338

Hờn căm năm tháng nấu nung sôi
Sôi mãi cũng bốc hơi, rồi cạn
Phải sử dụng hờn căm, ôi các bạn
Đúng vào lúc nó sục sôi!

339

Nuốt nhục, nuốt đau, nuốt buồn, nuốt khổ
Để nuôi lớn khối căm hờn
Nay khối căm hờn đã già, sắp tới ngày xuống lỗ
Anh nuốt nhiều hơn, nuốt mãi, không sờn!

340

Qua kinh nghiệm nhiều năm sống trong lòng Cộng sản
Tôi thấy bản chất chúng có thể quy vào mấy điểm
    sau đây:
Tàn bạo, yêu gian, phản bạn, lừa thầy
Điêu, đểu, tham lam, mặt dầy mày dạn!

341

Ở Việt Nam cá, thịt
Xuất khẩu đã khá nhiều
Thú dữ lại ăn nhiều
Người lành ăn rất ít!

342

Với tinh thần tiến công không tiếc mạng
Của người võ sĩ đạo phù tang

Chiến đấu giỏi giang, kết cục vẫn phải hàng
Khoa học cao hơn, kinh tế khỏe hơn,
    đã giáng cho những đòn trời giáng!

343
Dân tộc đương nằm giẫy giụa dưới hầm chông
Ta lòng nào viết lách lông bông?
Ca ngợi cái đùi, cái ngực, cái mông
Tán tụng mây trời, hoa lá viển vông!

344
Sức lực, tâm hồn dồn lo kiếm sống
Hai bữa còn mửa mật rất căng
Nếu lại còn đi mơ với mộng
Thời bộ xương chẳng còn, chết đói nhăn răng!

345
Hơn các dòng tu một dấu huyền đau khổ
Khổ từ hạt muối, cọng rau
Dòng tu này Mác xồm là giáo tổ
Đưa linh hồn đi thế giới khác cực kỳ mau!

346
Tù tu mà bắc lên cân
Tù còn kham khổ trăm lần hơn tu
Thế nên chịu kiếp tu tù
Thiên đường siêu thoát lù lù không xa!

347

Cuộc sống bây giờ nhạt mờ, mỏi mệt
Đâu còn lung linh hương phấn xa xưa
Nó chẳng khác nào cánh bướm trong mưa
Nham nhở, tả tơi, sắc mầu tan hết!

348

Trung thực, cần cù, chết, tù không sợ
Tim óc tung hoành, tuyệt đối tự do
Tất cả vì thơ, thơ chửa hay cho
Nói chi những phường co ro, tôi tớ!

349

Đêm hè, trăng sáng, sao thưa
Gió động vườn dừa
Thanh vắng dẫn tâm tư về quá khứ
Thăm thẳm bể lòng, vang lớp sóng xưa...

350

Nếu có đạo luật là khi chiến tranh xẩy ra
Các ông to và gia đình họ phải ra
Cầm súng bắn nhau trước tiên
Nhân loại sẽ sống yên, hòa bình sẽ vĩnh viễn!

351

Nhạc, họa, thơ, văn, Đảng trả lương ăn để mà sáng tác
Phiếu, sổ thịt, đường, trà, thuốc cấp cho

Miễn là đừng giở quẻ tự do
Còn hay dở tới đâu, tùy khả năng bôi bác!

352
Đảng viên Đảng rèn không còn nhân tính
Nhường chỗ cho thú tính phát sinh
Năm rồi năm, thú tính tăng dần
Tăng mãi, tới khi thành Đảng tính!

Phụ-bản 5:
Họa – Nhạc
(Tạ Ty, Phan Văn Hưng,
Trần Lãng Minh)

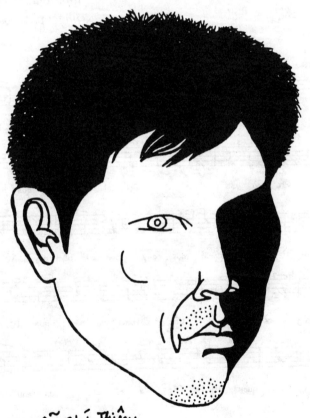

Nguyễn Chí Thiện
qua nét vẽ
TẠ TY
California 5-1989

SẼ CÓ MỘT NGÀY

thơ: nguyễn chí thiện
nhạc: phan văn hưng

Sẽ có một ngày Con người hôm nay Vất súng vất cùm vất cờ vất đảng Đội lại khăn tang quay ngang vòng nạn oan khiên! Sẽ có một ngày con người hôm nay Về với miếu đường mồ mả gia tiên Hàng chục năm qua bức bách nhạt nhòa cho quên! (HẾT) ĐK: Và hận thù xưa như làn hương

thu tan về cao rộng   Tất cả lùa qua   một cơn ác mộng   Kẻ lọc lừa

kia bạo lực xô chân sống sót về đây   Nghe tiếng bình tâm   an nhờ phúc

phận   Trong buổi đoàn viên xum họp hàn   huyên huynh đệ tương   thân

Đứng bên   nhau   trên mất mát quây quần   Kẻ bùi ngùi   rưng rưng đặt vòng

hoa lên mộ cha ông   Khai sáng kỷ nguyên tả   trắng thắng   cờ   hồng !

Sẽ có một   ngày   khắp nẻo quê   hương   Tiếng sáo mục   đồng

ĐỜI TÔI

Thơ :,NGUYỄN CHÍ THIỆN (1984)
Nhạc: TRẦN LĂNG MINH (1995)

Đời tôi như chiếc thuyền mơ · Nằm thương bến nhớ bên bờ chờ

mong · Giòng sông năm tháng xuôi giòng · Thuyền tôi mưa nắng rêu phong muôn

chim · Thuyền mơ thuyền hóa thành chim · Bay ra biển lớn đi tìm đảo

tiên · Thuyền mơ sóng nước dịu hiền · Đưa thuyền qua khắp mọi miền thương

yêu .... Thuyền mơ, mơ thấy một chiều · Bỗng nhiên hóa thực những điều thuyền

mơ · Sậy lau chen chúc vật vờ · Cũng lao xao đứng ven bờ mía

mai · Thuyền mơ mơ tháng năm dài · Mơ đi mơ lại, non đoài chiều

buông · Chiều xa êm ả hồi chuông · Âm ba siêu thoát tình thương Phật

1. D Trời · Đời ...   **2. D** ...Trời · Chiều xa ......

COMPUTUC

TRONG BÓNG ĐÊM
IN THIS STIFLING NIGHT

Thơ: Nguyễn Chí Thiện
Nhạc: Phạm Duy
Lời ca tiếng Anh: Nguyễn Ngọc Bích

Trong bóng đêm đè nghẹt Đã phục sẵn một mặt trời ! Trong đau khổ không
In this stifling night There lies in wait a sun! Unspoken suf-

lời, Đã phục ngàn cơn sấm sét ! Trong lớp người đói rét, Đã phục sẵn những đoàn
f'ring Hides a thousand thunders! In the starved millions Are a thousand ar-

quân ! Khi vận nước xoay vần, Thì tất cả thành nguyên tử......
mies! A new era comes All will go off like bombs...

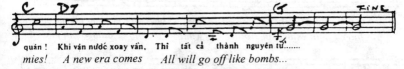

Tôi chỉ có lời thơ... Lời thơ ấp ủ ! Hai lá phổi gầy xơ Hai lá phổi gầy xơ...
have just my verses. Verses well wrought! Two punctured two punctured thin lungs
thin lungs,

Để đánh được kẻ thù Tôi không được hèn ngu ! Để thắng được kẻ thù Tôi phải sống ngàn thu
To fight the enemy I mustn't be dumb To win over him I must, yes, live on...

Vợ con có thể bỏ tôi ! Cha mẹ có thể từ tôi ! Nhưng Cộng sản thì sinh tử !.. Mới thoát và Tự Do !
I may leave my family! My parents may But we must fight to death For our freedom!
leave me!

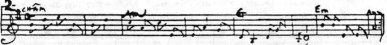

TÔI CÓ THỂ
THE CHAMP

Thơ: Nguyễn Chí Thiện
Nhạc: Phạm Duy
Lời ca tiếng Anh: Nguyễn Ngọc Bích

DANH-MỤC
CÁC TÁC-PHẨM CỦA NGUYỄN CHÍ THIỆN

TIẾNG VỌNG TỪ ĐÁY VỰC (Nguyễn Hữu Hiệu giới-thiệu), Arlington, VA: Thời Tập, 1980.

BẢN CHÚC THƯ CỦA MỘT NGƯỜI VIỆT NAM, Arlington, VA: Văn Nghệ Tiền Phong, 1980.

MƯỜI BÀI NGỤC CA / TEN PRISON SONGS (Thơ Ngục Sĩ, Nhạc Phạm Duy, Bản dịch Nguyễn Hữu Hiệu), Arlington, VA: Ủy ban tranh đấu cho tù nhân chính trị Việt Nam và Thời Tập, 1980.

NGỤC CA / PRISON SONGS (20 bài, Thơ Nguyễn Chí Thiện, Phạm Duy phổ nhạc, Nguyễn Ngọc Bích làm lời Anh), Springfield, VA: VICANA, 1982.

CHANTS DE PRISON / PRISON SONGS / NGỤC CA (Thơ Nguyễn Chí Thiện, Nhạc Phạm Duy, Phương Anh dịch sang tiếng Pháp, Penelope Faulkner dịch sang tiếng Anh, lời hát bằng tiếng Anh của NNB, Võ Văn Ái giới-thiệu, Pierre Emmanuel viết tựa), Gennevilliers, Pháp: Quê Mẹ, 1982.

THE WILL OF A VIETNAMESE (Nguyễn T. Hằng dịch 129 bài), New York: Carleton Press, khoảng 1984.

FLOWERS FROM HELL (Huỳnh Sanh Thông dịch), Lạc Việt Series No. 1, New Haven, CT: Yale Center for International & Area Studies, 1984.

ECHO AUS DEM ABGRUND (Bùi Hạnh Nghi dịch), Nhà xb Fischer, 1992.

HOA ĐỊA NGỤC, San Jose: CA: Đông Tiến, 1995.

HOA ĐỊA NGỤC / THE FLOWERS OF HELL (Nguyễn Ngọc Bích dịch), Springfield, VA: Tổ Hợp XBMĐ Hoa Kỳ, 1996.

HOA ĐỊA NGỤC tập 2 / HẠT MÁU THƠ (Nguyễn Chí Thiện),
   Westminster, CA: A.N. Company, 1996.
HẠT MÁU THƠ / BLOOD SEEDS BECOME POETRY
   (Nguyễn Ngọc Bích tuyển dịch), Springfield, VA: Tổ Hợp
   XBMĐ Hoa Kỳ, 1996.
A SELECTION OF FLOWERS FROM HELL (Nguyễn Ngọc
   Phách tuyển dịch), Melbourne: Hoa Niên Publishing, 1996.
FLEURS DE L'ENFER (Song ngữ Việt Pháp, Nguyễn Ngọc
   Quỳ và Dominique Delaunay dịch), Paris: Institut de l'Asie
   du Sud-est, 2000.
HỎA LÒ (Tập truyện), Arlington, VA: Tổ Hợp XBMĐ Hoa
   Kỳ, 2002.

Tuyển-tập trong đó có thơ Nguyễn Chí Thiện:

WAR AND EXILE: A Vietnamese Anthology (Nguyễn Ngọc
   Bích chủ-biên), Springfield, VA: Vietnamese PEN Abroad –
   East Coast U.S.A., 1989.
ANOTHER WAY TO DANCE (Tuyển-tập nhiều người, Cyril
   Dabydeen chủ-biên), Toronto & Oxford: TSAR, 1996.
THE VINTAGE BOOK OF CONTEMPORARY WORLD
   POETRY (J. D. McClatchy chủ-biên), New York: Vintage
   Books, 1996.
THIS PRISON WHERE I LIVE, P.E.N. Anthology of Impri-
   soned Writers (Tuyển-tập nhiều người, Văn-bút Quốc-tế
   chủ-biên), London & New York: P.E.N., 1996.
ECRIVAINS EN PRISON (Bản tiếng Pháp của tuyển-tập trên),
   Genève: Ardis et Labor, 1996.

Nguyễn Chí Thiện trên Internet:

www.vietnamlit.org
(Dan Duffy chủ-biên)

Nguyễn Chí Thiện bên Thái-bình-dương ở
Monterey, CA (Ảnh Jean Libby)

Đôi dòng về Tác-giả

Nguyễn Chí Thiện là tên thật, sinh năm 1939 ở Hà-
nội. Được theo học chương-trình Việt-Pháp trước khi
Cộng-sản vào thành (tháng 10/1954).

Lúc đầu ông còn hồ hởi, tìm cách làm thân với những
bộ-đội mới nhập thành. Nhưng chẳng bao lâu, bộ mặt thật
và nhất là giả dối của người CS hiện ra, với tất cả cái tàn
ác, phá đổ tình thương và đạo đức truyền-thống của dân-
tộc. Ông bắt đầu làm thơ và thơ ông được nhiều người
học rồi truyền đi.

Năm 1961, ông lần đầu bị bắt nhưng vì không có
bằng-chứng nên ba năm sau, chính-quyền phải thả ông ra.
Song chính trong tù lại là nơi ông hiểu rõ được hơn ai hết
cái thảm-trạng của xã-hội miền Bắc. Không có bút, giấy
hay mực, ông đành làm thơ trong đầu và cho đến ngày

hôm nay, ông vẫn còn nhớ nằm lòng được trên 700 bài do ông sáng-tác.

Năm 1979, nhân được thả ra vì lý-do sức khỏe, ông đã lẻn đưa được tập bản thảo Hoa Địa Ngục vào tòa đại-sứ Anh ở Hà-nội để nhờ chuyển ra ngoài nước. Bước ra, ông liền bị công-an bắt đi bỏ vào tù 12 năm (4 "lệnh" 3 năm một), để tổng-cộng thành 27 năm tù cả thảy.

Cuốn sách của ông, vì lúc đầu không có tên hay ghi tác-giả, đã được in ra với những tên khác nhau như *Tiếng vọng từ đáy vực* hay *Bản chúc thư của một người Việt Nam*, đã gây ra không ít ngộ-nhận trong một thời-gian. Song thơ của ông đã được truyền đi khắp năm châu, nhất là sau khi một số trong đó được phổ nhạc rất thành công bởi những người như Phạm Duy, Phan Văn Hưng và Trần Lãng Minh.

Nhờ cuốn sách, ông đã được nhiều quốc gia can-thiệp để cuối cùng được thả ra và cho đi Mỹ (ngày 1/11/1995). Một tuần sau, ông đã được mời đến Quốc-hội Hoa-kỳ điều trần. Rồi tiếng vang của ông không ngừng lan xa sau đó, nhất là sau khi thơ của ông đã được dịch sang các thứ tiếng: Anh, Pháp, Đức, Tiệp, Nhật-bản, Trung-hoa...

Giờ đây, có lẽ ông là một trong những tên tuổi Việt Nam nổi tiếng nhất thế-giới. Ông đã được ba lần đề cử lãnh giải Nobel về Văn-học. Tên ông được ghi trang trọng trong cuốn *Who's Who in Twentieth-century World Poetry* ("Ai là ai trong Thi ca Thế-giới Thế-kỷ 20"), Mark Willhardt chủ-biên, London và New York: Routledge, 2000 (tái-bản ở Đức năm 2002). G.S. Michael Lind, trong *New Leader* (số ra ngày 1 tháng 2, 2001), gọi ông là "Solzhenitsyn của Việt Nam."

SÁCH-DẪN
CÁC BÀI THƠ TRONG *HOA ĐỊA NGỤC*

Thế-giới nói gì về thơ Nguyễn Chí Thiện?

Một "nhà thơ gương mẫu" sẽ không chỉ nói về chuyện của mình. Nguyễn Chí Thiện không biện-hộ cho chính ông. Ông đã lên tiếng thay cho tất cả những đồng-bào bất hạnh của ông còn đang bị đàn áp trong các nhà tù Cộng-sản.

Tiếc thay, chúng ta những con người lưu vong từ các nước CS, chúng ta đã quá biết về số phận dành cho những người không chịu khuất phục, nhất là các nhà thơ. Ôi, đã biết bao là nhà thơ bị tiêu-diệt từ cuộc đảo chính mang tên "Cách mạng tháng Mười"!

Thử hỏi đã bao người đấu tranh cho một Việt Nam "dân-chủ" giờ đây tỉnh ngộ về thực-tế khủng khiếp của ngày hôm nay, để thấy giấc mộng đó biến thành một quê hương tù ngục, cả một dân-tộc bị hy sinh và con người bị xếp xuống hàng chó ngựa.

... Nhưng xin hãy cứ giữ lấy niềm tin: ngày nào còn có những nhà thơ như Nguyễn Chí Thiện, ngày đó chúng ta còn có quyền tin ở chính-nghĩa tối-hậu.

PAUL GOMA, nhà văn Rumani
Chủ-tịch, Trung-tâm Văn-bút Những nhà văn lưu vong

Thơ của Nguyễn Chí Thiện làm ta bị sốc. Những kinh hoàng hàng ngày mà ta không thể chấp nhận, xem đó là bình-thường được, thì đã thấy thể-hiện trong thơ ông—thật không thể tưởng được là những chuyện đó đang xảy ra đều đều cho một phần của nhân-loại.

PIERRE KENDE, nhà văn Hung-gia-lợi
Chủ-biên tập-san *The Hungarian Anthology*
Trung-tâm Quốc gia Nghiên cứu Khoa-học Pháp

Tôi thấy trong thơ của thi-sĩ Việt Nam này những vang vọng của không biết bao nhiêu những tiếng nói bị đè nén, của nhà thơ Cuba Armando Valladares và nhiều nhà thơ Cuba khác đang nằm bóc lịch trong xà-lim của nhà tù Fidel Castro trong hơn hai thập niên.

EDUARDO MANET, nhà văn và kịch-tác-gia Cuba
Nguyên-giám-đốc, Nhóm Kịch Cuba

Về số-phận của các nhà thơ dưới chế-độ Soviet, nhà thơ Nga Osip Mandelstam có nói:

Nước Nga sùng bái thơ
Vậy mà không lúc nào là nó không giết các nhà thơ của nó

... Nguyễn Chí Thiện là người đầu tiên dám đứng lên chống lại những giả dối và bạo-lực của chế-độ với võ-khí độc-nhất mà ông có trong tay: Đó là Tiếng nói của Thi ca và Văn-học, tiếng nói hữu hiệu nhất để chống lại mọi thứ chuyên-chế.

VLADIMIR MAXIMOV, nhà văn Nga
Chủ-bút tạp-chí Nga lưu vong *Kontinent*

Tôi chỉ được làm quen với thơ Nguyễn Chí Thiện qua các bản dịch nhưng thơ ông đã tỏ ra có khả-năng chinh-phục lòng người qua sự trong sáng và thành-tâm hiển-hiện trong mỗi câu thơ của ông.

Đọc những bản dịch thơ ông, tôi thấy đồng-cảm vô biên với nhà thơ này, với cả dân-tộc ông và nền văn-hóa đang bị hủy trên quê hương ông.

LEONID PLIOUTCH
Nhà văn và nhà toán-học người Ukraina

Thơ của tôi không có gì là đẹp
... Thơ của tôi là những gì kinh khủng

Dù như ông nói thế, thơ [Nguyễn Chí Thiện] chính thật đã gộp thành một đại-tác-phẩm cao cả, không những cho ta thấy tài-năng vĩ-đại của ông mà còn thể-hiện luôn cả ý nghĩa của chữ "can đảm."

ALEXANDER SMOLAR, kinh-tế-gia người Ba-lan
Thành-viên, Trung-tâm Quốc gia Nghiên cứu Khoa-học Pháp

Lạ thật, ở Việt Nam cũng như ở Ba Lan, ở Cuba cũng như ở Bắc Triều-tiên, cứ ở đâu có toàn-trị là ở đó có đàn áp văn-hóa. Chữ nghĩa thì làm sao mà chống nổi bạo-lực, xe tăng, đại-bác?... Ấy vậy mà cũng rõ như ban ngày, văn-học có thể nguy hiểm, nhất là những bài thơ nói lên sự thực, hay những sự thực mà chính-quyền muốn che đậy, không muốn ai được biết.

Song đối với người văn-nghệ-sĩ bị cầm tù thì liệu có gì quan-trọng hơn là sự-kiện tiếng nói của ông ta, thơ của ông, cần được phổ-biến và được ôm vào lòng bởi thế-giới bên ngoài?

PAVEL TIGRID, nhà văn Tiệp-khắc
Chủ-biên tạp-chí *Testimony* ("Lời chứng")

Nhận được tập thơ, tôi lên phòng đọc một mạch cả cuốn sách từ đầu đến cuối... Tôi chỉ cần đọc có vài dòng là đã biết ở đây, tôi gặp một thi-sĩ lớn... mà từ nay tôi sẽ đặt lên cùng bệ đá với những thần-tượng thơ khác của tôi như Rimbaud, Trakl và Hölderlin, nghĩa là tôi đặt ông ngang hàng với những nhà thơ lớn nhất của chúng ta, của cá-nhân tôi cũng như của nhân-loại.

ERICH WOLFGANG SKWARA
Nhà văn, nhà thơ và giáo-sư đại-học Đức
Một chuyên-gia về văn-học Đức

(Tưởng cũng nên nhắc là khoảng năm 1995, Bộ Văn-hóa Giáo-dục tiểu-bang Bayern ở Đức đã chọn bản dịch *Hoa Địa Ngục* của Tiến-sĩ Bùi Hạnh Nghi sang tiếng Đức, đặt nó vào "danh-sách các tác-phẩm văn-học đáng được mua để đưa vào thư-viện các trường trung-học ở tiểu-bang Bayern.")

Tôi mong là mỗi một dân-biểu nghị-sĩ trong Quốc-hội Hoa-kỳ có một bản cuốn sách của ông để họ hiểu thế nào là thực-tế cuộc sống ở Việt Nam hôm nay.

ENI FALEOMAVAEGA
Dân-biểu thuộc Đảng Dân-chủ, Guam
Hạ-viện Hoa-kỳ
Mồng 8 tháng 11 năm 1995

Thư mục Tổ Hợp Xuất Bản Miền Đông Hoa Kỳ và Cành Nam

Hiên THI CA THẾ GIỚI	
OMAR KHAYYAM – RUBAIYAT: THƠ VÀ ĐỜI* (Thơ Ba-Tư) - Nguyễn Ngọc Bích dịch và giới thiệu	15 MK
Hiên TRUYỆN	
BỐN PHƯƠNG MÂY TRẮNG - Tập I Nguyễn Sỹ Tế	15 MK
CHUYỂN MÙA – Trương Anh Thụy	28 MK
PHƯỢNG VẪN NỞ BÊN TRỜI HÀ NỘI (Tái bản lần 2) Hồi ký Nguyễn Thị Ngọc Dung	16 MK
SÀI GÒN NẮNG NHỚ MƯA THƯƠNG (Tái bản lần thứ nhất) – Hồi ký Nguyễn Thị Ngọc Dung	18 MK
RỒNG VÀ RẮN – Nguyễn Viện	15 MK
HỎA LÒ - Nguyễn Chí Thiện	15 MK
ÁNH MẮT – Trương Anh Thụy	12 MK
MỒ HÔI CỦA ĐÁ – Nhật Tiến	8 MK
LỚP SÓNG PHẾ HƯNG – Hồ Trường An	7 MK
ĐÊM RỒI CŨNG ĐI QUA – Nguyễn Thị Ngọc Nhung	8 MK
MỘT ĐÊM THỨ BẨY– Mai Thảo	8 MK
MỘT THỜI ĐANG QUA – Nhật Tiến	7 MK
Hiên TRUYỆN NƯỚC NGOÀI	
LIÊU TRAI CHÍ DỊ I, II, III – Bồ Tùng Linh, mỗi tập Bản dịch Kim Y Phạm Lệ Oanh	7 MK
Hiên TRIẾT	
DUY VĂN SỬ QUAN – Hoàng văn Chí	12 MK
Hiên KÝ	
TỪ LÀNG VÂN HỒ ĐẾN UNESCO – Bích Thuận	20 MK

NHỮNG NGÀY MUỐN QUÊN - Đoàn Thêm (**Hết**)	
NHÀ QUÊ RA TỈNH – Đoàn Thêm (**Hết**)	
BÚT KÝ IRINA - Irina Zisman	10 MK
CON ĐƯỜNG CẢI TẠO (Trường ngâm) – Dương Tử	10 MK
Hiên KÝ SỰ VĂN HỌC NGHỆ THUẬT	
NHỮNG BẬC THẦY CỦA TÔI - Xuân Vũ	15 MK
THEO CHÂN NHỮNG TIẾNG HÁT - Hồ Trường An	20 MK
GIAI THOẠI HỒNG - Hồ Trường An	14 MK
Hiên BIÊN KHẢO	
BỌC TRỨNG - Đông Phong	15 MK
TRUYỆN KIỀU: TÁC GIẢ, NHÂN VẬT, VÀ LUÂN LÝ– Đặng Cao Ruyên	25 MK
BỂ DÂU TRONG DÒNG HỌ NGUYỄN DU – Đặng Cao Ruyên	18 MK
HỒ XUÂN HƯƠNG: TÁC PHẨM – Nguyễn Ngọc Bích	20 MK
SÁCH SONG NGỮ	
CUNG OÁN NGÂM KHÚC - Ôn Như Hầu Nguyễn Gia Thiều - (Việt/Anh) - Nguyễn Ngọc Bích dịch – 40 bức minh họa màu của Mai Lân	20 KM
THI KINH QUỐC PHONG (Tái bản trọn bộ) Bản dịch Kim Y Phạm Lệ Oanh, Nguyễn Đăng Thục giới thiệu, Nguyễn Ngọc Bích viết Bạt	25 MK
HOA ĐỊA NGỤC / FLOWERS OF HELL (Việt/Anh) Thơ Nguyễn Chí Thiện, Nguyễn Ngọc Bích dịch	25 MK
HẠT MÁU THƠ / BLOOD SEEDS BECOME POETRY - (Việt/Anh) - Thơ Nguyễn Chí Thiện, Nguyễn Ngọc Bích dịch	10 MK
TRƯỜNG CA LỜI MẸ RU / A MOTHER'S LULLABY (Việt/Anh) - Thơ Trương Anh Thụy, Nguyễn Ngọc Bích dịch, Võ Đình minh họa	12 MK

SÁCH TIẾNG ANH	
WAR & EXILE, A Vietnamese Anthology (TT Văn Bút Miền Đông HK) – Tuyển tập thơ văn VN hiện đại, Nguyễn Ngọc Bích chủ biên, Võ Đình minh họa, với phụ bản nhạc Phạm Duy.	12 MK
TET, THE VIETNAMESE NEW YEAR - Nguyễn Ngọc Bích viết, với 120 bức minh họa màu	25 MK

SẮP XUẤT BẢN

ẢNH TRƯỜNG KỊCH GIỚI
Hồ Trường An
Hồi ký rong chơi về điện ảnh miền Nam

***

HOA ĐỊA NGỤC
(Trọn bộ in thành một cuốn)
Gồm *Hoa Địa Ngục* và *Hạt Máu Thơ*

TRUNG TÂM PHÁT HÀNH

CANH NAM PUBLISHERS
2607 Military Rd. - Arlington, VA 22207 - USA
Tel & Fax (703) 525 – 4538 / E-mail: canhnam@dc.net

TỔ HỢP XUẤT BẢN MIỀN ĐÔNG HOA KỲ
Và CÀNH NAM GIỚI THIỆU

SÁCH MỚI TINH KHÔI!

TRUYỆN KIỀU: TÁC GIẢ, NHÂN VẬT VÀ LUÂN LÝ
Tác giả **ĐẶNG CAO RUYÊN**

Sản-phẩm của một đời nghiên-cứu về Nguyễn Du và Kiều, cuốn sách công-cụ này giới-thiệu với chúng ta những tìm tòi lý thú nhất và mới mẻ nhất về ba lãnh-vực của phê-bình văn-học: tiểu-sử tác-giả ngắn gọn nhưng thật đầy đủ, phân-tích nhân-vật (cái làm nên cái lớn của Truyện Kiều), và vấn-đề luân-lý, một đề-tài từng được đem ra tranh cãi suốt từ khi tác-phẩm ra đời, đặc-biệt sôi nổi vào thập niên 1930 giữa Phạm Quỳnh và hai nhà thâm-nho, Ngô Đức Kế và Huỳnh Thúc Kháng. Ngoài ra, còn tranh minh-họa thật đẹp của họa sĩ Mai Lân, Lê Phổ, Mai Thứ, Lê Thị Lựu v.v.

Sách dày 419 trang với 29 bức minh họa - Cỡ sách rộng 6x9 - Bìa cứng. In năm 2006. Ấn phí 25 MK.

CUNG OÁN NGÂM KHÚC/ COMPLAINTS OF AN ODALISQUE

Tác-giả Ôn-như hầu Nguyễn Gia Thiều (1741-1798)
Sách song ngữ Việt/Anh. Phần tiếng Anh do Nguyễn Ngọc Bích chuyển ngữ.

Cung Oán Ngâm Khúc là một trong ba tuyệt-tác thơ hàng đầu của Việt-nam do Ôn-như hầu Nguyễn Gia Thiều viết. Thơ *Cung Oán* được xem là thuộc loại điêu luyện nhất trong thơ Nôm Việt-nam. Tác-phẩm cũng được xem là vô cùng sâu sắc do những hình ảnh và nhận-định về Phật-pháp hiếm thấy trong văn-chương Việt-nam. Nhạc-tính trong thơ còn được dịch-giả Nguyễn Ngọc Bích đem so sánh với *Giao-hưởng-khúc số 5* ("Định-mệnh") của Beethoven. 40 bức tranh minh-họa màu tuyệt đẹp của Mai Lân làm nổi lên hẳn ý-nghĩa của cuốn sách.

Sách dày 192 trang. Bìa cứng. Cỡ rộng 6.7x9.2. In năm 2006. Ấn phí $20

HỒ XUÂN HƯƠNG: TÁC-PHẨM

Nguyễn Ngọc Bích

Là một phần trong bộ *Hồ Xuân Hương: Tổng-luận và Tác-phẩm,* cuốn sách này là một tuyển-tập khá đầy đủ về cả thơ chữ Hán (*Lưu Hương Ký*) lẫn thơ chữ Nôm của nhà thơ lớn của Việt-nam. Khảo dị, chú thích cặn kẽ, cuốn sách được xem là một mẫu mực về sách biên khảo ở hải-ngoại.

272 trang. Cỡ 6x9. Nhiều hình đen trắng và màu. Ấn phí $20

NHỮNG CUỐN SÁCH KHÔNG THỂ THIẾU
TRONG TỦ SÁCH GIA ĐÌNH

BỐN PHƯƠNG MÂY TRẮNG, tiểu thuyết
Của **Nguyễn Sỹ Tế. In năm 2005**
345 trang. Ấn phí $15

Tập đầu trong một bộ trường thiên tiểu thuyết có tham vọng dựng lại cả một thời đại và thế hệ, thế hệ 45 của tuổi trẻ Việt-nam lên đường làm cách mạng. Bắt đầu như một cuộc ra quân lãng mạn, thanh niên lúc bấy giờ đầy lý tưởng và nhiệt huyết với những con người có ăn học và đầu óc rộng mở. Cuộc tình trong trắng giữa Bạch và Vân rồi sẽ đi về đâu trong hoàn cảnh của một nước sắp bùng cháy?

CHUYỂN MÙA
Của **Trương Anh Thụy**
812 trang. Ấn phí $28

Cuốn sách viết Về Tuổi trẻ. Cho Tuổi trẻ. Vì Tuổi trẻ. Giải thưởng Văn Học 2004 – Hội Quốc Tế Y Sỹ Việt Nam Tự Do trao tặng.

Truyện hư-cấu nhưng đặt trong khung-cảnh thời-đại, bộ trường-thiên 3 tập: Trạm Nghỉ Chân/Ma Lộ/Chuyển Mùa là một bức tranh hoành-tráng của tuổi trẻ Việt Nam ở hải-ngoại tương-tác từ ngoài vào đến trong nước, trên ba lục-địa, vượt lên trên ý-thức-hệ nhằm xây dựng một tương-lai có tình người.

Cuốn sách đã được nhà văn Doãn Quốc Sĩ nhận xét: "...Chuyển Mùa cũng như Khu Rừng Lau, cùng lấy lịch sử thời đại làm bối cảnh để người đọc cùng suy ngẫm..."

TET, THE VIETNAMESE NEW YEAR

Tác-giả: **Nguyen Ngoc Bich**

Là món quà lý tưởng cho con em và các bạn ngoại-quốc.

142 trang với nhiều hình màu. Cỡ sách 8½ x11. Ấn phí $25

Sách tiếng Anh viết ở trình-độ trung-học đệ nhất cấp nhằm trả lời tất cả những câu hỏi mà ta có thể đặt ra về lễ quan-trọng nhất trong năm của người Việt. Được minh-họa bằng 120 tranh ảnh hoàn-toàn Việt Nam, cuốn sách sẽ giúp người đọc hiểu thấu đáo về mọi vấn-đề liên-quan đến Tết.

BỌC TRỨNG

Tác-giả: **ĐÔNG PHONG**
380 trang. Ấn phí $15

Trong khi giáo dục trong nước đang bị lãng quên, xuống cấp một cách thảm hại, còn con em chúng ta ở hải ngoại thì lại mất phương hướng, cuốn sách bỗng xuất hiện như một "cẩm nang lý tưởng cho tuổi trẻ Việt Nam hôm nay," cả trong lẫn ngoài nước.

Nó nhắc nhở cái nghĩa đồng bào do cùng một mẹ sinh ra, nêu ra 8 "đại nhân" điển hình của đất nước, 4 nhân vật lịch sử và 4 bộ mặt văn hóa lớn (hai nam, hai nữ trong mỗi loại) để làm bằng là tuổi trẻ Việt Nam vẫn đáp ứng sứ mạng lịch sử và văn hóa của mình, cùng động viên tuổi trẻ hôm nay:

Lý Thường Kiệt, Trần Quốc Tuấn, Hai Bà Trưng, Bà Triệu; Nguyễn Bỉnh Khiêm, Nguyễn Du, Hồ Xuân Hương, Bà huyện Thanh Quan. Ngoài những trang thật đẹp này, cuốn sách còn đưa ra nguyên một chương trình tu tập cho tuổi trẻ hôm nay để bắt kịp với thế giới và chuẩn bị ra nhận lãnh trách nhiệm phục hưng xứ sở. Tác giả Đông Phương hiện còn trong nước.

TỔ HỢP XUẤT BẢN MIỀN ĐÔNG HOA KỲ
Phát hành sách của
Tủ sách THỜI SỰ VN VÀ THẾ GIỚI:

BÙI TÍN TÂM TÌNH VỚI TUỔI TRẺ VIỆT NAM
Tác-giả: BÙI TÍN

Bùi Tín tâm tình
với
tuổi trẻ
Việt Nam

Tủ Sách
Thời Sự VN &
Thế Giới
2006

Cựu-đại-tá QĐND Bùi Tín, một nhà báo lão thành, đã viết bảy cuốn sách nổi tiếng trong ba thứ tiếng (Anh, Pháp, Việt) nhằm kêu gọi chính-quyền CS ở quê nhà hãy lột bỏ những bộ áo và tư tưởng lỗi thời của mình đi, để Việt-nam có thể chuyển sang một thể-chế tương-lai dân-chủ, đa nguyên đa đảng, sống hòa-bình và hòa-nhập với thế-giới văn-minh của thế-kỷ 21. Trong cuốn sách này, ông đặc-biệt chú tâm trao đổi với tuổi trẻ mà dù muốn dù không cũng sẽ có ngày phải ra gánh vác việc lãnh-đạo đất nước. Để khuyến khích họ, ông đưa ra tất cả những lập-luận lỗi thời của Đảng CSVN và dựa vào chính hiểu biết của các em để nhắm tìm ra một hướng đi tốt đẹp cho tương-lai và tiền-đồ dân-tộc.

180 trang. Ấn phí $10

NHẬT KÝ RỒNG RẮN
Của TRẦN ĐỘ

150 trang. Ấn phí $8

Hồi-ký cuối đời của Trung-tướng Trần Độ. Vì tác-phẩm này lên án chế-độ CS đã phản-bội những lý-tưởng của cách mạng nguyên-thủy của phong trào CS mà ông Trần Độ đã phục vụ suốt đời, cuốn sách bị tịch-thu dẫn đến cái chết vì buồn bực của chính tác-giả.

HÃY TRƯNG CẦU DÂN Ý
Phương Nam ĐỖ NAM HẢI

Với đầy đủ hình ảnh và nguyên "hồ sơ" về PN Đỗ Nam Hải - 2005

Cuốn sách là suy nghĩ chắt lọc từ bao năm sinh sống ở miền Nam sau khi từ Bắc vào Sài Gòn tiếp theo "chiến thắng" của quân đội Bắc Việt. Được đi Úc với gia đình, tác giả đã bỏ ra mấy năm viết 5 tiểu luận sâu sắc "nhìn lại quê hương" để nhận thức lại. Kết luận, theo ông, là phải đòi trưng cầu dân ý để 82 triệu dân được chọn thể chế của mình. Một gương sáng của và cho tuổi trẻ, tranh đấu ngay từ trong lòng chế độ, Phương Nam đã bị bao vây, hạch xách và cuối cùng bị ép để mất việc. Mặc, anh vẫn hiên ngang... ngửng đầu.

332 trang, Ấn phí: $15

VỤ ÁN 'SIÊU NGHIÊM TRỌNG' T2-T4
Của TÂM VIỆT

Vụ án "gián-điệp dỏm" giữa hai ông
đại-tướng (Võ Nguyên Giáp và Lê Đức
Anh) có khả-năng làm thay đổi cục-diện
Việt Nam trong những ngày tháng tới,
trình bày như một hồ-sơ tài-liệu đầy đủ
nhất (một số chưa bao giờ được công-
bố) với phân-tích (theo khoa Hà-nội-
học) bởi Tâm Việt và Bùi Tín.

300 trang. Ấn phí $15

Vụ án
'siêu nghiêm trọng'
T2 - T4
Đấu đá ở thượng-tầng kiến-trúc Đảng CSVN

TỦ SÁCH
THỜI-SỰ VN VÀ THẾ-GIỚI
2004

ĐỊA CHỈ PHÁT HÀNH:
TỔ HỢP XUẤT BẢN MIỀN ĐÔNG HOA KỲ
Và CÀNH NAM PUBLISHERS
2607 MILITARY RD.
ARLINGTON, VA, 22207 – USA
TEL & FAX: (703) 525 - 4538 / EMAIL: canhnam@dc.net
(Checks xin đề cho CANHNAM PUBLISHERS)